AF748217

ഗ്രീൻ ബുക്സ്

നഷ്ടസ്വർഗ്ഗങ്ങൾ

ആൽബേർ കാമു

അൾജീരിയയിൽ 1913ൽ ജനനം. ബാല്യകാലം ദാരിദ്ര്യത്തിന്റേതായാലും അസന്തുഷ്ടമായിരുന്നില്ല. അൾജിയേഴ്സ് യൂണിവേഴ്സിറ്റിയിൽ ഫിലോസഫിയിൽ പഠനം. പിന്നീട് പത്രപ്രവർത്തകനായി. Theatre de l'equipe എന്ന അവാന്ത് ഗാർഡെ (Avant-Garde) തിയ്യറ്റർ ഗ്രൂപ്പിന് ജന്മം നൽകി. 1939ൽ 'കലിഗുള' എന്ന നാടകം അവതരിപ്പിച്ചു. 'പാരീസ് സോയർ' എന്ന പത്രത്തിൽ ജോലി ചെയ്തിരുന്നു. പാരീസിൽവെച്ചാണ് കാമുവിന്റെ വിഖ്യാതരചനകളായ 'ദി ഔട്ട്സൈഡർ', 'മിത്ത് ഓഫ് സിസിഫസ്' എന്നിവ പ്രസിദ്ധീകരിക്കപ്പെട്ടത്. 1941ൽ ജർമ്മനിയുടെ ഫ്രഞ്ച് അധിനിവേശത്തെ തുടർന്ന് രൂപപ്പെട്ട പ്രതിരോധസമരങ്ങളുടെ ബൗദ്ധിക നേതാക്കളിൽ ഒരാളായിരുന്നു കാമു. ഒളിപ്പോരാളികൾക്കുവേണ്ടിയുള്ള കോംബാറ്റ് (Combat) എന്ന പത്രത്തിന്റെ പ്രാരംഭത്തിലും തുടർപ്രവർത്തനങ്ങളിൽ സജീവപങ്കാളിയായി. യുദ്ധത്തിനുശേഷം എഴുത്തിലേക്ക് ശ്രദ്ധ കേന്ദ്രീകരിക്കുകയും 'ദ പ്ലേഗ്' (1947), 'ദ ജസ്റ്റ്' (1949), 'ദ ഫോൾ' (1956) മുതലായ കൃതികൾ പ്രസിദ്ധീകരിക്കുകയും ചെയ്തു. അമ്പതുകളുടെ ഒടുവിൽ നാടകപ്രവർത്തനങ്ങളിലേക്കു തിരിച്ചെത്തുകയും 'റെക്യും ഫേറർ എ നൺ' (Faulkner), 'ദ പൊസെസ്ഡ് (Dostoyevsky) മുതലായ കൃതികളുടെ നാടകരൂപം അവതരിപ്പിക്കുകയും ചെയ്തു. 1957ൽ സാഹിത്യത്തിനുള്ള നോബൽ പുരസ്കാരം ലഭിച്ചു. ഒരു വാഹനാപകടത്തിൽ 1960ൽ കാമു അന്തരിച്ചു.

പ്രഭാ ആർ. ചാറ്റർജി: ശാസ്ത്രജ്ഞ, വിവർത്തക. 1951ൽ ജനനം. ഇന്ത്യൻ ഇൻസ്റ്റിറ്റ്യൂട്ട് ഓഫ് സയൻസിൽനിന്ന് രസതന്ത്രത്തിൽ ഡോക്ടറേറ്റ് (1976). ഇന്ത്യയിലും വിദേശങ്ങളിലും ഗവേഷണവും അദ്ധ്യാപനവും നടത്തിയിട്ടുണ്ട്. കാമുവിന്റെ മറ്റു രചനകൾ: പതനം, പ്രഥമ മനുഷ്യൻ, സിസിഫസ് പുരാണം എന്നിവയും മലയാളത്തിലേക്കു വിവർത്തനം ചെയ്തിട്ടുണ്ട്.
Vasco da Gama's Voyage to India (E.G. Ravenstein), La BeteHumaine (Emile Zola) എന്നീ കൃതികൾ മലയാളത്തിലേക്ക് വിവർത്തനം ചെയ്തിട്ടുണ്ട്.

Blog: Science Delights (prchatterjiblog.blogspot.com)
Email: prabhachatterji@gmail.com

നഷ്ടസ്വർഗ്ഗങ്ങൾ

ആൽബേർ കാമു

വിവർത്തനം:

പ്രഭാ ആർ. ചാറ്റർജി

ഗ്രീൻ ബുക്സ്

green books private limited
gb building, civil lane road, ayyanthole,
thrissur- 680 003, kerala, ph: +91 487-2381066, 2381039
website: www.greenbooksindia.com
e-mail: info@greenbooksindia.com

original title
french
l'exil et le royaume
first published in france by editions gallimard 1957

malayalam
nashtaswargangal
short stories
by
albert camus

translated by
prabha r. chatterji

cover design : rajesh chalode

first malayalam edition published december 2014
reprinted april 2019

the work is published via the
publication assistance programme tagore with the
support of institut francais en inde
ambassade de france in inde and the
institut francais de paris

branches:
thrissur 0487-2422515
palakkad 0491-2546162
thiruvananthapuram 0471-2335301
calicut 0495 4854662
kannur 0497-2763038

isbn : 978-81-8423-380-3

GBPL/627/2014

ആൽബേർ കാമു (1913-1960)

മുഖവുര

L'exil et le royaume എന്ന ചെറുകഥാസമാഹാരം പ്രസിദ്ധീകരണത്തിന് തയ്യാറായപ്പോൾ, ഇത് നഷ്ടസ്വർഗങ്ങളുടെയും, ദേശകാലവിശ്വാസമേഖലകളിൽ നിന്ന് ബഹിഷ്കൃതരായവരുടേയും കഥകളാണെന്ന് കാമു അഭിപ്രായപ്പെട്ടു[1]. സ്വർഗരാജ്യത്തിൽനിന്ന് ബഹിഷ്കൃതനായ മനുഷ്യൻ ഭൂമിയിൽ എന്നെന്നും പ്രവാസിയായിരിക്കും എന്നെന്നും സ്വർഗരാജ്യത്തിനു വേണ്ടി വ്യാമോഹിക്കുകയും ചെയ്യും. മരണം അനിവാര്യമാണെങ്കിലും മരണാനന്തരജീവിതം അജ്ഞാതമാണെന്നിരിക്കിലും ഭൂതകാല സുദിനങ്ങളെ, വരാനിരിക്കുന്ന ഭാസുര ഭാവിയെ, താൻ കൊതിക്കുന്നതോ തനിക്ക് അപ്രാപ്യമായതോ ആയ എന്തിനേയും അവൻ സ്വർഗലോകമെന്നു വ്യാഖ്യാനിക്കും. തനിക്കു ചുറ്റും ദേശഭാഷാസംസ്കാരങ്ങളുടെ മുൾവേലികൾ നിർമ്മിച്ച് മിഥ്യാലോകങ്ങൾ സങ്കല്പിച്ചെടുക്കും. പക്ഷെ ഭൂമിയിൽ സ്വർഗ്ഗീയാനുഭൂതി ക്ഷണികമായെങ്കിലും അനുഭവിച്ചാസ്വദിക്കണമെങ്കിൽ ആ മുൾവേലികളെല്ലാം പറിച്ചെറിയേണ്ടതുണ്ടെന്ന പരമവും സരളവുമായ സത്യം മനസ്സിലാക്കാൻ കൂട്ടാക്കുന്നില്ല. സ്ഥലകാലങ്ങളും പരിസ്ഥിതികളും വിശ്വാസങ്ങളും നിരന്തരം രൂപാന്തരപ്പെട്ടുവരുന്ന, മുൻനിശ്ചിതമല്ലാത്ത ജീവിതയാത്രയിൽ സംഘർഷങ്ങളും സ്പർദ്ധകളും അഭിമുഖീകരിക്കേണ്ടി വരുമ്പോഴൊക്കെ അവന് സാന്ത്വനലേപം പുരട്ടിക്കൊടുക്കുന്നത്, അഥവാ നിലനില്പിനാവശ്യമായ ആലംബം നൽകുന്നത് സ്വർഗരാജ്യമെന്ന വ്യാമോഹമാണ്. വ്യാമോഹത്തിൽ യുക്തിചിന്തയില്ല, അന്ധമായ വിശ്വാസമേയുള്ളൂ. കാമുവിന്റെ രചനകളിൽ പൊതുവേ പ്രകടമാകുന്ന ആശയമാണിത്. നഷ്ടസ്വർഗങ്ങൾ എന്ന ഈ സംഗ്രഹത്തിൽ ആറ് ചെറുകഥകളുണ്ട്. വിവിധ രൂപങ്ങളിൽ, ഭാവങ്ങളിൽ, വൈവിധ്യമാർന്ന സ്ഥലകാലങ്ങളുടെ പശ്ചാത്തലത്തിൽ ഈ ആശയം പുനരാവർത്തിക്കപ്പെടുന്നു.

സൈ്വരിണിയിലെ ജാനെെൻ പുറം ലോകവുമായി ആത്മവിച്ഛേദനം നടത്തിയവളാണ്. പ്രവാസി മനോഭാവം വിട്ടെറിഞ്ഞ്

അൾജീരിയ എന്ന നാടും നാട്ടുകാരുമായി ഇണങ്ങിച്ചേരാൻ, സാംസ്കാരിക മേൽക്കോയ്മ അവൾക്കു തടസ്സമായി നില്ക്കുന്നു. വന്ധ്യവും വിജനവുമായ മണലാരണ്യവും അവിടെ മേഞ്ഞു നടക്കുന്ന നാടോടിജനതയും അവൾക്ക് യാദൃശ്ചികമായ പുറം കാഴ്ചകൾ മാത്രം. പക്ഷെ ആകാശവും ഭൂമിയും ഒന്നുചേരുന്ന മറ്റൊരു അനിർവചനീയമായ കാഴ്ച അന്നുവരെ കണ്ടെത്തിയിട്ടി ല്ലാത്തതും കണ്ടെത്തേണ്ടതുമായിരുന്ന ആത്മപരിചയത്തിന് വഴിയൊരുക്കുന്നു. അന്തഃകരണത്തിന്റെ പ്രേരണമൂലം മണലാ രണ്യത്തിലേക്ക് അർദ്ധരാത്രിയിൽ ഏകാകിനിയായി സ്വൈര സഞ്ചാരം നടത്തുന്ന ജാനൈന് പ്രപഞ്ചത്തിന്റെ മാസ്മരികതയും അവാച്യമായ സൗന്ദര്യവും ക്ഷണികമായെങ്കിലും ഉൾക്കൊള്ളാ നായ നിമിഷം സായൂജ്യം കൈവരുന്നു.

വിശ്വാസഘാതകൻ അഥവാ ഒരാത്മാവിന്റെ ആശയക്കുഴപ്പം എന്നു തന്നെയാണ് ഫ്രഞ്ച് മൂലകൃതിയിലെ തലക്കെട്ട്. കഥ നടക്കുന്ന തഗാസ കല്പിതനഗരമല്ല. അൾജീറിയക്കു പടിഞ്ഞാറ് മാലിയിലേക്ക് വ്യാപിച്ചു കിടക്കുന്ന സഹാറ മണലാരണ്യത്തിലെ ഈ വിസ്മൃത നഗരം പണ്ടൊരു കാലത്ത് ഉപ്പുഖനനത്തിന് കേൾവിപ്പെട്ടതായിരുന്നു. വെളുത്ത മാർബിൾപാളികളെപ്പോലെ ത്തന്നെ വെട്ടിയെടുക്കാവുന്ന, വെട്ടിത്തിളങ്ങുന്ന ഉപ്പുപാളികൾ തഗാസക്കാരുടെ വരുമാനമാർഗ്ഗമായിരുന്നുവെന്ന് ഇബ്നു ബത്തൂത്ത[2] തന്റെ യാത്രാവിവരണങ്ങളിൽ കുറിച്ചിട്ടുണ്ട്. മസ്സൂഫാ ഗോത്രക്കാരായ അടിമകളല്ലാതെ വേറെ ആരും അവിടെ താമസി ക്കുന്നില്ലെന്നും ബത്തൂത്ത പറയുന്നു. വെളുത്ത ലവണ പർവ്വത ങ്ങൾ കഥയ്ക്ക് അനുയോജ്യമായ അതിവിചിത്രവും ഭ്രമാത്മക വുമായ പശ്ചാത്തലമൊരുക്കുന്നു. ഒറ്റനോട്ടത്തിൽ, സാഹചര്യ ങ്ങളുടെ സമ്മർദ്ദം മൂലം പ്രൊട്ടസ്റ്റന്റു സഭയിൽ നിന്ന് കത്തോ ലിക്കാസഭയിലേക്കും പിന്നീട് ഗോത്രദൈവങ്ങളിലേക്കും വിശ്വാസം മാറ്റി സ്ഥാപിക്കുന്ന ചഞ്ചലമനസ്കന്റെ കഥയായി അനുവാചകനു തോന്നാമെങ്കിലും, പ്രമേയം അതിൽ മാത്രം ഒതുങ്ങി നില്ക്കുന്നില്ല. വിശ്വാസങ്ങൾ പലതാണ്, അവയ്ക്ക് നിറഭേദങ്ങൾ വന്നേക്കാം. പക്ഷെ അത് വിശ്വാസവഞ്ചനയാകു ന്നത് എപ്പോഴാണ്? എന്തുകൊണ്ടാണ്? വിശ്വാസങ്ങളാണോ അധികാരശക്തിയുടെ അസ്ഥിവാരം? സ്നേഹമാണഖിലസാര മൂഴിയിൽ എന്ന മധുരോക്തിയിലും അധികാരമോഹമില്ലേ? കൈയ്യൂക്കുള്ള കാര്യക്കാരൻ വെട്ടിത്തുറന്നു പറയുന്ന ഔദ്ധത്യം കൂടുതൽ സത്യസന്ധമാണെന്നു വരുമോ? ഇവക്കിടയിൽ പ്പെട്ടുഴലുന്ന മനുഷ്യമനസ്സ് ഏതു സത്യത്തെയാണ് 'സത്യമേവ

ജയതേ' എന്നുദ്ഘോഷിക്കേണ്ടത്? വിശ്വാസങ്ങളില്ലാത്ത മനുഷ്യൻ ആത്മഭ്രഷ്ടനാകുന്നുവോ? ഉത്തരങ്ങൾ കണ്ടേത്തേണ്ടിയിരിക്കുന്നു.

ഈ ചെറുകഥ ദുരൂഹമാണെന്നഭിപ്രായപ്പെട്ട സുഹൃത്തിനോട്, പകരക്കാരനെ കാത്തിരിക്കുന്ന ജിഹ്വാവിഹീനൻ ഇടതുപക്ഷ ബുദ്ധിജീവിയുടെ പ്രതീകമാണെന്ന്, കാമു പറഞ്ഞുവത്രെ[3]. അത്രത്തോളം വലിച്ചു നീട്ടാൻ ഭാവനാശക്തി പോരെന്ന് സുഹൃത്ത് പരാതിപ്പെട്ടപ്പോൾ കുറെക്കൂടി ലളിതമായി മാറ്റിയെഴുതാമെന്ന് കമ്യു സമ്മതിച്ചെങ്കിലും അതു നടന്നില്ല.

ശബ്ദരഹിതർ നിശബ്ദ സഹനത്തിന്റെ കഥയാണ്. കാമുവിന്റെ ഹ്രസ്വമായ ഇടതുപക്ഷചായ്‌വിന്റെയും. ഈ കഥയെപ്പറ്റി കാമു പിന്നീടു ഇങ്ങനെ പറയുകയുണ്ടായി തൊഴിലാളികളുടെ സമരം, അതിന്റെ അനന്തരഫലങ്ങൾ ഇവയൊക്കെ അതിസൂക്ഷ്മമായി കൈകാര്യം ചെയ്യേണ്ട വിഷയങ്ങളാണ്...... ഈ കഥ വായിച്ച് ഒരു തൊഴിലാളിയും എനിക്കെഴുതിയില്ല. പുസ്തകങ്ങൾക്ക് വലിയ വിലയായതുകൊണ്ടാവാം തൊഴിലാളികളാരും പുസ്തകം വാങ്ങിച്ചിരിക്കില്ല. ഒരു തൊഴിലാളി മാസികയും കഥ പുനഃപ്രസിദ്ധീകരിക്കാനായി സമ്മതം ചോദിച്ചുമില്ല.[4] കാമുവിന്റെ അമ്മാവന് വീപ്പ ഫാക്റ്ററിയിലായിരുന്നു ജോലി. അമ്മാവനുള്ള പലഹാരപ്പൊതിയുമായി ബാലനായിരുന്ന കാമു പതിവായി ഫാക്റ്ററി സന്ദർശിക്കാറുണ്ടായിരുന്നതിന്റെ വിശദവിവരങ്ങൾ **പ്രഥമമനുഷ്യനി**ലുണ്ട്.[5] ഫാക്റ്ററിത്തൊഴിലാളികളുടെ ചെറിയ സംതൃപ്ത ലോകം കീഴ്മേൽ മറിയുന്നത് ആകസ്മികമായാണ്. കൂലിവർദ്ധനവിനുവേണ്ടിയുള്ള ചർച്ചകൾ സമരത്തിൽ കലാശിച്ചു. ഫാക്റ്ററിയുടമയുടെ നീക്കുപോക്കില്ലാത്ത സമ്മർദ്ദം മൂലം ഗത്യന്തരമില്ലാതെ തൊഴിലാളികൾക്ക് സമരം പിൻവലിക്കേണ്ടി വന്നു. അപമാനവും അപകർഷതാബോധവും കാരണം വിങ്ങിപ്പൊട്ടുന്ന അവർക്ക് സംസാരിക്കാനാകുന്നില്ല. ആ മൗനം കടുത്ത പ്രതിഷേധത്തിന്റെയും ഭാഷയാണ്. നിർണ്ണായകനിമിഷത്തിൽ മനുഷ്യസഹജമായ സഹാനുഭൂതി പ്രകടിപ്പിക്കാൻ പോലും അവർക്ക് നാവുയരുന്നില്ല. തന്റെ മനുഷ്യത്വരഹിതമായ പെരുമാറ്റത്തിൽ ഇവാസിന് കുറ്റബോധമുണ്ട്. അയാൾ മറ്റൊരു സ്വർഗം സ്വപ്നം കാണുന്നു. തനിക്ക് ചെറുപ്പമായിരുന്നെങ്കിൽ, ഭാര്യക്ക് ചെറുപ്പമായിരുന്നെങ്കിൽ, ഇതെല്ലാം വിട്ടെറിഞ്ഞ് കടൽ കടന്ന്, എങ്ങോട്ടെങ്കിലും യാത്ര പോകാനായിരുന്നെങ്കിൽ!

ആതിഥ്യം. സന്ദർഭത്തിന് യോജിച്ച വിധത്തിൽ അതിഥി എന്നോ ആതിഥേയൻ എന്നോ വിവക്ഷിക്കാവുന്ന L'hote എന്നാണ്

ഫ്രഞ്ചു ശീർഷകം. കഥയിൽ ഈ ദ്വയാർത്ഥത്തിന് പ്രസക്തിയുണ്ട്. ഇതു കണക്കിലെടുത്ത് പരിഭാഷയിൽ ശീർഷകം ആതിഥ്യം എന്നാക്കി മാറ്റിയിരിക്കുന്നു. അൾജീരിയയിലെ പ്രവാസിയായ ഫ്രഞ്ചുകാരൻ തദ്ദേശീയനായ അറബിക്ക് തന്റെ വീട്ടിൽ ഒരു രാത്രി കഴിച്ചു കൂട്ടാനുള്ള സൗകര്യം ചെയ്തു കൊടുക്കുന്നു. കുറ്റവാളിയായ അറബിയെ അധികാരികൾക്ക് കൈമാറണം. ഈ ദൗത്യം ഫ്രഞ്ചുകാരന് ഒട്ടും സ്വീകാര്യമല്ല. സാമൂഹ്യപ്രതിബദ്ധത അയാളുടെ മുന്നിൽ ഒരു ചോദ്യമായി ഉയരുന്നതിനു കാരണം താനാരാണെന്ന് അയാൾക്ക് തീർച്ചയില്ലാത്തതുകൊണ്ടാണ്. വരണ്ടുകീറിയ വന്ധ്യവും വിജനവുമായ ഭൂപ്രദേശത്തെ സ്വാംശീകരിച്ചതിനോടൊപ്പം ഫ്രഞ്ചുഭാഷയെയും സംസ്കാരത്തെയും മുറുകെ പിടിക്കുന്ന തന്റെ സ്വർഗ്ഗമെവിടെയാണ്? രണ്ടു ദേശങ്ങൾക്കിടയിൽ, രണ്ടു ഭാഷകൾക്കിടയിൽ, രണ്ടു സംസ്കാരങ്ങൾക്കിടയിൽ മധ്യസ്ഥൻ. അനിശ്ചിതമായ ഈ നിലപാട് ഇരുകൂട്ടരാലും ബഹിഷ്കൃതനാവുന്ന നിലയിലേക്ക് എത്തിച്ചെന്നു വരാം. കാമുവിന്റെ സ്വന്തം മനോവ്യാപാരങ്ങളോട് കഥയ്ക്ക് അടുപ്പമുണ്ട്.

ഷോനാസ് അഥവാ കർമ്മനിരതനായ കലാകാരൻ എന്ന ഇരട്ട ശീർഷകം തന്നേയാണ് മൂലകൃതിയിൽ. പതിവിനു വിപരീതമായി സ്വതവേയുള്ള ഗൗരവഭാവം വെടിഞ്ഞ് വ്യംഗ്യവും നർമ്മരസവും തുളുമ്പുന്ന ആഖ്യാനശൈലിയാണ് കാമു ഈ കഥയെഴുത്തിന് സ്വീകരിച്ചിരിക്കുന്നത്. ശിശുസഹജമായ കൗതുകവും ശുഭാപ്തിവിശ്വാസവും മാത്രം കൈമുതലായി കലാരംഗത്തെത്തുന്ന ശുദ്ധഹൃദയനായ ഷോനാസ് എന്ന ചിത്രകാരന്റെ വളർച്ചയുടെയും തളർച്ചയുടെയും കഥയാണ് ഇത്. ആരാധന- നിരൂപക- ശിഷ്യവൃന്ദം കലാകാരന്റെ പരിമിതമായ സ്ഥലകാലങ്ങളിലേക്ക് അതിക്രമിച്ചു കയറി, അവന്റെ സ്വതന്ത്രചേതനയെ വളരാനനുവദിക്കാതെ ജഡാവസ്ഥയിലെത്തിക്കുമെന്ന് കാമു മുന്നറിയിപ്പു തരുന്നു. മുരടിച്ചുപോയ ചേതനയെ പുനരുദ്ധരിക്കുന്നതായി ഷോനാസ് മദ്യവും മദിരാക്ഷിയുമൊക്കെ പരീക്ഷിച്ചു നോക്കി. സഫലതയുടെ നാളുകളിൽ സ്വർഗ്ഗീയാനുഭൂതിയുടെ നിമിഷങ്ങളെയാണ് അയാൾ ക്യാൻവാസിലേക്കു പകർത്തിയത്. അത്തരം ആനന്ദലഹരി മദ്യത്തിനും നൽകാനാവുമെന്ന് അയാൾ കണ്ടെത്തി; പക്ഷെ മദ്യലഹരി അജൈവമായിരുന്നു, വന്ധ്യമായിരുന്നു, മനസ്സിന്റെ ശൂന്യത അകറ്റാനോ കൈകളെ ചലിപ്പിക്കാനോ ഉള്ള ശേഷി അതിനില്ലായിരുന്നു. ജീവിതത്തിന്റെ നിറക്കൂട്ടുകളില്ലാത്ത ചിത്രങ്ങളൊന്നും ചൈതന്യവത്താകുന്നില്ലെന്ന സത്യം അയാൾ മനസ്സിലാക്കുന്നു. നൈസർഗികമായ ഉൾപ്രേരണയാൽ കലാകാരൻ പ്രചോദിതനാകണം, ആ

അവസ്ഥയിലെ അനുഭൂതികളാണ് ഉത്തമസൃഷ്ടികളായി രൂപാന്തരപ്പെടുന്നത്. കഥ തുടങ്ങുന്നത്, യോനായുടെ പുസ്തകത്തിൽ നിന്നുള്ള ഉദ്ധരണിയുമായാണ്. ഷോനാസ് മൂന്നു ദിവസത്തേക്ക് ഇരുളടഞ്ഞ മേലറയിലേക്ക് പിൻവലിയുന്നതിനെ യോനാ തിമിംഗലത്തിന്റെ വയറ്റിൽ കഴിച്ചു കൂട്ടിയതിനോട് ഉപമിക്കുന്നവരുണ്ട്. യോനയേക്കാൾ ശ്രേഷ്ഠനായി താൻ ഉയിർത്തെഴുന്നേൽക്കുമെന്ന് യേശുവും പറയുന്നുണ്ട്. (മത്തായി 12:38-42, ലൂക്ക് 11:29-32). മേലറയിൽ ബോധരഹിതനായി വീണ ഷോനാസ് ഏതാനും ദിവസങ്ങൾക്കകം പൂർണ്ണസുഖം പ്രാപിക്കുമെന്ന് ഡോക്ടർ പറയുന്നു. പക്ഷേ ആരാണ് ഉയിർത്തെഴുന്നേൽക്കുന്നത്, ഷോനാസ് എന്ന വെറും വ്യക്തിയോ അതോ ഷോനാസ് എന്ന കലാകാരനോ? അക്കാര്യം മനഃപൂർവ്വമാവണം കഥാകൃത്ത് ഭാവനാസമ്പന്നനായ അനുവാചകന് വിട്ടു തന്നതിൽ ഒരല്പം കുസൃതി കണ്ടേക്കാം.

ദിവ്യശില, (മൂലകൃതിയിൽ വളരുന്ന ശില) 1949-ൽ കാമു നടത്തിയ ദക്ഷിണ അമേരിക്കൻ പര്യടനങ്ങളിൽ നിന്നുള്ള ഒരേടാണ്[6]. കഥ നടക്കുന്ന ഇഗ്വാപേയും, നന്മനിറഞ്ഞ യേശുവിന്റെ പള്ളിയും വളരുന്ന ശില എന്ന വിസ്മയവും കാല്പനികമല്ല. ഒഴുക്കിനെതിരായി ഒഴുകിയെത്തിയ യേശുവിഗ്രഹത്തേയും അതു കഴുകിയെടുത്ത വെള്ളം വീണ കല്ലിന് ദിവ്യത്വം കൈവന്നതിനേയും കുറിച്ചുള്ള ഐതിഹ്യമൊന്നും കാമുവിന്റെ യുക്തിക്ക് നിരക്കുന്നതല്ല. എന്നാൽ യേശുക്രിസ്തുവിനേയും ഗീവറുഗീസ് പുണ്യവാളനേയും ഗോത്രദൈവങ്ങളോടൊപ്പം അതേ ആചാരാനുഷ്ഠാനങ്ങളിലൂടെ ആരാധിക്കുന്ന മകുംബാ (ഈ പദത്തിന്റെ അർത്ഥം തന്നെ മന്ത്രവിദ്യ എന്നാണ്) ഗോത്രവർഗ്ഗക്കാർ കാമുവിനെ വിസ്മയിച്ചിരിപ്പിക്കണം. കഥയിൽ പറയുന്ന പല സംഭവങ്ങളും കാമുവിന്റെ അനുഭവങ്ങളാണ്. ഉദാഹരണത്തിന് പോലീസ് മുഖ്യന്റെ മര്യാദവിട്ട പെരുമാറ്റം, ഗോത്രവർഗ്ഗക്കാരുടെ സംഘനൃത്തം, വഴിപാടായി കല്ലു ചുമക്കൽ എല്ലാം. ഒരൊറ്റ വ്യത്യാസമേയുള്ളൂ, വഴിപാടുകാരൻ നേർച്ച പൂർത്തിയാക്കിയതായി കാമുവിന്റെ ഡയറിയിൽ പറയുന്നു. അനായാസമായി, നിസ്സീമമായി മതവിശ്വാസങ്ങളെ കൂട്ടിയിണക്കുന്ന അപരിഷ്കൃതരുടെ ഹൃദയസാരള്യമായിരിക്കണം ഈ കഥയെഴുതാൻ കാമുവിന് പ്രചോദകമായത്. ആധുനിക നാഗരികതയുടെ പ്രതീകമായ ഫ്രഞ്ച് എഞ്ചിനീയർ ദരാസ്റ്റ് ബ്രസീലിലെ നിബിഡ വനാന്തരങ്ങളിലെത്തുന്നത് നദിയിൽ അണക്കെട്ടു നിർമ്മിച്ച് തദ്ദേശവാസികളെ വെള്ളപ്പൊക്കക്കെടുതിയിൽ നിന്ന് രക്ഷിക്കാനാണ്. അഭ്യസ്തവിദ്യനും ധനികനും പരിഷ്കാരിയും എല്ലാത്തിനും പുറമേ അതികായനുമായ ദരാസ്റ്റിന് താനെന്ന ഭാവമുണ്ട്. നടുക്കടലിൽ പെട്ടുപോയ

തന്നെ യേശു രക്ഷിച്ച കഥ പറയുന്ന പാചകക്കാരനോട് ദരാസ്റ്റ് ചോദിക്കുന്നു- നിങ്ങളുടെ ഈ യേശു, അയാൾ എപ്പോഴും നിങ്ങളുടെ വിളി കേൾക്കുമോ? പാചകക്കാരന് ഒട്ടും സംശയമില്ല, ഇല്ല. യേശുവിന് അത്തരം ബാധ്യതകളൊന്നുമില്ല, എന്തും ചെയ്യാനുള്ള സ്വാതന്ത്ര്യമാണുള്ളത്. യുക്തിയുടേയും മതവിശ്വാസങ്ങളുടേയും കെട്ടുകൾ പൊട്ടിച്ചെറിഞ്ഞ്, പാചകക്കാരന്റെ ഭാരം സ്വയമേറ്റെടുത്ത് യത്നം പൂർത്തിയാക്കുന്നതിൽ ആത്മാർത്ഥമായി സഹായിക്കുന്ന ദരാസ്റ്റിന് നൈമിഷികമായെങ്കിലും ആനന്ദലഹരി അനുഭവപ്പെടുന്നുണ്ട്.

പ്രഭാ ആർ. ചാറ്റർജി

1. Albert camu: A Life by Oliver Todd, Published by Caroll & Graf, N.Y. 2000. page 350
2. Ibn Battuta, Travels in Asia and Africa 1325-1354, tr. and ed. H.A.R. Gibb (Londen: Broadway House, 1929)
3. Refrence 1, page 390
4. Refrence 1, page 351
5. പ്രഥമമനുഷ്യൻ ആൽബേർ കമ്യു പേജ് 107-110 ഗ്രീൻബുക്സ് 2013
6. Albert Camus: American Journals, page 124-126 Markowe & co. 1999.

ഉള്ളടക്കം

സൈ്വരിണി

ബസ്സിന്റെ ജാലകങ്ങൾ അടച്ചിട്ടിരുന്നു; എന്നിട്ടും അകത്ത് കുറെ നേരമായി ഒരീച്ച അതിന്റെ തളർന്ന ചിറകുകളിട്ടടിച്ച് പാറി നടക്കുന്നു. കുറച്ചു നേരത്തേക്ക് അത് ജാനൈനിന്റെ ദൃഷ്ടിപഥത്തിൽ നിന്നൊളിച്ചു. പിന്നെ കണ്ടു അത് ഭർത്താവിന്റെ നിശ്ചേഷ്ടമായ കൈത്തണ്ടയിലിരിക്കുന്നു. തണുപ്പുണ്ട്. കാറ്റ് ഓരോ തവണയും ഒരു പിടി മണൽ ബസ്സിന്റെ ജനാലകളിലേക്കു വാരിയെറിയുമ്പോൾ ഈച്ച ഒന്നു പതറും. ശീതകാലപ്രഭാതത്തിന്റെ മങ്ങിയ വെളിച്ചത്തിൽ ലോഹത്തകിടുകൊണ്ടുണ്ടാക്കിയ ബസ്സ് ഞരങ്ങിയും ചുമച്ചും വളരെ പതുക്കെ മുന്നോട്ടു നീങ്ങി. ജാനൈൻ ഭർത്താവിനെ നോക്കി. ഇടുങ്ങിയ നെറ്റിക്കു മുകളിൽ വീണു കിടക്കുന്ന നരച്ചമുടി. പരന്നമൂക്ക്, തടിച്ച, വക്രിച്ച ചുണ്ടുകൾ കണ്ടാൽ പിണങ്ങിയിരിക്കുന്ന മൃഗത്തേപ്പോലുണ്ട്. ബസ്സ് പാതയിലെ കുണ്ടുകുഴികളിൽ ചെന്നു വീഴുമ്പോഴൊക്കെ അയാളുടെ ദേഹം തന്റേതുമായി ഉരസി ഒന്നിച്ചു കുലുങ്ങുന്നത് അവളറിഞ്ഞു. എന്നിട്ട്, ദേഹഭാരം മുഴുവനും പരത്തിവെച്ചിരിക്കുന്ന രണ്ടു കാലുകളിലേക്കു മാറ്റി അയാൾ നിവർന്നിരിക്കും, നിശ്ചേഷ്ടനായി, അന്യമനസ്കനായി, ശൂന്യദൃഷ്ടികളോടെ. അയാളെ സംബന്ധിച്ചുള്ളതൊന്നും സജീവമായിരുന്നില്ല. തടിച്ച, കുറുകിയ രോമരഹിതമായ കൈകളൊഴികെ. ഷർട്ടിന്റെ അടിയിൽ നിന്ന് മണിബന്ധത്തോളം നീണ്ടു കിടന്നിരുന്ന ഫ്ളാനലുകൊണ്ടുള്ള അടിയുടുപ്പ് കൈകളെ കൂടുതൽ കുറുകിയതാണെന്ന് തോന്നിച്ചു. രണ്ട് കാൽമുട്ടുകൾക്കിടയിലായി വെച്ചിരുന്ന കാൻവാസ് സ്യൂട്ട്കേസിൽ പിടി മുറുക്കിയിരുന്ന അയാളുടെ കൈകൾ ഈച്ച വന്നിരുന്നത് അറിഞ്ഞതേയില്ല.

പൊടുന്നനെ കാറ്റിന്റെ അട്ടഹാസം ഉറക്കെ കേൾക്കായി, ബസ്സിനെ പൊതിഞ്ഞിരുന്ന മൂടൽമഞ്ഞിന് കട്ടികൂടി. അദൃശ്യഹസ്തങ്ങൾ ബസ്സിന്റെ ജാലകങ്ങൾക്കു നേരെ മണൽ വാരിയെറിയുംപോലെ. തണുത്തുറഞ്ഞ ചിറകുകളിളക്കി, കാലു വളച്ച് ഈച്ച പറന്നു. ബസ്സിന്റെ വേഗത കുറഞ്ഞു കുറഞ്ഞു വന്നു. ഏതാണ്ട് നിന്നുപോകുമെന്ന മട്ടായപ്പോഴേക്കും, കാറ്റൊന്നു ശമിച്ചു, മൂടൽമഞ്ഞ് ഒരല്പം നീങ്ങി. വാഹനം മുന്നോട്ടു നീങ്ങി. പൊടി മൂടിയ ഭൂപ്രദേശത്ത് അങ്ങിങ്ങു വെളിച്ചം വീശി. രണ്ടോ മൂന്നോ

വിളറി ശോഷിച്ച ലോഹനിർമ്മിതമെന്നു തോന്നിച്ച പനകൾ ജാലകത്തിലൂടെ ദൃഷ്ടിപഥത്തിലെത്തി, അടുത്ത നിമിഷം അവ ഓടിമറയുകയും ചെയ്തു.

എന്തൊരു നാട് - മാർസെൽ അഭിപ്രായപ്പെട്ടു.

ബസ്സു നിറയെ ബുർണൂസെന്ന അയഞ്ഞ മേലങ്കികളിൽ പൊതിഞ്ഞ് ഉറക്കം നടിച്ചിരിക്കുന്ന അറബികൾ. ചിലർ സീറ്റിൽ ചമ്രം പടിഞ്ഞിരിക്കയാണ്. അവരുടെ മൗനവും നിഷ്ക്രിയതയും ജാനെനിന് ദുസ്സഹമായിത്തോന്നി. എത്രയോ കാലമായി ഈ മൂകജീവികളോടൊപ്പം യാത്ര ചെയ്യുന്ന പ്രതീതി. പക്ഷെ യഥാർത്ഥത്തിൽ ബസ്സ് റെയിൽവേ ലൈനിൽ നിന്നു അതിരാവിലെ പുറപ്പെട്ടിട്ട് വെറും രണ്ടു മണിക്കൂറേ ആയിരുന്നുള്ളൂ. തുടക്കത്തിൽ അങ്ങ് ചുവന്ന ചക്രവാളം വരെ നീണ്ടുപരന്നു കിടന്ന കല്ലു നിറഞ്ഞ പീഠഭൂമി കാണാമായിരുന്നു. പക്ഷേ, കാറ്റ് ആ അനന്ത വിശാലതയെ ഒന്നടങ്കം വിഴുങ്ങിക്കളഞ്ഞശേഷം യാത്രക്കാർക്ക് മറ്റൊന്നും കാണാനായില്ല. ഓരോരുത്തരായി സംഭാഷണം നിർത്തി. നിദ്രാവിഹീനമായ രാത്രികളിലൂടെ മൂകരായി മുന്നോട്ടു പോകുന്നവർ. ഇടയ്ക്കിടെ അവർ ചുണ്ടുകളും കണ്ണുകളും, തുടയ്ക്കും. ബസ്സിനകത്തേക്കു അരിച്ചെത്തുന്ന മണൽത്തരികൾ അവരെ അലോസരപ്പെടുത്തുന്നു.

“ജാനൈൻ” ഭർത്താവിന്റെ വിളികേട്ട് അവൾ ഞെട്ടി. എന്തൊരു പരിഹാസ്യമായ പേരാണ്. തന്നെപ്പോലെ പൊക്കവും തടിമിടുക്കുമുള്ള പെണ്ണിനു ഒട്ടും യോജിച്ചതല്ല. മാർസെലിനറിയണം സാംപിളുകൾ വെച്ച പെട്ടി എവിടെയെന്ന്. കാലുകൊണ്ട് അവൾ സീറ്റിനടിയിലെ ഒഴിഞ്ഞു കിടന്ന സ്ഥലം തുഴഞ്ഞു നോക്കി. കാലിലെന്തോ തടഞ്ഞു, അതു തന്നെയാവണമെന്ന് നിശ്ചയിച്ചു. കുനിഞ്ഞു നോക്കാനാവില്ല, ശ്വാസം മുട്ടിപ്പോകും. പക്ഷേ സ്കൂളിൽ കായികാഭ്യാസത്തിന് അവൾക്കായിരുന്നു എന്നും പ്രഥമ സമ്മാനം. അന്ന് ശ്വാസം മുട്ടലെന്തെന്നേ അവൾക്കറിയുമായിരുന്നില്ല. അത് വളരെക്കാലം മുമ്പായിരുന്നോ? ഇരുപത്തിയഞ്ചു വർഷങ്ങൾ! അതത്ര വലിയ കാര്യമാണോ? കാരണം ഇന്നലേയല്ലേ അവൾ സ്വതന്ത്ര്യജീവിതത്തിനും വിവാഹബന്ധത്തിനുമിടയ്ക്ക് ശങ്കിച്ചു നിന്നത്? ദേ ഇന്നലേയല്ലേ ഏകാകിനിയായി ജീവിക്കേണ്ടി വരുമെന്ന്, വൃദ്ധയാവേണ്ടി വരുമെന്ന് വേവലാതിപ്പെട്ടത്? പക്ഷേ ഇന്ന് താനൊറ്റക്കല്ല, എന്നുമെന്നും താൻ കൂടെയുണ്ടാവണമെന്നാഗ്രഹിച്ച നിയമവിദ്യാർത്ഥി ഇതാ തൊട്ടടുത്തിരിപ്പുണ്ട്. അവസാനം അവൾ അയാളെ സ്വീകരിക്കുകതന്നെ ചെയ്തു, തന്നേക്കാളും അല്പം പൊക്കക്കുറവുണ്ടായിരുന്നെങ്കിലും അയാളുടെ ആകാംക്ഷ നിറഞ്ഞ മൂർച്ചയുള്ള പൊട്ടിച്ചിരികളും കറുത്തു തുറിച്ച കണ്ണുകളും അവൾക്കിഷ്ടമായിരുന്നില്ലെങ്കിലും, ജീവിതത്തെ നേരിടാനുള്ള അയാളുടെ ധൈര്യം അവൾക്കിഷ്ടപ്പെട്ടു. ഈ ദേശത്തെ സകല ഫ്രഞ്ചുകാരിലും പൊതുവായി കാണപ്പെടുന്ന ധൈര്യവും പ്രതീക്ഷയ്ക്കൊത്ത് വ്യക്തികൾക്കോ സ്ഥിതിഗതികൾക്കോ ഉയരാനായില്ലെങ്കിൽ

അയാളുടെ മുഖത്തു പ്രകടമായിരുന്ന ഹതാശയും അവൾക്കിഷ്ടപ്പെട്ടു. എല്ലാറ്റിനും ഉപരിയായി മറ്റൊരാളുടെ സ്നേഹഭാജനമായിത്തീരുകയെന്നത് അവളിഷ്ടപ്പെട്ടു, അയാൾ അവളിൽ ശ്രദ്ധ കോരിച്ചൊരിഞ്ഞു. തനിക്ക് വേണ്ടപ്പെട്ടവളാണെന്ന് അവളെ തുടരെത്തുടരെ ഓർമ്മപ്പെടുത്തിയതിലൂടെ അവളുടെ അസ്തിത്വത്തിന് അർത്ഥം നൽകി.... അല്ല അവൾ തനിച്ചല്ല.

ഉറക്കെയുറക്കെ ഹോണടിച്ച് ബസ്സ് അദൃശ്യമായ തടസ്സങ്ങളെ തരണം ചെയ്യുകയാണ് ബസ്സിനകത്ത് ആർക്കും അനക്കമില്ല. ജാനൈനിനു തോന്നി ആരോ തന്നെ ഉറ്റുനോക്കുന്നുണ്ടെന്ന്, അവൾ എതിർനിരയിലേക്കു നോക്കി. താനെന്തുകൊണ്ട് ഈ വ്യക്തിയെ തുടക്കം മുതലേ ശ്രദ്ധിച്ചില്ല എന്നവൾ അത്ഭുതപ്പെട്ടു. അയാൾ അറബി ആയിരുന്നില്ല, ധരിച്ചിരുന്നത് മിലിട്ടറി യൂണിഫോമായിരുന്നു- സഹാറയിലെ ഫ്രഞ്ചുസൈനികരുടെ വേഷം. തലയിൽ അലക്കിവെളുപ്പിക്കാത്ത പരുത്തിത്തൊപ്പി. വെയിലേറ്റു കരിഞ്ഞ, നീണ്ട് അല്പം കൂർത്ത മുഖം. ചെന്നായയുടേതു പോലുണ്ട്. അയാളുടെ ചാരക്കണ്ണുകൾ അവളെ നിരീക്ഷിക്കുകയാണ്. ഉദാസീനമായ അനിഷ്ടത്തോടെ ഉറ്റുനോക്കുകയാണ്. അവളാകെ തുടുത്തുപോയി, ഭർത്താവിന്റെ നേരെ നോക്കി. അയാളുടെ ദൃഷ്ടികളപ്പോഴും മൂടൽമഞ്ഞിലൂടെ, മണൽക്കാറ്റിലൂടെ മുന്നോട്ടു തന്നെ. അവൾ തന്റെ കോട്ടിനകത്ത് ചുരുണ്ടുകൂടി. പക്ഷേ അവൾക്കപ്പോഴും കാണാമായിരുന്നു, നീണ്ടു മെലിഞ്ഞ ഫ്രഞ്ചു സൈനികനെ, ഇറുകിയ വസ്ത്രങ്ങളിൽ ആ മെലിഞ്ഞ ദേഹം എല്ലും മണലും കൊണ്ടുണ്ടാക്കിയ ഉണങ്ങി വരണ്ട, ദേ ഇപ്പോൾ പൊടിഞ്ഞുപോകുന്ന വസ്തുവാണെന്നു തോന്നിച്ചു. അപ്പോഴാണ് മുന്നിലിരിക്കുന്ന മെലിഞ്ഞ കൈകളും കരുവാളിച്ച മുഖവുമുള്ള അറബികൾ അവളുടെ കണ്ണിൽപ്പെട്ടത്, മാറാപ്പു പോലത്തെ വസ്ത്രങ്ങളാണു ധരിച്ചിരിക്കുന്നതെങ്കിലും അവർക്ക് സൗകര്യമായിരിക്കാൻ വേണ്ടത്ര സ്ഥലമുണ്ടല്ലോ. അത്രയുമിടത്ത് താനും ഭർത്താവും ഞെങ്ങി ഞെരുങ്ങിയാണിരിക്കുന്നത്. അവൾ കോട്ട് കാൽമുട്ടുകൾക്കു മുകളിലൂടെ വലിച്ചിട്ടു. അവളത്രയ്ക്ക് തടിച്ചിട്ടായിരുന്നില്ല- പൊക്കമുണ്ട്, ആകെയൊന്ന് ഉരുണ്ടു തടിച്ചിട്ടാണ് എന്നാലും ആകർഷണീയയാണ്, കാരണം പുരുഷന്മാരുടെ നോട്ടം അവൾക്കു മനസ്സിലാവും, കുട്ടിത്തം വിടാത്ത മുഖം, തിളങ്ങുന്ന കണ്ണുകൾ, വലിയ ദേഹപ്രകൃതിയാണെങ്കിലും താൻ ഊഷ്മളയും അഭിലഷണീയയുമാണെന്ന് അവൾക്കറിയാമായിരുന്നു.

ഇല്ല, അവൾ വിചാരിക്കുന്ന മാതിരിയൊന്നും നടന്നില്ല. ഈ യാത്രയിൽ തന്നോടൊപ്പം അവളേയും കൂട്ടിക്കൊണ്ടു പോകാനുള്ള മാർസെല്ലിന്റെ ആഗ്രഹത്തെ അവളെതിർത്തതാണ്. കുറച്ചു കാലമായി അയാൾ ഈ യാത്രയെപ്പറ്റി ചിന്തിക്കാൻ തുടങ്ങിയിട്ട്. സൂക്ഷ്മമായി പറഞ്ഞാൽ യുദ്ധം അവസാനിച്ച് ബിസിനസ്സും കച്ചവടവുമൊക്കെ സാധാരണ നിലയിലേക്കെത്തിയപ്പോൾ മുതൽ. യുദ്ധത്തിനു മുമ്പ്, നിയമപഠനം

പാതിയിൽ ഉപേക്ഷിച്ച് മാതാപിതാക്കളുടെ ചെറുകിട തുണിവ്യാപാരം അയാളേറ്റെടുത്തിരുന്നു. അവർക്ക് നല്ല നിലയിൽ ജീവിക്കാൻ അതു മതി യായിരുന്നു. യൗവ്വനകാലം കടൽത്തീരത്ത് ചെലവഴിക്കുന്നത് അത്യന്തം രസകരമാണ്.പക്ഷേ അയാൾക്ക് കായികവിനോദങ്ങൾ തീരെ ഇഷ്ടമല്ലാ യിരുന്നു. പിന്നെപ്പിന്നെ അയാളവളെ ബീച്ചിലേക്കു കൊണ്ടുപോകാതായി. അവരുടെ കൊച്ചു കാർ ഞായറാഴ്ചകളിൽ മാത്രം നഗരത്തിനു വെളിയി ലേക്കു പോകാനുതകി. ബാക്കിയുള്ള സമയമത്രയും അറബികളും ഫ്രഞ്ചു കാരും പങ്കിട്ടെടുത്ത വ്യാപാരസ്ഥലത്ത് തന്റെ കടയിൽ വർണ്ണ ശബളിമയാർന്ന തുണിത്തരങ്ങളുമായി ചെലവിടാനാണ് അയാൾ താത്പര്യപ്പെട്ടത്. തുണിക്കടയുടെ മുകളിലുള്ള മൂന്നു മുറികളായിരുന്നു അവരുടെ വീട്. അതിനകത്ത് ബാവെസ് ഗാലറിയിൽ നിന്നുള്ള അറബ് അലങ്കാരവസ്തുക്കളും മരസ്സമാനങ്ങളും കുത്തി നിറച്ചിരുന്നു. അവർക്ക് കുട്ടികളില്ലായിരുന്നു. വർഷങ്ങൾ കടന്നുപോയി. പകുതിയടഞ്ഞ ജനാല കളുടെ ഇരുളിൽ വേനൽക്കാലം, കടൽത്തീരം, വിനോദയാത്രകൾ, എന്തിന് ഒരു കീറ് ആകാശം പോലും വ്യാമോഹമായി, ഭൂതകാലസ്വപ്നമായി. ബിസിനസ്സല്ലാതെ മറ്റൊന്നിലും മാർസെലിന് താത്പര്യമില്ലായിരുന്നു. അയാളുടെ യഥാർത്ഥ ദാഹമെന്തെന്ന് തനിക്കു ബോധ്യമായതായി അവൾ മനസ്സിലാക്കി. പണം. എന്തുകൊണ്ടെന്ന് ശരിക്കു മനസ്സിലായില്ലെങ്കിലും അവൾക്കത് തീരെ ഇഷ്ടപ്പെട്ടില്ല. ശരിയായിരിക്കാം, അവൾക്കു വേണ്ടി യാവാം സമ്പാദിച്ചു കൂട്ടുന്നത്. അയാൾ പിശുക്കനായിരുന്നില്ല, ഉദാരമതി യായിരുന്നു, പ്രത്യേകിച്ച് അവളുടെ കാര്യത്തിൽ. “എനിക്കെന്തെങ്കിലും സംഭവിച്ചാലും നിനക്ക് ഒന്നിനും ബുദ്ധിമുട്ടേണ്ടിവരില്ല”. അയാൾ കൂടെ ക്കൂടെ പറയാറുണ്ടായിരുന്നു. അതെ, അതു ശരിയാണ് ഒരാളുടെ അത്യാ വശ്യത്തിനു വേണ്ടത്ര കരുതി വെയ്ക്കണം. പക്ഷേ അത്യാവശ്യമില്ലാ ത്തതിനൊക്കെ എങ്ങനെ കരുതിവെയ്ക്കാനാകും? അതാണ് അവ്യക്ത മായിട്ടെങ്കിലും ഇടയ്ക്കിടെ അവൾ ചിന്തിച്ചത്. എന്നാലും അവൾ മാർസെ ലിനെ സഹായിച്ചു. കണക്കുപുസ്തകങ്ങൾ ചിട്ടയോടെ സൂക്ഷിക്കാനും കടയിൽ പകരം നില്ക്കാനും. വേനലുകളായിരുന്നു ഏറ്റവും വിഷമം പിടി ച്ചത്, വിരസതയിലെ നേരിയ മാധുര്യത്തെപ്പോലും അസഹ്യമായ ചൂട് വീർപ്പുമുട്ടിച്ചു.

പൊടുന്നനെ വേനൽക്കാലത്ത് യുദ്ധം പൊട്ടിപ്പുറപ്പെട്ടു. മാർസെലിനും വന്നു വിളി, പക്ഷേ ആരോഗ്യകാര്യങ്ങളാൽ തിരസ്കൃതനായി. പിന്നെ നടന്നതോ തുണിത്തരങ്ങളുടെ അഭാവം, ബിസിനസ്സ് സ്തംഭനം, ചൂടു പിടിച്ച തെരുവുകളിലെ വിജനത അങ്ങനെയങ്ങനെ. അതോടെ എല്ലാം പോയി. അയാൾക്ക് ഇപ്പോഴെന്തെങ്കിലും സംഭവിച്ചാൽ പിന്നെ അവളുടെ സുരക്ഷയ്ക്കായി സമ്പാദ്യം ഒന്നുമില്ലെന്ന അവസ്ഥയായി. അതു കൊണ്ടാണ് ബിസിനസ്സിന് ഉയിരു വീണതും മാർസെൽ പീഠഭൂമികൾക്ക പ്പുറമുള്ള ഗ്രാമങ്ങളും തെക്കൻ പ്രാന്തങ്ങളും സ്വയം ഏറ്റെടുത്തു

നടത്താൻ നിശ്ചയിച്ചതും; ഇടനിലക്കാരില്ലാതെ, അറബി വ്യാപാരികളുമായി നേരിട്ടുള്ള വില്പന. അവളെയും കൂട്ടിക്കൊണ്ടു പോകാൻ അയാളാഗ്രഹിച്ചു. യാത്ര ദുഷ്കരമായിരിക്കുമെന്ന് അവൾക്കറിയാമായിരുന്നു. ആസ്തമയുടെ അസുഖം ഉണ്ടായിരുന്നതിനാൽ വീട്ടിലിരിക്കാനാണ് അവളിഷ്ടപ്പെട്ടത്. പക്ഷേ അയാൾ വാശി പിടിച്ചു. അവസാനം അവൾ സമ്മതിച്ചു, എതിർത്തു നില്ക്കാൻ ഇതിൽ കൂടുതൽ ശക്തി ആവശ്യമായിരുന്നു. അങ്ങനെ അവരിവിടെ എത്തിയിരിക്കുന്നു. ഒന്നും അവൾ വിചാരിച്ച പോലല്ല നടന്നത്. അവൾ ഭയപ്പെട്ടത് ചൂടിനെയായിരുന്നു. പറ്റം പറ്റമായുള്ള ഈച്ചകളെയായിരുന്നു, അനിസീഡിന്റെ വാടയടിക്കുന്ന വൃത്തിയില്ലാത്ത ഹോട്ടലുകളെയായിരുന്നു. തണുപ്പിനെപ്പറ്റി, തുളച്ചുകയറുന്ന കാറ്റിനെപ്പറ്റി, കല്ലും മണ്ണും വിതറിക്കിടക്കുന്ന ധ്രുവസദൃശ്യമായ പീഠഭൂമികളെപ്പറ്റി അവൾ ഓർത്തതേയില്ലായിരുന്നു. ഓർത്തത് പനകളെപ്പറ്റിയും മൃദുവായ മണലിനെപ്പറ്റിയുമാണ്. പക്ഷെ ഇപ്പോൾ അവൾക്കു കാണാനാകുന്നുണ്ട് മരുഭൂമി അതൊന്നുമല്ല, സർവ്വത്രപാറക്കല്ലുകളാണ്, അന്തരീക്ഷം നിറയെ അരം പോലെ രാകുന്ന തണുത്ത പൊടിപടലമല്ലാതെ മറ്റൊന്നുമില്ല, ഭൂതലത്തിലാണെങ്കിൽ വരണ്ട കല്ലുകൾക്കിടയിൽ ഉണങ്ങിയ പുല്ലുകൾ മാത്രം.

ബസ്സ് പെട്ടെന്നു നിന്നുപോയി. ഡ്രൈവർ എന്തോ വിളിച്ചു പറഞ്ഞു. അവൾ ഇന്നോളം കേട്ടുപഴകിയ, ഇന്നോളം മനസ്സിലായിട്ടില്ലാത്ത ഭാഷ. "എന്താ സംഗതി? മാർസെൽ അന്വേഷിച്ചു. ഡ്രൈവർ ഇത്തവണ ഫ്രഞ്ചു ഭാഷയിൽ മറുപടി നൽകി. "കാർബുറേറ്ററിൽ മണലു കയറിക്കാണും". മാർസെൽ ഈ നാടിനെ ശപിച്ചു. ഡ്രൈവർ ആഹ്ലാദത്തോടെ ചിരിച്ചു കൊണ്ടു പറഞ്ഞു "പരിഭ്രമിക്കാനൊന്നുമില്ല, നിമിഷം കൊണ്ട് വൃത്തിയാക്കാവുന്നതേയുള്ളൂ. എന്നിട്ട് ഉടൻ പുറപ്പെടാം". ഡ്രൈവർ വാതിലു തുറന്ന് പുറത്തേക്കിറങ്ങിയതും തണുത്ത കാറ്റ് ബസ്സിനകത്തേക്ക് അടിച്ചു കയറി, അസംഖ്യം മണൽത്തരികൾ അവരുടെ മുഖങ്ങളെ വൃണപ്പെടുത്തി. അറബികളെല്ലാം കൂട്ടത്തോടെ ബുർണൂസിനകത്തേക്ക് മുഖം പൂഴ്ത്തി. മാർസെൽ വിളിച്ചു പറഞ്ഞു, "വാതിലടയ്ക്കൂ". ഡ്രൈവർ ചിരിക്കുകയാണ്, യാതൊരു ധൃതിയും കാണിക്കാതെ വാതിലിനടുത്തേക്കു തിരിച്ചു വന്ന്, ഡാഷ്ബോർഡിനടിയിൽ നിന്ന് ഏതാനും പണിയായുധങ്ങളെടുത്ത് മൂടൽമഞ്ഞിനുള്ളിലേക്ക് അപ്രത്യക്ഷനായി; വാതിലടക്കാതെ. മാർസെൽ നെടുവീർപ്പിട്ടുകൊണ്ട് പരാതിപ്പെട്ടു. "ഇയാൾ ജീവിതത്തിലൊരിക്കലും ഒരു മോട്ടറോ എഞ്ചിനോ കണ്ടിരിക്കാനിടയില്ല". "മിണ്ടാതിരിക്കൂ" ജാനെെൻ പറഞ്ഞു. അവൾ പകച്ചുപോയിരുന്നു. റോഡിന്റെ വക്കിൽ ബസ്സിനു സമീപം മേലങ്കിയണിഞ്ഞ ഏതാനും നിശ്ചല രൂപങ്ങൾ. തല വഴിയിട്ട ബുർണൂസ്, അടരുകളായുള്ള മുഖമറകളിലൂടെ കണ്ണുകൾ മാത്രമേ കാണാനുള്ളൂ. ആകസ്മികമായി പൊട്ടിമുളച്ച അവർ യാത്രക്കാരെ സാകൂതം നോക്കുകയാണ്. "ഇടയന്മാരാണ്" മാർസെൽ പറഞ്ഞു.

ബസ്സിനകത്ത് തികഞ്ഞ നിശബ്ദത. അനന്തമായികിടക്കുന്ന പീഠ ഭൂമിയിലൂടെ കയറൂരി വിട്ടപോലെ പായുന്ന കാറ്റിന്റെ ശബ്ദം ശ്രദ്ധിക്കു കയാണ് എല്ലാവരും. അവർക്കാർക്കും സാമാനങ്ങളൊന്നും തന്നേയില്ല? ജാനൈന് അതിശയം തോന്നി. റെയിൽവേ ലൈനിനടുത്തു വെച്ച് ബസ്സിൽ കയറുമ്പോൾ ഡ്രൈവർ തന്നേയാണ് അവരുടെ ട്രങ്കുപെട്ടിയും മറ്റു ചില ഭാണ്ഡങ്ങളും ബസ്സിന്റെ കൂരയിലേക്കു കയറ്റിവെച്ചത്. ബസ്സിനകത്തെ റാക്കുകളിൽ വളഞ്ഞ വടികളും കൊട്ടകളും മാത്രമേയുള്ളൂ. ഈ തെക്കന്മാരൊക്കെ വെറും കൈയോടെ യാത്ര ചെയ്യുന്നവരാണെന്നു തോന്നുന്നു.

ഡ്രൈവർ തിരിച്ചെത്തി, ചുറുചുറുക്കോടെ. അയാളും മുഖം മറച്ചിരിക്കുന്നു, കണ്ണുകളിലെ ചിരി മാത്രമേ കാണാനുള്ളൂ. ഉടനെ പുറപ്പെടാനാവുമെന്ന് അറിയിച്ച് അയാൾ ബസ്സിൽ കയറി വാതിലടച്ചു. അതോടെ കാറ്റിന്റെ ആരവം നിലച്ചു, ജനലിലെ മണൽ വർഷത്തിന്റെ ശബ്ദം കുറെക്കൂടി വ്യക്തമായി കേൾക്കാമെന്ന് വന്നു. എഞ്ചിൻ ഒന്നു കുരച്ചു. പിന്നെ ചത്തു വീണു. ഒരുപാടു നേരത്തെ പരിശ്രമങ്ങൾക്കും പ്രോത്സാഹനങ്ങൾക്കും ശേഷം അതു വീണ്ടും ഉണർന്നു, ഡ്രൈവർ ഉടനെ ആക്സിലേറ്ററിൽ ചവുട്ടി; വലിയൊരു എക്കിട്ടത്തോടെ ബസ്സു യാത്ര തുടർന്നു. ഇതുവരേക്കും നിശ്ചലരായി, കൂട്ടകൂടി നിന്ന ഇടയന്മാരിൽ നിന്ന് ആരുടേയോ കൈ ഉയർന്നു, പിന്നെ മൂടൽമഞ്ഞിൽ അതു മാഞ്ഞുമറഞ്ഞു പോയി. റോഡ് വളരെ മോശം, ബസ്സിന് വല്ലാത്ത കുലുക്കവും ആട്ടവും. യാത്രക്കാരായ അറബികളും ഒപ്പം കുലുങ്ങിയാടി. ജാനൈന് വല്ലാതെ ഉറക്കം വരുന്നുണ്ടായിരുന്നു, പൊടുന്നനെ അവളുടെ മുന്നിൽ ഒരു കൊച്ചു മഞ്ഞപ്പെട്ടി നിറയെ മിഠായി പ്രത്യക്ഷപ്പെട്ടു. ചെന്നായക്കാരൻ പട്ടാളക്കാരൻ വക. അല്പം മടിച്ച് അവൾ ഒരെണ്ണമെടുത്തു. അയാൾക്ക് നന്ദി പറഞ്ഞു ചെന്നായ പെട്ടി തിരിച്ചെടുത്തു, അതോടൊപ്പം മുഖത്തുണ്ടായിരുന്ന പുഞ്ചിരിയും വിഴുങ്ങി, മുന്നിലുള്ള റോഡിലേക്കു തന്നെ നോക്കിയിരുപ്പു തുടങ്ങി. ജാനൈൻ മാർസെലിനെ നോക്കി. അയാളുടെ ഉറച്ച പിൻകഴുത്തു മാത്രമേ അവൾക്കു കാണാനായുള്ളൂ. ജനാലയിലൂടെ അയാളും പുറത്തേക്കു നോക്കുകയാണ്. പാതയ്ക്ക് അരികു പാകിയ തകർന്നു പൊടിയുന്ന കന്മതിലിനപ്പുറത്ത് നിന്ന് മൂടൽമഞ്ഞുയരുന്നത് നോക്കുകയാണയാൾ.

കുറെ മണിക്കൂറുകളായി അവർ യാത്ര തുടങ്ങിയിട്ട്, ക്ഷീണവും തളർച്ചയും ബസ്സിനകത്തെ ജീവസ്സു തന്നെ കെടുത്തിക്കളഞ്ഞേക്കുമെന്നു നില വന്നിരിക്കുന്നു. പെട്ടെന്നാണ് പുറമേനിന്നു ബഹളം കേട്ടത്. ബുർണൂസ് ധരിച്ച കുട്ടികൾ പമ്പരം പോലെ തിരിയുന്നു, വായുവിലേക്ക് എടുത്തു ചാടുന്നു, കൈകൊട്ടി ബസ്സിനു ചുറ്റും വലം വെക്കുന്നു. ബസ്സ് ഒരു നീണ്ട പാതയിലൂടെ താഴേക്കിറങ്ങുകയാണ്. ഇരുവശത്തും താഴ്ന്ന കൂരകളുള്ള വീടുകൾ, അവർ ഒരു മരുപ്പച്ചയിലേക്ക് പ്രവേശിക്കുകയാണ്.

കാറ്റ് ഇപ്പോഴും വീശുന്നുണ്ട്. പ്രകാശകിരണങ്ങളെ മറച്ച മണൽത്തരികളെ മതിലുകൾ തടുത്തു നിറുത്തുന്നുണ്ടെങ്കിലും ആകാശം മൂടിക്കെട്ടിയിരിക്കുന്നു. ചുറ്റിലും ഒച്ചയും ബഹളവും. അതിനിടയ്ക്ക് ഞരക്കത്തോടെ ബസ്സു പന്തലു കെട്ടിയ ഹോട്ടലിനു മുന്നിൽ നിന്നു. ഹോട്ടലിലെ ജനലുകൾ വൃത്തികെട്ടവയായിരുന്നു. ജാനൈൻ പുറത്തേക്കിറങ്ങി. കാലുകളിടറുന്നു. വീടുകളുടെ മുകളിലൂടെ മെലിഞ്ഞു നീണ്ട മഞ്ഞ നിറമുള്ള പള്ളിഗോപുരം കാണാനായി. ഇടതു വശത്തായി നില്ക്കുന്ന പനമരക്കൂട്ടം. അങ്ങോട്ടു പോകാനായെങ്കിൽ! സമയം ഉച്ചയോടടുത്തിരുന്നെങ്കിലും വല്ലാത്ത തണുപ്പ്, കാറ്റിൽ അവൾ വിറച്ചുകൊണ്ടിരുന്നു. മാർസെലിനു നേരെ തിരിഞ്ഞതും പട്ടാളക്കാരൻ എതിരെ വരുന്നതു അവൾ കണ്ടു. അയാൾ പുഞ്ചിരിക്കുമെന്നോ അഭിവാദ്യം ചെയ്യുമെന്നോ അവൾ പ്രതീക്ഷിച്ചതാണ്, രണ്ടും ഉണ്ടായില്ല, അവളുടെ നേരെ നോക്കുകപോലും ചെയ്യാതെ അയാൾ കടന്നു പോയി. ബസ്സിനു മുകളിൽ കയറ്റിവെച്ച ട്രങ്കുപെട്ടി ഇറക്കിവെപ്പിക്കുന്ന തിരക്കിലായിരുന്നു മാർസെൽ. അത്ര എളുപ്പപ്പണിയല്ല. സാമാനങ്ങളിറക്കിത്തരാനായി ഡ്രൈവർ മാത്രമേ ഉണ്ടായിരുന്നുള്ളൂ. അയാൾ മുകളിൽ നിന്നുകൊണ്ട് താഴെ ബസ്സിനു ചുറ്റും കൂട്ടം കൂടി നിന്ന ബുർണൂസു ധാരികളുമായി സംവദിക്കുകയാണ്. എല്ലും തോലുമായ മുഖങ്ങൾക്കിടയിൽ ഒറ്റപ്പെട്ടു പോയ ജാനൈന് താൻ അതീവ ക്ഷീണിതയാണെന്ന് ബോധ്യമായി. അക്ഷമനായി ഡ്രൈവറോട് തർക്കിച്ചു നിന്നിരുന്ന മാർസെലിനോട് അവൾ പറഞ്ഞു, “ഞാനകത്തേക്കു പോകുന്നു.”

ഹോട്ടലിനകത്ത് കയറിയ അവളെ മെലിഞ്ഞ മിതഭാഷിയായ മാനേജർ വരവേറ്റു. രണ്ടാം നിലയിലെ ബാൽക്കണിയിലൂടെ (അവിടെനിന്നാൽ താഴെ റോഡു കാണാം) മുറിയിലേക്കു കൂട്ടിക്കൊണ്ടുപോയി. മുറിക്കകത്ത് ഒരു ഇരുമ്പു കട്ടിലും വെള്ള ഇനാമലടിച്ച കസേരയും കർട്ടനില്ലാത്ത വാർഡ്രോബും മാത്രം. പിന്നെ നിരക്കി മാറ്റാവുന്ന ഒരു സ്ക്രീനിനു പിന്നിലായി പൊടി മൂടിക്കിടക്കുന്ന വാഷ്ബേസിനും ടോയ്‌ലെറ്റും. മാനേജർ വാതിലടച്ച് തിരിച്ചുപോയപ്പോൾ, വെള്ളപൂശിയ ചുമരുകളിൽ നിന്നും തണുപ്പു പ്രസരിക്കുന്നതായി ജാനൈനിനു തോന്നി. എവിടെ ഇരിക്കണമെന്നോ തന്റെ ബാഗ് എവിടെ വെക്കണമെന്നോ അവൾക്ക് ഒരു രൂപവും ഇല്ലായിരുന്നു. ഒന്നുകിൽ അതേപടി നില്ക്കണം, അതല്ലെങ്കിൽ കിടക്കണം. രണ്ടായാലും തണുത്തു വിറയ്ക്കും. ബാഗ് മുറുകെ പിടിച്ച്, മച്ചിനോടു അടുത്തായി ആകാശത്തേക്കു തുറക്കുന്ന വാതായനം പോലുള്ള ഒരു കൊച്ചു വിടവിലേക്കു നോക്കിക്കൊണ്ട് അവൾ നിന്നു. താനെന്തിനു വേണ്ടിയാണ് കാത്തു നില്ക്കുന്നതെന്ന് അവൾക്കു മനസ്സിലായില്ല. ചുറ്റിനില്ക്കുന്ന ഏകാന്തതയും തുളഞ്ഞുകയറുന്ന തണുപ്പും ഹൃദയഭാഗത്തെ അസഹ്യമായ ഭാരവും മാത്രമേ അവൾക്ക് അനുഭവപ്പെട്ടുള്ളൂ. അവൾ സ്വപ്നം കാണുകയായിരുന്നു. താഴെ റോഡിൽ നിന്നുള്ള

ശബ്ദകോലാഹലങ്ങളും അതോടൊപ്പം ഉയർന്നിരുന്ന മാർസെലിന്റെ തട്ടിക്കയറ്റങ്ങളും അവളുടെ കാതുകളിൽ വീണതേയില്ല. മറിച്ച് വിടവിലൂടെ നദിയുടെ കളകളാരവം പോലെ കാറ്റിലുരസുന്ന പനയോലകളുടെ മർമ്മരശബ്ദം മാത്രമേ അവൾക്കു ശ്രവിക്കാനായുള്ളൂ. ജലതരംഗങ്ങൾ, അതും ഇത്രയടുത്തു നിന്ന്? പിന്നെ കാറ്റിന്റെ വേഗത കൂടിക്കൂടി വരുന്നതായും, നദിയുടെ കളകളാരവം ഒരു സീൽക്കാരമായി മാറുന്നതായും അവൾക്കനുഭവപ്പെട്ടു. അവൾക്കു സങ്കല്പിക്കാനായി- ഈ ചുമരുകൾക്കപ്പുറത്ത് ഒരു വലിയ പനന്തോട്ടം കൊടുങ്കാറ്റിൽ പീലി വിടർത്തിയാടുകയാണ്. ഇതൊന്നും അവൾ പ്രതീക്ഷിച്ചതേയല്ല. പക്ഷെ അദൃശ്യമായ ജലതരംഗങ്ങൾ അവളുടെ ക്ഷീണിച്ച കണ്ണുകൾക്ക് ഉന്മേഷം പകർന്നു. അവൾ അപ്പോഴും നില്ക്കുകയായിരുന്നു, അല്പം കുനിഞ്ഞ്. തൂങ്ങിയാടുന്ന കൈകളിലൂടെ, തടിച്ച കാലുകളിലൂടെ തണുപ്പ് അരിച്ചു കയറുകയാണ്. അവൾ സ്വപ്നം കാണുകയാണ്, പൊക്കമുള്ള മെയ്വഴക്കമുള്ള പനകളെപ്പറ്റി; പണ്ടൊരുകാലത്തെ താനെന്ന പെൺകുട്ടിയെപ്പറ്റി.

കുളി കഴിഞ്ഞ് അവർ ഊൺതളത്തിലേക്കു ചെന്നു. ശൂന്യമായ ചുമരുകളിൽ റോസും ഇളം വയലറ്റും നിറങ്ങളുടെ പശ്ചാത്തലത്തിൽ ഒട്ടകങ്ങളുടേയും പനമരങ്ങളുടേയും മങ്ങിയ ചിത്രങ്ങൾ. കമാനാകൃതിയുള്ള ജനാലകളിലൂടെ മങ്ങിയ വെളിച്ചം അരിച്ചിറങ്ങി. മാർസെൽ ഹോട്ടൽ മാനേജരോട് സ്ഥലത്തെ കച്ചവടക്കാരെപ്പറ്റി അന്വേഷിച്ചു. മിലിട്ടറി വേഷമണിഞ്ഞ വൃദ്ധനായ അറബി അവർക്ക് ഭക്ഷണം വിളമ്പി. അന്യമനസ്കനായി മാർസെൽ റൊട്ടി പിച്ചിച്ചീന്തിയെടുത്തു. അയാൾ ഭാര്യയെ വെള്ളം കുടിക്കാൻ അനുവദിച്ചില്ല. "അതു തിളപ്പിച്ചതാവില്ല, വൈൻ എടുത്തോളൂ." അവൾക്ക് അതിഷ്ടപ്പെട്ടില്ല, കാരണം വൈൻ കുടിച്ചാൽ അവൾക്ക് മയക്കം വരും. പോരാത്തതിന് കഴിക്കാൻ പന്നിയിറച്ചിയും. "ഖുർ ആൻ വിലക്കിയതു കാരണം ഇവരത് കഴിക്കില്ല. പക്ഷെ ഖുറാആനെഴുതിയവർക്ക് അറിയില്ലായിരുന്നു, നന്നായി വേവിച്ച പന്നിയിറച്ചി ഒരു ദോഷവും വരുത്തില്ലെന്ന്. നമ്മൾ ഫ്രഞ്ചുകാർ പാചകത്തിൽ മിടുക്കന്മാരാണ്. നീയെന്താണ് ആലോചിക്കുന്നത്." ജാനൈൻ ഒന്നിനെപ്പറ്റിയും ആലോചിക്കുകയായിരുന്നില്ല. അല്ലെങ്കിൽ ഒരു വേള പ്രവാചകരെ കവച്ചു വെയ്ക്കാൻ കഴിവുള്ള പാചകക്കാരെപ്പറ്റിയാണോ ആലോചിച്ചുകൊണ്ടിരുന്നത്? എല്ലാം വേഗം വേണം. അന്നുച്ചയ്ക്ക് പ്രധാനപ്പെട്ട വ്യാപാരികളെയൊക്കെ കണ്ടേ പറ്റൂ. പിറ്റേന്ന് അതിരാവിലെ പുറപ്പെടുകയും വേണം, കൂടുതൽ തെക്കോട്ടുള്ള പ്രാന്തങ്ങളിലേക്ക്. മാർസെൽ ധൃതി കൂട്ടി, വൃദ്ധനായ അറബിയോട് വേഗം കോഫി കൊണ്ടു വരാൻ പറഞ്ഞു, അയാൾ തലയാട്ടിയതേയുള്ളൂ, ചിരിച്ചതുപോലുമില്ല, എന്നിട്ട് അടിവെച്ചടിവെച്ചു പോയി. "രാവിലെ നേരങ്ങളിൽ പതുക്കെ, ഉച്ച തിരിഞ്ഞാലോ ഒട്ടും ധൃതി വെയ്ക്കരുത്". മാർസെൽ ചിരിച്ചുകൊണ്ടു പറഞ്ഞു. അവസാനം

കോഫിയെത്തി. അത് അകത്താക്കാൻ അധികം സമയമൊന്നും എടുക്കാതെ അവർ തണുത്ത പൊടിനിറഞ്ഞ നിരത്തിലേക്കിറങ്ങി. പെട്ടി ചുമക്കാനായി മാർസെൽ ചെറുപ്പക്കാരനായ അറബിയെ വിളിച്ചു, കൂലിയെച്ചൊല്ലി പതിവനുസരിച്ച് വിലപേശുകയും ചെയ്തു. എന്നിട്ട് തന്റെ അഭിപ്രായം ഒരിക്കൽകൂടി ജാനൈനിനു വിശദമാക്കിക്കൊടുത്തു. ഇവരൊക്കെ ആവശ്യമുള്ളതിന്റെ ഇരട്ടി ചോദിക്കും. അതിന്റെ നാലിലൊന്നിന് സമ്മതിക്കുകയും ചെയ്യും. ജാനൈൻ അസ്വസ്ഥതയോടെ ട്രങ്കു ചുമട്ടുകാരുടെ പിറകെ നടന്നു. തടിച്ച കോട്ടിനു കീഴിൽ രോമക്കുപ്പായമാണ് ധരിച്ചിരുന്നത്. വല്ലാതെ തടിച്ചവളായി കാണപ്പെടരുതെന്നുണ്ടായിരുന്നു അവൾക്ക്. വൈൻ വളരെ കുറച്ചേ കുടിച്ചിരുന്നുള്ളൂ പന്നിയിറച്ചിയും വളരെ നന്നായി വേവിച്ചതായിരുന്നു. എങ്കിലും എന്തോ അസ്വസ്ഥത തോന്നുന്നു.

ചെറിയൊരു ഉദ്യാനത്തിന്റെ അരികു പറ്റിയാണ് അവർ നടന്നത്, ഉദ്യാനത്തിനകത്ത് നട്ടു പിടിപ്പിച്ചിരുന്ന മരങ്ങളിലാകെ പൊടിയാണ്. അവർക്കെതിരെ വന്ന ബുർണൂസിൽ പൊതിഞ്ഞ അറബികൾ അവരെ കണ്ടിട്ടും കാണാത്ത മട്ടിൽ വഴിമാറിക്കൊടുത്തു. കീറിപ്പറഞ്ഞ വസ്ത്രങ്ങളാണെങ്കിലും പട്ടണത്തിലെ അറബികളിലില്ലാത്ത വിധം അവരുടെ മുഖത്തൊരു ഗാംഭീര്യം, അഭിമാനം. ആൾക്കൂട്ടത്തിനിടയിലൂടെ ട്രങ്കു പെട്ടി അവർക്കു വേണ്ടി വഴിയൊരുക്കി. ജാനൈൻ ട്രങ്കിനെ പിന്തുടർന്നു. കോട്ടയുടെ മൺകവാടം കടന്ന് അവർ ഒരു ചത്വരത്തിലെത്തി. കുറച്ചു മുമ്പ് ഉദ്യാനത്തിൽ കണ്ട തരം മരങ്ങൾ ഇവിടെയും അരികു പാകുന്നു. അങ്ങ് വീതികൂടിയ മറ്റേയറ്റത്ത് പന്തലുകളും ഷോപ്പുകളും. അവർ ചത്വരത്തിൽ തന്നെയുള്ള നീലച്ചായമടിച്ച ഒരു കെട്ടിടത്തിനു മുന്നിൽ നിന്നു. വെടിയുണ്ടയുടെ ആകൃതിയിലുള്ള കെട്ടിടം. അകത്ത് ഒരൊറ്റമുറി. വാതിലിലൂടെ അകത്തേക്കു പ്രവേശിക്കുന്ന വെളിച്ചം മാത്രമേയുള്ളൂ. ഇരുട്ടിൽ അവർക്ക് എന്തെങ്കിലും മനസ്സിലാക്കാൻ ആകുന്നതിനു മുമ്പ്, വാതില്ക്കൽവെച്ചു തന്നെ പുതിനയിലയിട്ട ചായയുടെ കുളിർമ്മയുള്ള സുഗന്ധം അവരെ വരവേറ്റു. വൃദ്ധനായ ഒരറബി പോളിഷു ചെയ്ത കൗണ്ടറിനപ്പുറത്ത് നിന്നുകൊണ്ട് പല നിറങ്ങളിലുള്ള കപ്പുകളിലേക്ക് ചായ പകരുകയായിരുന്നു. വാതില്ക്കൽ മാലയായി കോർത്ത് തൂക്കിയിട്ടിരുന്ന ചായപ്പാത്രങ്ങളിലും കോപ്പകളിലും പോസ്റ്റ്കാർഡുകളിലും മുട്ടാതിരിക്കാൻ ശ്രമിച്ചുകൊണ്ട് മാർസെൽ അകത്തേക്കു കടന്ന്, കൗണ്ടറിലെത്തി. ജാനൈൻ അകത്തേക്കു കടന്നില്ല. വാതില്ക്കൽത്തന്നെ, വെളിച്ചത്തിനു തടസ്സമുണ്ടാക്കാതിരിക്കാനായി അല്പം മാറി നിന്നു. ഇരുട്ടിൽ വൃദ്ധനായ അറബിക്കു പിന്നിലായി കൂട്ടിയിട്ടിരുന്ന വീർത്തു തടിച്ച ചാക്കുകളിലിരിക്കുന്ന രണ്ടുപേർ തങ്ങളുടെ നേരെ പുഞ്ചിരിക്കുന്നത് അവളുടെ കണ്ണിൽ പെട്ടു. ചുമരിൽ ചുവപ്പും കറുപ്പും നിറങ്ങളുള്ള കാർപെറ്റുകളും എംബ്രോയ്ഡറി ചെയ്ത സ്കാർഫുകളും തൂക്കിയിട്ടിരുന്നു. തറയിൽ നിറയെ

പലതരം ചാക്കുകളും സുഗന്ധവ്യഞ്ജനങ്ങൾ നിറച്ച കൊച്ചുപെട്ടികളും. കൗണ്ടറിൽ വെട്ടിത്തിളങ്ങുന്ന പിച്ചള തുലാസും, പഴകിയ, അക്കങ്ങൾ മാഞ്ഞുപോയിരുന്ന അളവുകോലും പിന്നെ ഏതാനും മധുരപലഹാര പ്പൊതികളും. അതിലൊന്നിന്റെ പരുപരുത്ത നീലക്കടലാസ് അഴിച്ചിരി ക്കുന്നു. പലഹാരത്തിൽ നിന്ന് ഒരു കഷ്ണം മുറിച്ചെടുത്തിരിക്കുന്നു. സ്വാഗതമോതിക്കൊണ്ട് വ്യാപാരി ചായപ്പാത്രം താഴെ വെച്ചതോടെ കമ്പിളി നൂലിന്റെയും സുഗന്ധവ്യഞ്ജനങ്ങളുടേയും മണം മുറിക്കുള്ളിൽ കൂടുതൽ പ്രസരിച്ചു. വ്യാപാരകാര്യങ്ങൾ ചർച്ച ചെയ്യുമ്പോൾ ഉപയോഗിക്കാറുള്ള താഴ്ന്ന ശബ്ദത്തിൽ മാർസെൽ തുരുതുരാ പലതും പറഞ്ഞു. കൗണ്ട റിലെ തുലാസും അളവുകോലും വകഞ്ഞുമാറ്റി ട്രങ്കു തുറന്ന് പട്ടും കമ്പിളി ത്തരങ്ങളും പുറത്തെടുത്ത് വൃദ്ധവ്യാപാരിക്കു മുന്നിൽ പ്രദർശിപ്പിച്ചു. മറ്റുള്ളവരെ ആകർഷിക്കാൻ ശ്രമിക്കുന്ന, ആത്മവിശ്വാസക്കുറവുള്ള യുവതിയെപ്പോലെ അയാളല്പം സംഭീതനായെന്നു തോന്നുന്നു. ഒരിളിഭ്യ ച്ചിരിയോടെ കൈകൾ വിടർത്തി വില്ക്കാനും വാങ്ങാനുമുള്ള ഘട്ടത്തി ലേക്ക് നീങ്ങുകയാണയാൾ. വൃദ്ധൻ ചായപ്പാത്രങ്ങൾ പിന്നിൽ നിന്നിരുന്ന അറബികൾക്കു കൈമാറി. എന്നിട്ട് തലയാട്ടി ചുരുക്കി എന്തോ പറഞ്ഞത് മാർസെലിനെ ഹതാശനാക്കിയെന്നു തോന്നുന്നു. അയാൾ ചരക്കു കളൊക്കെ തിരിച്ച് ട്രങ്കിലേക്ക് എടുത്തിട്ട് നെറ്റിയിൽ നിന്ന് ഇല്ലാത്ത സ്വേദ കണങ്ങൾ തുടച്ചു മാറ്റി കൂലിക്കാരനെ വിളിച്ചു. അവർ മറ്റു ഷോപ്പുകളെ ലക്ഷ്യമാക്കി നടക്കാൻ തുടങ്ങി. ആദ്യത്തെ കടയിലെ വ്യാപാരി തുടക്ക ത്തിൽ വലിയ ഗമ പ്രദർശിപ്പിച്ചെങ്കിലും അവരുടെ ഭാഗ്യം കുറച്ചൊന്നു തെളിഞ്ഞു. "സ്വയം ദൈവം തമ്പുരാനാണെന്നാണ് അവരുടെയൊക്കെ വിചാരം. പക്ഷേ അവരും കച്ചവടക്കാരല്ലേ? എല്ലാവർക്കും ബുദ്ധിമുട്ടു കളില്ലേ?" മാർസെൽ പരാതി പറഞ്ഞു.

ജാനൈൻ മറുപടിയൊന്നും പറയാതെ ഭർത്താവിനെ അനുഗമിച്ചു. കാറ്റ് നിലച്ചിരുന്നു. ആകാശം അങ്ങിങ്ങായി തെളിഞ്ഞു വരുന്നു. കനത്ത മേഘപാളികൾക്കിടയിലെ വിടവുകളിലൂടെ പരുക്കൻ വെളിച്ചം വീശുന്നു. അവർ ചത്വരം വിട്ടിരുന്നു. ഇപ്പോൾ കോട്ടയുടെ മൺഭിത്തി യോടു ചേർന്ന ഇടുങ്ങിയ പാതയിലൂടെയാണ് നടക്കുന്നത്. ഭിത്തി കൾക്കു മുകളിലായി ഇടയ്ക്കിടെ മുരടിച്ച പനിനീർച്ചെടികളും ഉണങ്ങി പുഴുവരിച്ച മാതളങ്ങളും കാണായി. ചുറ്റിലും പൊടിയുടേയും കോഫി യുടേയും, വിറകു കത്തുമ്പോഴുണ്ടാകുന്ന പുകയുടേയും കല്ലുകളുടേയും ആടുകളുടേയും ഗന്ധം. ഭിത്തികൾ തുരന്നുണ്ടാക്കിയ ഷോപ്പു കൾക്കിടയിൽ ഒരുപാടു ദൂരമുണ്ടായിരുന്നു. ജാനൈന് കാലുകൾ കഴ ക്കുന്നതായിതോന്നി. പക്ഷേ ഭർത്താവിന് ഉത്സാഹം കൂടിക്കൂടി വരിക യായിരുന്നു, കാരണം വില്പന നന്നായി നടക്കുന്നുണ്ട്. അയാൾക്ക് ഭാര്യയോട് വാത്സല്യം തോന്നിത്തുടങ്ങി, "മോളെ, ഈ യാത്ര വൃഥാ വിലാവില്ല" എന്നു പറഞ്ഞു. ശരിയാണ് ജാനൈൻ യാന്ത്രികമായി

മറുപടിയും നല്കി- "അതെ, കച്ചവടക്കാരായി നേരിട്ട് ഇടപാടു നടത്തുന്നതാണ് മെച്ചം."

മറ്റൊരു തെരുവിലൂടെ അവർ ചത്വരത്തിലേക്കു തിരിച്ചെത്തി. വൈകുന്നേരമായിരിക്കുന്നു. ആകാശം മുഴുവനായും തെളിഞ്ഞിരിക്കുന്നു. അവർ ചത്വരത്തിൽ നിന്നു. മാർസെൽ കൈപ്പത്തികൾ തിരുമ്മി സ്നേഹത്തോടെ ട്രങ്കു പെട്ടിയിലേക്കു നോക്കുകയാണ്. "ദാ നോക്കൂ" ജാനൈൻ പറഞ്ഞു. ചത്വരത്തിന്റെ മറ്റേയറ്റത്തുനിന്ന് അവരുടെ നേർക്കെന്നപോലെ ദീർഘകായനായ, മെലിഞ്ഞ ചുറുചുറുപ്പുള്ള ഒരറബി നടന്നടുക്കുന്നു. നീല ബുർണൂസ്, ഇളം തവിട്ടുനിറമുള്ള ഷൂസുകൾ, കൈയുറകൾ, ഓട്ടുനിറമുള്ള ചെതുക്കിയ മുഖം ഗർവ്വോടെ ഉയർത്തിപ്പിടിച്ചിരിക്കുന്നു. മുഖവും ശിരസ്സും മറക്കുന്ന ശിരോവസ്ത്രം. അതു മാത്രമാണ് തദ്ദേശീയ കാര്യങ്ങളുടെ മേൽനോട്ടം വഹിച്ചിരുന്ന, (ജാനൈൻ ഇടയ്ക്കിടെ ബഹുമാനപുരസ്കരം നോക്കുമായിരുന്ന), ഫ്രഞ്ചു അധികാരികളിൽ നിന്ന് അയാളെ മാറ്റി നിറുത്തിയത്. കൈയുറകൾ പതുക്കെ അഴിച്ചെടുത്ത് അയാൾ അവരുടെ നേർക്കു നേരെയാണ് നടക്കുന്നതെങ്കിലും നോട്ടം അവരെയും കഴിഞ്ഞ് അങ്ങേപ്പുറത്തേക്കെവിടേയോ ആണ്. "കൊള്ളാം ഇതാ ഒരുത്തൻ വന്നിരിക്കുന്നു, ജനറലാണെന്നാണ് ഭാവം." അതെ ഇവിടെയുള്ളവർക്കെല്ലാം ആ ഭാവമുണ്ടായിരുന്നു. അഭിമാനബോധം. പക്ഷേ, ഇയാൾക്ക് അത് കുറച്ചു കൂടിയ മട്ടുണ്ട്. അവർക്കു ചുറ്റും ചത്വരം വിജനമായിക്കിടന്നിരുന്നുവെങ്കിലും അയാളുടെ വരവ് ട്രങ്കിനു നേരെയാണ്. ട്രങ്കു മാത്രമല്ല, അവരേയും അയാൾ കാണുന്നില്ല എന്ന മട്ടിൽ. അവർ തമ്മിലുള്ള അകലം ചുരുങ്ങിച്ചുരുങ്ങി വരുകയാണ്, അറബി എത്തി എത്തിയില്ല എന്നായപ്പോൾ മാർസെൽ ട്രങ്കുപെട്ടിയുടെ കൈപ്പിടിയിൽ പിടിച്ച് അതു വലിച്ചു മാറ്റി. ഒന്നും സംഭവിച്ചിട്ടില്ലാത്ത മട്ടിൽ, ഒന്നും ശ്രദ്ധിക്കാതെ, അറബി അവരെ കടന്നു പോയി. അതേ വേഗതയിൽ അതേ ചുവടുവെയ്പ്പുകളോടെ കോട്ടമതിലിനു നേരെ. ജാനൈൻ ഭർത്താവിനെ നോക്കി. അയാളുടെ മുഖത്ത് അത്യന്തം ഹതാശമായ ഭാവം. "അവർക്കെന്തും ചെയ്യാമെന്നാണ് ഭാവം". ജാനൈൻ മറുപടി പറഞ്ഞില്ല. ആ അറബിയുടെ ഗർവ്വിഷ്ടമായ പെരുമാറ്റം അവൾക്കിഷ്ടപ്പെട്ടില്ല. പൊടുന്നനെ അവൾ വല്ലാതെ അസന്തുഷ്ടയായി. ഇവിടന്നു പോകാനായെങ്കിൽ! പട്ടണത്തിലെ തന്റെ കൊച്ചു ഫ്ളാറ്റിനെക്കുറിച്ച് അവളോർത്തു. ഹോട്ടലിലേക്ക്, ഹിമക്കട്ട പോലെ തണുത്തു മരവിച്ച ആ മുറിയിലേക്കു തിരിച്ചു ചെല്ലുന്ന കാര്യം അവളെ നിരുത്സാഹപ്പെടുത്തി. അപ്പോൾ ഹോട്ടൽ മാനേജരുടെ പരാമർശം അവൾക്കോർമ്മ വന്നു. കോട്ടയിലെ മട്ടുപ്പാവിൽ കയറിനിന്ന് മരുഭൂമി നോക്കിക്കാണാം. അവൾ മാർസെലിനോട് പറഞ്ഞു, ട്രങ്ക് ഹോട്ടലിൽ വെച്ചിട്ട് അങ്ങോട്ട് പോകാമെന്ന്. പക്ഷേ അയാൾക്ക് ഹോട്ടലിൽ തിരിച്ചു ചെന്ന് അത്താഴത്തിനു മുമ്പ് അല്പം ഉറങ്ങിയാൽ വേണ്ടില്ല എന്നുണ്ടായിരുന്നു. "പ്ലീസ്" ജാനൈൻ യാചിച്ചു. അവളുടെ

നേരെ നോക്കി അയാൾ പെട്ടെന്ന് സമ്മതിച്ചു കൊടുത്തു- നിന്റെയിഷ്ടം പോലെ.

അയാൾ ട്രങ്ക് വെച്ച് തിരിച്ചു വരുന്നതു വരെ ഹോട്ടലിനു മുന്നിൽ റോഡിൽ അവൾ കാത്തു നിന്നു. ചുറ്റിലും വെളുത്ത വസ്ത്രം ധരിച്ച പുരുഷന്മാർ അവരുടെ സംഖ്യ വർദ്ധിച്ചുവരുന്നു. ഒരു സ്ത്രീ പോലും ഇല്ല. ഇത്രയും പുരുഷന്മാരെ കൂട്ടത്തോടെ താനൊരിക്കലും കണ്ടിട്ടില്ലെന്ന് ജാനെന് തോന്നിപ്പോയി. അവരാരും അവളുടെ നേരെ നോക്കിയതു പോലുമില്ല. ചിലർ കാണാത്തമട്ടിൽ തന്റെ നേരെ മുഖം തിരിക്കുന്നു. വെയിലേറ്റു തുടുത്ത മുഖങ്ങൾ, ബസ്സിലെ ഫ്രഞ്ചു സൈനികനെപ്പോലെ, കൈയുറകളണിഞ്ഞ അറബിയെപ്പോലെ ഗർവ്വും കൗശലവും നിറഞ്ഞ മുഖങ്ങൾ. ഒരു വിദേശിനിയുടെ നേരെ നോക്കുന്ന മുഖങ്ങൾ, പക്ഷേ അവർ അവളെ കാണുന്നില്ല, നീരു വന്നു വീർത്ത കാൽവണ്ണകളുമായി നില്ക്കുന്ന അവൾക്കു ചുറ്റും ലാഘവത്തോടെ നിശബ്ദരായി നടക്കുന്നു. അവൾക്ക് എന്തെന്നില്ലാത്ത അസ്വാസ്ഥ്യം തോന്നി. ഇവിടെനിന്ന് രക്ഷപ്പെടാനായെങ്കിൽ! ഹോ! താനെന്തിനിവിടേക്കു വന്നു? അപ്പോഴേക്കും മാർസെൽ തിരിച്ചെത്തിയിരുന്നു.

കോട്ടയിലേക്കുള്ള പടികൾ കയറുമ്പോൾ അഞ്ചു മണി. കാറ്റ് പൂർണ്ണമായും ശമിച്ചിരിക്കുന്നു. തെളിഞ്ഞ ആകാശത്തിന് ഇളം നീല നിറം. വരണ്ട തണുപ്പേറ്റ് അവരുടെ കവിളുകൾ വിണ്ടുകീറി. പകുതി വഴിക്ക് കോണിപ്പടിയിൽ ചുമരിനോട് ചേർന്ന് നീണ്ടു നിവർന്നു കിടന്നിരുന്ന ഒരറബി, ഗൈഡിന്റെ ആവശ്യമുണ്ടോയെന്ന് അവരോടു ആരാഞ്ഞു, അവർ നിരസിക്കുമെന്ന് മുൻകൂട്ടി അറിയാമെന്ന മട്ടിൽ അയാൾ ഇളകിയതേയില്ല. ഇടയ്ക്കിടെ മൺതിട്ടകളുണ്ടെങ്കിലും ആഴമുള്ള കുത്തനേയുള്ള പടികൾ. മുകളിലേക്കു കയറുന്തോറും ചുറ്റുവട്ടത്തിന് വിസ്താരം കൂടുന്നപോലെ, വിശാലമായ തണുത്ത, വരണ്ട വെളിച്ചത്തിലേക്ക് അവർ കയറുകയാണ്. താഴെ മരുപ്പച്ചയിൽ നിന്നുള്ള ശബ്ദങ്ങൾ സ്പഷ്ടമായും സ്ഫുടമായും കേൾക്കാം. ചുറ്റും വെയിലിന്റെ പ്രകമ്പനം, മുകളിലേക്കു കയറുന്തോറും പ്രകമ്പന തരംഗങ്ങളുടെ ദൈർഘ്യം കൂടിക്കൂടി വന്നു. അവരുടെ വരവ് പ്രകാശകണങ്ങളിൽ നിന്ന് തൊട്ടുണർത്തിയ ശബ്ദതരംഗങ്ങളായി പരന്നു പരന്ന് അവിടെല്ലാം വ്യാപിക്കുമ്പോലെ. അവർ ടെറസ്സിലെത്തി. കണ്ണുകൾ പനന്തോട്ടങ്ങൾക്കപ്പുറത്തുള്ള ചക്രവാള സീമയിൽ ഉടക്കി നിന്നപ്പോൾ ജാനെനു തോന്നി, അന്തരീക്ഷമാകെ തുളച്ചു കയറുന്ന ഒരു ചൂളംവിളിയും അതിന്റെ മാറ്റൊലികളും അവിടെ നിറഞ്ഞു നില്ക്കുന്നെന്ന്. പതുക്കെപ്പതുക്കെ അത് അടങ്ങി. പിന്നെ നിശബ്ദത അവളെ അനന്തവിശാലതയ്ക്ക് അഭിമുഖമായി നീക്കി നിർത്തി.

കിഴക്കു മുതൽ പടിഞ്ഞാറു വരെ അവൾ പതുക്കെ ദൃഷ്ടികൾ വിടർത്തി. ഒരൊറ്റ തടസ്സം പോലുമില്ലാത്ത കമാനരേഖ. തൊട്ടുതാഴെ

അറബിഗൃഹങ്ങളുടെ നീലയും വെള്ളയുമാർന്ന മേൽക്കൂരകൾ ഒന്നിനോടൊന്ന് ഉരുമ്മി നില്ക്കുന്നു. ഇടയ്ക്കിടെ ചുവപ്പു പാടുകൾ, മുളക് ഉണക്കാനിട്ടിരിക്കുന്നതാണ്. ഒരൊറ്റ മനുഷ്യജീവിയെപ്പോലും കാണാനില്ല. പക്ഷേ അകത്തുനിന്ന് കാപ്പിക്കുരു വറുക്കുന്ന മണവും, പൊട്ടിച്ചിരികളും ശക്തമായ പാദപതനങ്ങളും ഉയർന്നു പൊങ്ങുന്നു. അങ്ങ് ദൂരെ ഈന്തപ്പനതോട്ടം. മൺവരമ്പുകളിട്ട് അവ കള്ളികളായി തിരിച്ചിരിക്കുന്നു. പനയോലകൾ കാറ്റിലാടുന്നുണ്ട്. പക്ഷേ ആ കാറ്റ് ടെറസ്സിലേക്കെത്തുന്നില്ല. അതിനപ്പുറം ചക്രവാളം വരെ നീണ്ടു കിടക്കുന്ന ചാരനിറത്തിലുള്ള കരിങ്കല്ലുകൾ, ജീവചൈതന്യം എങ്ങുമില്ല. മരുപ്പച്ചയിൽ നിന്ന് അല്പം ദൂരെയായി പടിഞ്ഞാറു ഭാഗത്ത് പനന്തോട്ടങ്ങൾക്ക് അരികു പാകിയ നീർച്ചാലിനടുത്ത് ഏതാനും കറുത്ത കൂടാരങ്ങൾ. അവയ്ക്കു ചുറ്റും നിശ്ചലമായ ഒട്ടകക്കൂട്ടം. ഇത്രയും ദൂരെ നിന്നു നോക്കുമ്പോൾ അങ്ങിങ്ങായി പൊട്ടുകൾ പോലെ, അഥവാ ചാരനിറത്തിലുള്ള ഭൂനിരപ്പിൽ ദുർഗ്രാഹ്യമായ എന്തോ എഴുതിയപോലെ. മരുഭൂമിക്കു മുകളിലായി നിശബ്ദതയുടെ അനന്തമായ വിശാലത.

അരമതിലിൽ ദേഹമമർത്തിനിന്ന ജാനൈന് സംസാരശേഷി നഷ്ടപ്പെട്ടു. മുന്നിൽ തുറസ്സായി വിരിച്ചിട്ട ശൂന്യതയിൽ നിന്ന് അവൾക്ക് തന്നെത്തന്നെ അടർത്തിയെടുക്കാനായില്ല. അരികിൽ മാർസെൽ അക്ഷമ പ്രകടിപ്പിക്കുന്നു. “തണുക്കുന്നു, തിരിച്ചു പോകണം, ഇവിടെ എന്താണിത്ര കാണാനുള്ളത്?” പക്ഷേ അവൾക്ക് ചക്രവാളത്തിൽ നിന്ന് കണ്ണെടുക്കാനാവുന്നില്ല. അങ്ങ് തെക്ക് തെക്ക് വിദൂരതയിൽ ആകാശവും ഭൂമിയും സമ്മേളിക്കുന്ന വിശുദ്ധരേഖ- അവിടെ തനിക്കു വേണ്ടി എന്തോ കാത്തിരിപ്പുണ്ടെന്ന തോന്നൽ. ജീവിതത്തിലിന്നുവരെ കണ്ടെത്തിയിട്ടില്ലാത്തത്, എന്നാൽ കണ്ടെത്തേണ്ടത്, എന്നെന്നും ഉണ്ടായിരുന്ന ഒരു പോരായ്മ; പക്ഷേ ഈ നിമിഷം വരെ അനുഭവപ്പെടാതിരുന്ന എന്തോ ഒരു പോരായ്മ. സന്ധ്യ മയങ്ങുന്നു, സൂര്യപ്രകാശത്തിന്റെ പിരിമുറുക്കം അയഞ്ഞിരിക്കുന്നു, അത് കൂടുതൽ മസൃണമായിരിക്കുന്നു. ഖരാവസ്ഥയിൽ നിന്ന് ദ്രവാവസ്ഥയിലേക്കുള്ള പരിണാമം. അതോടൊപ്പം യാദൃച്ഛികമായി അവിടെയെത്തിപ്പെട്ട ഒരു സ്ത്രീയുടെ ഹൃദയത്തിൽ വർഷങ്ങളും, വിരസതയും വഴക്കങ്ങളും മുറുക്കി കെട്ടിയിരുന്ന ഒരു കുരുക്ക് പതുക്കെ അഴിയുകയായിരുന്നു. അവൾ നാടോടികളുടെ കൂടാരങ്ങൾ ശ്രദ്ധിക്കുകയായിരുന്നു. അവിടത്തെ താമസക്കാരെ അവൾ കണ്ടിട്ടില്ല. ആ കറുത്തകൂടാരങ്ങളിൽ ആളക്കനമുണ്ടായിരുന്നില്ല. എന്നിട്ടും ഇന്നു വരെ ആരുടെ അസ്തിത്വത്തെക്കുറിച്ചു പോലും അവൾ ബോധവതിയായിരുന്നില്ലയോ അവരെക്കുറിച്ചു മാത്രം അവൾ ചിന്തിക്കാൻ തുടങ്ങി. സ്ഥിരമായൊരു വീടില്ലാതെ, പുറം ലോകത്തു നിന്നും വിച്ഛേദിക്കപ്പെട്ട ഒരു പിടി മനുഷ്യർ; തെക്കോട്ട്, അനേകായിരം മൈലുകളോളം, കാടുകളെ നനക്കുന്ന ആദിമ നീർച്ചാലുവരെ പരന്നു കിടക്കുന്ന അതിബൃഹത്തായ ഭൂഭാഗത്തിന്റെ

വളരെ ചെറിയൊരംശമാണ് അവർ അലഞ്ഞു തിരിയുന്ന ഈ വിസ്തൃത പ്രാന്തം. അനാദികാലം മുതൽ സീമകളില്ലാത്ത, എല്ലുപോലെ വരണ്ടുണങ്ങിയ ഈ ഊഷരഭൂമിയിലൂടെ കുറച്ചു മനുഷ്യർ നിരന്തരം കടന്നു പോയി. ഒന്നും സ്വന്തമാക്കാതെ, ആരേയും സേവിക്കാതെ നിസ്വരായി അവർ കടന്നു പോയി. പക്ഷേ അതിവിചിത്രമായ ഒരു സ്വർഗരാജ്യത്തിന്റെ സ്വതന്ത്ര ഉടമകളായിരുന്നു അവർ. ഇത്തരമൊരു ചിന്താശകലം എന്തുകൊണ്ടാണ് ഉള്ളിൽ മധുരനൊമ്പരം നിറച്ച് തന്നെ മയക്കത്തിലാഴ്ത്തുന്നതെന്ന് ജാനൈന് മനസ്സിലായില്ല. ഈ സ്വർഗരാജ്യം ചിരകാലമായി തനിക്ക് വാഗ്ദാനം ചെയ്യപ്പെട്ടതാണ്, പക്ഷേ ഒരിക്കലും തനിക്ക് ലഭ്യമാകില്ല, ഒരു വേള, നിശ്ചലാകാശത്തിലേക്ക്, അതിലെ പ്രകാശതരംഗങ്ങളിലേക്ക് വീണ്ടും കണ്ണുകൾ തുറക്കവേ, ചുറ്റുപാടും പൊടുന്നനെ നിശബ്ദമാവുന്ന ആ ക്ഷണികമായ നിമിഷത്തിലല്ലാതെ ഇനിയൊരിക്കലും ഇത് ലഭ്യമാകില്ല. പ്രപഞ്ചത്തിന്റെ ഗതി നിലച്ചുപോയതായും ആ നിമിഷം മുതൽ ജരാനരകളും മരണവും ഇല്ലാതായതായും അവൾക്കു തോന്നി. അവളുടെ ഹൃദയത്തിലൊഴികെ മറ്റെല്ലായിടത്തും ജീവൻ സ്തംഭിച്ചിരിക്കുന്നു, അവളുടെ ഹൃദയത്തിൽ ആരോ അതീവവ്യസനത്തോടെ, അത്യത്ഭുതത്തോടെ വിലപിക്കുകയാണ്.

നിഴലുകൾ നീളുന്നു, താപരഹിതമായ സൂര്യഗോളം പടിഞ്ഞാറേക്കു നീങ്ങി പശ്ചിമാകാശത്തിന് ചുവപ്പു പൂശുന്നു, കിഴക്ക് രൂപം കൊണ്ട ഇരുണ്ട ചാരനിറമുള്ള തരംഗം അനന്തവിശാലതക്കു മേൽ ചുരുൾ നിവർത്താനുള്ള തയ്യാറെടുപ്പിലാണ്. എവിടെയോ വിദൂരതയിൽ ഒരു പട്ടി കുരച്ചു, തണുപ്പു കൂടിവരുന്ന അന്തരീക്ഷത്തിൽ ആ ശബ്ദം ഉയർന്നു പൊങ്ങി. തന്റെ പല്ലുകൾ കൂട്ടിയിടിക്കുന്നത് ജാനൈൻ അറിഞ്ഞു. "നമ്മൾ തണുപ്പടിച്ച് മരിച്ചു പോകും." മാർസെൽ പരാതിപ്പെട്ടു. "നിനക്കെന്താ ഭ്രാന്താണോ?, വാ പോകാം." അയാൾ പരുങ്ങലോടെ അവളുടെ കൈക്ക് പിടിച്ചു. അനുസരണയോടെ അവൾ അരമതിലിൽ നിന്ന് തിരിഞ്ഞ് അയാളെ അനുഗമിച്ചു. കോണിപ്പടിയിൽ കിടന്നിരുന്ന അറബി ഒന്നിളകുകപോലും ചെയ്യാതെ അവർ താഴെ പട്ടണത്തിലേക്കു പോകുന്നതും നോക്കി കിടന്നു. തളർച്ചയുടെ ഭാരം കൊണ്ട് കുനിഞ്ഞു പോയ അവൾ അസഹനീയമായിത്തോന്നിയ ശരീരഭാരം വലിച്ചിഴച്ച് ആരേയും, ഒന്നിനേയും ശ്രദ്ധിക്കാതെ മുന്നോട്ടു നടന്നു. ഇത്തിരിമുമ്പ് അനുഭവപ്പെട്ട ഔന്നത്യബോധം പാടെ വിട്ടു മാറിയിരിക്കുന്നു. താനിപ്പോൾ പ്രവേശിച്ച ലോകവുമായി പൊരുത്തപ്പെടാനാവാത്തവിധം അമിതമായ പൊക്കവും തടിയും തൊലിവെളുപ്പും തനിക്കുണ്ടെന്ന് അവൾക്കു തോന്നി. ഒരു കുട്ടി, ഒരു ബാലിക, ഉണങ്ങി മെലിഞ്ഞ മനുഷ്യൻ, കൗശലക്കാരനായ ചെന്നായ ഇത്തരക്കാർക്കു മാത്രമേ ഈ ഭൂതലത്തിലൂടെ നിശബ്ദം കടന്നു പോകാനാവൂ. തനിക്കിവിടെ എന്തു ചെയ്യാനാകും, ഇനി മുതൽ ഉറക്കത്തിലേക്കും മരണത്തിലേക്കും സ്വയം വലിച്ചിഴക്കുകയല്ലാതെ?.

ഭർത്താവിനോടൊപ്പം ഭക്ഷണമുറിയിലേക്ക് അവൾ തന്നെ സ്വയം വലിച്ചിഴച്ചു കൊണ്ടു പോയി. മിതഭാഷിയായ ഭർത്താവ് താനെത്ര ക്ഷീണിതനാണെന്നു മാത്രമേ പറഞ്ഞുള്ളൂ. അവൾ തണുപ്പിനെതിരായി പ്രതിരോധിക്കുകയായിരുന്നു, ഉള്ളിൽ പനി പടരുന്നത് അവളറിയുന്നുണ്ട്. കിടക്കയിലേക്കും അവൾ ശരീരത്തെ വലിച്ചിഴക്കുകയായിരുന്നു. താമസിയാതെ മാർസെലും എത്തി. അവളോടൊന്നും ചോദിക്കാതെ ലൈറ്റണച്ച് കിടന്നു. മുറിക്കുള്ളിൽ മരവിപ്പിക്കുന്ന തണുപ്പ്. തണുപ്പ് പനിയോടൊപ്പം അരിച്ചരിച്ചു കയറുന്നത് അവളറിയുന്നുണ്ട്. ശ്വാസം കഴിക്കാൻ വിമ്മിഷ്ടമുണ്ട്. ഞരമ്പുകളിലൂടെ ഒഴുകുന്ന രക്തം ചൂടു പകരുന്നില്ല, ഒരു തരം ഭീതി അവൾക്കുള്ളിൽ നാമ്പെടുക്കുന്നു. അവൾ തിരിഞ്ഞു കിടന്നു. അവളുടെ ശരീരഭാരമേറ്റ് പഴകിയ ഇരുമ്പു കട്ടിൽ ഞരങ്ങി. ഇല്ല അവൾക്ക് പനി പിടിക്കണമെന്നില്ല. ഭർത്താവ് ഗാഢനിദ്രയിലാണ്ടിരിക്കുന്നു. അവളും ഉറങ്ങേണ്ടതാണ്, അത് അത്യാവശ്യമാണ്. പട്ടണത്തിലെ അടക്കിപ്പിടിച്ച ശബ്ദങ്ങൾ മച്ചിലെ വിടവിലൂടെ അവളുടെ കാതുകളിലെത്തി. സാവധാനം നീങ്ങുന്ന ഒരാൾക്കൂട്ടത്തിന്റെ ആരവത്തിനുപരിയായി അറബി കഫേകളിലെ പഴഞ്ചൻ ഗ്രാമഫോണുകളിൽ നിന്നുള്ള മൂളക്കം, അവൾക്ക് ആ ഈണങ്ങൾ ഏതാണ്ടൊക്കെ തിരിച്ചറിയാനായി. ഉറങ്ങണം, പക്ഷേ അവൾ താൻ കണ്ട ആ കറുത്ത കൂടാരങ്ങൾ എണ്ണിത്തിട്ടപ്പെടുത്തുകയാണ്. ഇമകൾക്കു താഴെ നിശ്ചലമായ ഒട്ടകക്കൂട്ടങ്ങൾ മേയുന്നു. അവളുടെ അന്തരാളത്തിൽ തീവ്രമായ ഏകാന്തതകളുടെ ചുഴികൾ ചുഴലികൾ. ഹോ! അല്ലെങ്കിൽ താനെന്തിനിങ്ങോട്ടു വന്നു? ആ ചോദ്യവുമായി അവൾ ഉറങ്ങിപ്പോയി.

അല്പസമയം കഴിഞ്ഞ് അവളുണർന്നു. ചുറ്റും തികഞ്ഞ നിശ്ശബ്ദത. പക്ഷേ പട്ടണാതിർത്തിയിലെവിടേയോ രാത്രിയുടെ നിശ്ശബ്ദതയിലേക്ക് പട്ടികൾ കുരച്ച് ഓരിയിടുന്നു. ജാനിനെന് വിറയ്ക്കുന്നുണ്ട്. അവൾ തിരിഞ്ഞു കിടന്നു, ഭർത്താവിന്റെ ഉറച്ച ചുമലുകൾ തന്റേതുമായി ഉരസുന്നു, അർദ്ധമയക്കത്തിൽ അവൾ അയാളോടു ചേർന്നു കിടന്നു. നിദ്രയുടെ അടിത്തട്ടിലേക്കു വീഴാതെ ഉപരിതലത്തിൽ ഒഴുകി നടക്കുകയാണവൾ, അബോധാവസ്ഥയിലെ ഉദ്വേഗത്തിൽ ഏറ്റവും ഭദ്രമായ സുരക്ഷയെന്നോണം അവൾ ഭർത്താവിന്റെ ചുമലിൽ അമർത്തിപ്പിടിച്ചു. അവളെന്തൊക്കേയോ പറയുന്നുണ്ടായിരുന്നു, പക്ഷേ ശബ്ദം പുറത്തു വന്നില്ല, അവൾക്ക് സ്വയം അതൊന്നും കേൾക്കാനായതുമില്ല. മാർസെലിന്റെ ഊഷ്മളത മാത്രമേ അവൾക്കു അനുഭവപ്പെട്ടുള്ളൂ. ഇരുപതിലധികം വർഷങ്ങളായി ഓരോ രാത്രിയും അയാളുടെ ഊഷ്മളതയേറ്റ് അവരിരുവരും.... അസുഖമായാലും, ഇന്നത്തെപ്പോലെ യാത്രയാണെങ്കിലും.... അതുമാത്രമല്ല, വീട്ടിലാണെങ്കിൽ അവൾ തനിച്ച് എന്തുചെയ്യുമായിരുന്നു? കുഞ്ഞുങ്ങളുമില്ല. അതല്ലേ അവൾക്കു തോന്നുന്ന പോരായ്മ? എന്തോ അവൾക്കറിയില്ല. അവൾ മാർസെലിനെ സദാസമയവും അനുഗമിച്ചു, താൻ വേണ്ടപ്പെട്ടവളാണെന്ന

ബോധംതന്നെ സന്തോഷജനകമല്ലേ? മാർസെൽ അവൾക്കു നല്കിയ ഏകസന്തോഷം അതാണ്. ഒരു വേള അയാൾക്ക് അവളോടു പ്രണയമില്ലായിരിക്കാം. പ്രണയത്തിന്, അതിലല്പം അവജ്ഞയുണ്ടെങ്കിലും ഇത്തരം പരുഷമായ കൂർപ്പിച്ച മുഖമല്ല, പക്ഷേ അയാളുടെ മുഖം ഏതു തരത്തിലുള്ളതാണ്? അവരുടെ ശാരീരികവേഴ്ച എപ്പോഴും ഇരുട്ടിലായിരുന്നു. പരസ്പരം കാണാതെ, തൊട്ടറിഞ്ഞു മാത്രം. അന്ധകാരത്തിലല്ലാതെ മറ്റേതെങ്കിലും തരത്തിലുള്ള പ്രണയമുണ്ടോ? പകൽ വെളിച്ചത്തിൽ വിളിച്ചുകൂവുന്ന പ്രണയമുണ്ടോ? അവൾക്കറിയില്ല. പക്ഷേ അവൾക്കൊന്നറിയാം, മാർസെലിന് അവളെ ആവശ്യമുണ്ടെന്ന്. ആ ആവശ്യം അവൾക്കു വേണ്ടിയിരുന്നു, ആ ആവശ്യത്തിന്റെ പേരിൽ അവൾ രാവും പകലും ജീവിച്ചുപോന്നു, പ്രത്യേകിച്ച് രാത്രികളിൽ തനിച്ചിരിക്കാനോ വൃദ്ധനാകാനോ മരിക്കാനോ അയാളിഷ്ടപ്പെട്ടില്ല. ആ രാത്രികളിലെല്ലാം അയാളുടെ മുഖത്തെ പ്രകടിതഭാവം അവൾ മനസ്സിലാക്കിയെടുത്തു, മറ്റു പുരുഷന്മാരുടെ മുഖങ്ങളിലും ആ ഭാവം അവൾ കണ്ടിരുന്നു, ബുദ്ധിവൈഭവത്തിന്റെ മറവിൽ ഒളിഞ്ഞിരിക്കുന്ന ഭ്രാന്തന്മാർക്ക് പൊതുവായുള്ള മുഖഭാവമാണത്,അവസാനം ഭ്രാന്ത് അവരെ കീഴ്പെടുത്തി, ആസക്തിയില്ലെങ്കിലും, ഏകാന്തതയും രാത്രിയും അനാവരണം ചെയ്യുന്ന എല്ലാ ഭീതികളേയും കുഴിച്ചുമൂടാനായി, ഗത്യന്തരമില്ലാതെ ഒരു സ്ത്രീശരീരത്തിലേക്ക് വലിച്ചെറിയും. മാർസെൽ ഒന്നിളകി, അവളിൽനിന്ന് അകലാനെന്ന മട്ടിൽ. ഇല്ല അയാൾക്ക് അവളോടു പ്രണയമില്ല. അവളെന്തല്ലയോ അതിനേയാണ് അയാൾ ഭയപ്പെട്ടത്. അവരിരുവരും എന്നോ പിരിയേണ്ടതായിരുന്നു. അന്ത്യം വരെ തനിച്ച് കിടന്ന് ഉറങ്ങേണ്ടവരായിരുന്നു. പക്ഷേ ആർക്കാണ് എന്നെന്നും ഒറ്റയ്ക്കു കിടന്നുറങ്ങാനാവുക? ചില പുരുഷന്മാരുണ്ടായിരിക്കും, ജോലിയോ നിർഭാഗ്യമോ കാരണം ഓരോ രാത്രിയും ഒരേ കിടക്കയിൽ ഒറ്റയ്ക്ക്, മരണം വരെ കിടക്കേണ്ടി വരുന്നവർ. മാർസെലിന് അങ്ങനെ ചെയ്യാനാവില്ല- ദുർബ്ബലനും നിരായുധനുമായ ബാലനെപ്പോലെയായിരുന്നു അയാൾ . എപ്പോഴും പേടി, എന്തെങ്കിലും സംഭവിക്കുമെന്ന പേടി, തന്റെ സ്വന്തം കുഞ്ഞാണയാൾ, താനില്ലാതെ പറ്റില്ല, ആ നിമിഷം അയാളൊന്നു കിണുങ്ങി. അയാളോടു കൂടുതൽ ചേർന്നുകിടന്ന് തന്റെ കൈ അയാളുടെ നെഞ്ചിൽ വെച്ചു. സ്വാഗതമെന്നോണം പണ്ടെന്നോ അയാൾക്കു താൻ നല്കിയ ചെല്ലപ്പേരുകൾ വിളിച്ചു, അവരിന്നും അശ്രദ്ധമായമട്ടിൽ ആ പേരുകൾ ഇടക്കിടെ ഉപയോഗിച്ചിരുന്നു.

അവൾ ആത്മാർത്ഥമായിട്ടാണ് അയാളെ ആ പേരു വിളിച്ചത്. എന്തൊക്കെപ്പറഞ്ഞാലും അയാളെ, അയാളുടെ ശക്തി, അയാളുടെ കൊച്ചു കിറുക്കുകൾ എല്ലാം അവൾക്കും ആവശ്യമുണ്ടായിരുന്നു, അവൾക്കും മരണത്തെ ഭയമായിരുന്നു. “ആ ഭയത്തെ മറിക്കടക്കാനായാൽ പിന്നെ ഞാൻ സന്തുഷ്ടയായിരിക്കും...” പൊടുന്നനെ തീവ്രമായ പേരറിയാത്ത മാനസിക പീഢ അവളെ ഗ്രസിച്ചു. അവൾ മാർസെലിൽ നിന്നകന്നുമാറി.

ഇല്ലില്ല അവൾക്കൊന്നും മറികടക്കാനാവില്ല, അവൾക്കു സന്തോഷമില്ല, സത്യത്തിൽ മുക്തിയെന്തെന്ന്, സ്വാതന്ത്ര്യമെന്തെന്ന് അറിയാതെ അവൾ മരിച്ചു പോകും. ഹൃദയത്തിനെന്തൊരു വേദന! ഇരുപതുകൊല്ലമായി കൂടെ വലിച്ചിഴച്ചു കൊണ്ടു നടന്നിരുന്ന അമിതഭാരത്തിനടിയിലമർന്ന് തനിക്ക് ശ്വാസം മുട്ടുകയാണെന്ന് അവൾ കണ്ടെത്തി. അതിനടിയിൽക്കിടന്ന് സർവ്വ ശക്തിയുമെടുത്ത് അവൾ പൊരുതുകയാണ്. അവൾക്കു രക്ഷപ്പെടണം, സ്വതന്ത്രയാവണം, മാർസെലോ മറ്റുള്ളവരോ രക്ഷപ്പെട്ടാലും ഇല്ലെങ്കിലും ശരി. അവൾ ഉണർന്നു, പൂർണ്ണമായും ഉണർന്നിരിക്കുന്നു. എഴുന്നേറ്റ് കിടക്കയിലിരുന്ന് കാതോർത്തു, വളരെ സമീപത്തു നിന്നുള്ള ഒരു വിളിക്കു വേണ്ടി. പക്ഷെ മരുപ്പച്ചയിൽ നിന്ന് പട്ടികളുടെ ക്ഷീണിച്ചതെങ്കിലും നില യ്ക്കാത്ത കുരയുടെ ശബ്ദങ്ങൾ മാത്രമേ രാത്രിയുടെ അരികു പറ്റി അവളുടെ ചെവികളിലെത്തിയുള്ളൂ. ഇളം കാറ്റു വീശുന്നുണ്ട്, അതിന്റെ ചെറുതരംഗങ്ങൾ പനന്തോട്ടത്തിലൂടെ ഒഴുകുന്നതവളറിഞ്ഞു. അത് തെക്കു നിന്നാണ് വരുന്നത്, നിശ്ചലമായ ആകാശത്തിനു കീഴിൽ രാത്രിയും മണലാരണ്യവും ഇണചേരുന്നിടത്തു നിന്ന്, ജീവന്റെ തുടിപ്പ് നിലച്ചു പോകുന്ന, ജരാനരകളും മൃത്യുവും ഇല്ലാത്തിടത്തുനിന്ന്. കാറ്റിലെ ഓള ങ്ങൾ നിലച്ചു, നിശ്ശബ്ദമാക്കുകയോ ശ്രദ്ധിക്കുകയോ ചെയ്യാമായിരുന്ന മൂകമായ ഒരു ഉൾവിളിയല്ലാതെ മറ്റെന്തെങ്കിലും താൻ കേട്ടുവോ എന്നു പോലും അവൾക്കു തീർച്ചയില്ലാതായി. പക്ഷേ ഉടനടി അതിനോടു പ്രതി കരിച്ചില്ലെങ്കിൽ ഇനിയൊരിക്കലും തനിക്ക് അതിന്റെ അർത്ഥം മനസ്സിലാ യെന്നു വരില്ല, അതെ, ഉടനടി-അക്കാര്യം തീർച്ച.

അവൾ പതുക്കെ എഴുന്നേറ്റു, ഭർത്താവിന്റെ ശ്വാസോച്ഛ്വാസം ശ്രദ്ധിച്ചു കൊണ്ട് കട്ടിലിനടുത്ത് നിശ്ചലയായി നിന്നു. മാർസെൽ ഉറക്കത്തി ലാണ്. അടുത്ത നിമിഷം കിടക്കയുടെ ചൂട് അവളെ വിട്ടകന്നു, തണുപ്പ് പൊതിഞ്ഞു. ജനാലക്കർട്ടനിലൂടെ ഊർന്നിറങ്ങിയ തെരുവു വിളക്കുകളുടെ വെളിച്ചത്തിൽ അവൾ സാവധാനം വസ്ത്രങ്ങൾ പരതിയെടുത്തണിഞ്ഞു, ഷൂസുകൾ കൈയിലെടുത്ത് വാതില്ക്കലെത്തി. അന്ധകാരത്തിൽ ഒരു നിമിഷം മടിച്ചുനിന്നശേഷം വാതിൽപ്പിടിയിൽ കൈവച്ച്, പതുക്കെ തിരിച്ചു. അത് ഒന്നു ഞരങ്ങി, അവളനങ്ങാതെ നിന്നു. ഹൃദയം പെരുമ്പറ കൊട്ടുന്നു. മുറുകിവലിഞ്ഞ ശരീരവുമായി കാതോർത്തു; ഒച്ചയും അനക്കവും ഇല്ലെന്ന് ഉറപ്പുവരുത്തിയശേഷം പിടി അല്പം കൂടി തിരിച്ചു. അവസാനിക്കാത്ത തിരിക്കൽ. അവസാനം വാതിലു തുറന്ന് പുറത്തേക്കിറങ്ങി അതേ മുൻകരുതലോടെ അടക്കുകയും ചെയ്തു. മരവാതിലിൽ കവിളുചേർത്ത് അവൾ കാതോർത്തു നിന്നു. വിദൂരതയിൽ നിന്നെന്നവണ്ണം മാർസെലിന്റെ ശ്വാസോച്ഛ്വാസം കേൾക്കാം. ബാൽക്കണിയുടെ മറ്റേയറ്റം വരെ അവളോടി. പുറത്തേക്കുള്ള വാതിൽ അടച്ചിട്ടിരിക്കുന്നു. ബോൾട്ട് നീക്കുന്നതിനി ടയിൽ കോണിപ്പടികൾക്കു മീതെ രാത്രിയിലെ കാവൽക്കാരൻ പ്രത്യക്ഷ പ്പെട്ടു. ഉറക്കച്ചടവോടെ അറബിയിൽ അവളോടെന്തോ പറഞ്ഞു. “ഞാൻ

തിരിച്ചുവരും" എന്നു പറഞ്ഞുകൊണ്ട് ജാനൈൻ രാത്രിയിലേക്കു കാലെടുത്തു വെച്ചു.

പനമരങ്ങളുടേയും വീടുകളുടേയും മുകളിലായി കറുത്ത ആകാശത്തിൽ നക്ഷത്രമാലകൾ തൂങ്ങിക്കിടക്കുന്നു. കോട്ടയിലേക്കു നയിക്കുന്ന അധികം ദൈർഘ്യമില്ലാത്ത റോഡിലൂടെ അവളോടി, സൂര്യനുമായി മല്ലിടേണ്ട എന്നതുകൊണ്ടാവാം തണുപ്പ് രാത്രിയെ അതിക്രമിച്ചു കൈയേറിയിരുന്നു. ഹിമംപോലെ തണുത്ത വായു അവളുടെ ശ്വാസകോശങ്ങളെ നീറ്റി. എന്നിട്ടും ഇരുട്ടിൽ പകുതി അന്ധയായപോലെ അവളോടി. റോഡിന്റെ അറ്റത്ത് വിളക്കുകൾ പ്രത്യക്ഷപ്പെട്ടു. വളഞ്ഞു പുളഞ്ഞ് എന്തോ ഒന്ന് അവളുടെ നേർക്കാണ് വരുന്നത്. അവൾ നിന്നു. സൈക്കിൾ ചങ്ങലയുടെ വീർവിർ... ശബ്ദം, വികസിച്ചു വരുന്ന പ്രകാശഗോളങ്ങൾക്കു പിന്നിൽ ദുർബ്ബലമായ സൈക്കിൾ ചക്രങ്ങളെ മറയ്ക്കുന്ന വിശാലമായ ബുർണൂസ്. ബുർണൂസ് കാറ്റിൽ പറന്ന് അവളുടെ ദേഹത്തു തട്ടി; സൈക്കിളിന്റെ പിൻവശത്തുള്ള മൂന്നു ചുവപ്പു ലൈറ്റുകൾ അവളെ കടന്നുപോയി, അപ്രത്യക്ഷമായി. അവൾ കോട്ടയിലേക്കുള്ള ഓട്ടം നിറുത്തിയില്ല. പകുതി കയറിയപ്പോഴേക്കും ശീതക്കാറ്റ് അവളുടെ ശ്വാസകോശങ്ങളെ കീറുമുറിക്കുന്നതുപോലെ തോന്നിയതിനാൽ നിന്നാലോ എന്നു ശങ്കിച്ചതാണ്, പക്ഷേ അവശേഷിച്ച ഊർജ്ജമെല്ലാം സംഭരിച്ച് ഓടി, ടെറസ്സിലെത്തി. അരമതിലിനോടു ഉദരമമർത്തി ചേർന്നു നിന്നു. അവൾ അതിയായി കിതക്കുന്നുണ്ടായിരുന്നു, കണ്ണുകൾക്ക് മങ്ങലേറ്റിരുന്നു. ഓട്ടം അവളുടെ ശരീരത്തിന് ചൂടു പകർന്നിട്ടില്ല, അവളുടെ ശരീരമാസകലം വിറയ്ക്കുകയാണ്. അകത്തേക്ക് ആവാഹിച്ചെടുത്ത തണുത്ത കാറ്റ് ശരീരമാസകലം പടർന്ന് നേരിയ ഊഷ്മളതക്ക് തിരി കൊളുത്തി. രാത്രിയുടെ അനന്തവിശാലതയിലേക്ക് അവൾ കണ്ണു തുറന്നു.

നിശ്ചലം, നിശ്ശബ്ദം- ഇടയ്ക്കിടെ കാറ്റ് കല്ലുകളെ രാകി മണൽത്തരിയാക്കുന്ന അമർത്തിപ്പിടിച്ച ശബ്ദം മാത്രം- അതല്ലാതെ ജാനൈനു ചുറ്റുമുള്ള ഏകാന്തതയേയും നിശ്ശബ്ദതയേയും അലോസരപ്പെടുത്തുന്ന ഒന്നുമില്ല. അങ്ങനെ നോക്കിയിരിക്കെ അവൾക്കു തോന്നി തലക്കു മുകളിൽ ആകാശം ഒരു പമ്പരം കണക്കെ പതുക്കെ തിരിയുകയാണെന്ന്. തണുത്തു വരണ്ട വിശാലനഭസ്സിൽ അനേകായിരം നക്ഷത്രങ്ങൾ അനവരതം പ്രത്യക്ഷപ്പെട്ടു, മിന്നിത്തിളങ്ങുന്ന പരലുകൾ, അവ കൊഴിഞ്ഞു വീണ് മന്ദഗതിയിൽ ചക്രവാളത്തിൽ പോയ്മറഞ്ഞു. അകന്നകന്നു പോകുന്ന പ്രകാശകണങ്ങളെക്കുറിച്ച് ചിന്തിക്കാതിരിക്കാൻ ജാനൈന് കഴിഞ്ഞില്ല. അവയോടൊപ്പം അവളും വട്ടം കറങ്ങുകയായിരുന്നു. നിന്നയിടത്തു നിന്നുകൊണ്ടുള്ള കറക്കം. പുരോഗതിയില്ലാത്ത ആ ചലനത്തിലൂടെ, ശൈത്യവും മോഹവും തമ്മിലുള്ള ആ വടംവലിയിലൂടെ അല്പാല്പമായി അവൾക്ക് സ്വന്തം അസ്തിത്വത്തിന്റെ ഉൾക്കാമ്പ് കണ്ടെത്താനായിരിക്കുന്നു. അവൾക്ക് മുന്നിൽ നക്ഷത്രങ്ങൾ ഒന്നൊന്നായി,

മരുഭൂമിയിലെ കല്ലുകൾക്കിടയിൽ കൊഴിഞ്ഞു വീണ്, അണഞ്ഞുപോയി. ഓരോ തവണയും ജാനൈൻ രാത്രിയെ കുറച്ചുകൂടി സ്വായത്തമാക്കി. ദീർഘമായി ശ്വസിച്ചുകൊണ്ട് അവൾ ശൈത്യത്തെ മറന്നു, മറ്റുള്ളവരുടെ ജഡഭാരം മറന്നു, ജീവിതത്തിലെ വീർപ്പുമുട്ടലുകളേയും വിഭ്രാന്തി കളേയും മറന്നു, ജീവന്മരണദശകളിലെ മാനസിക പീഢകളേയും മറന്നു. ഭീതിയിൽ നിന്ന് അനേകം വർഷങ്ങളായുള്ള എവിടേക്കെന്നറിയാത്ത ഭ്രാന്തമായ പാലായനത്തിന് അറുതി വന്നിരിക്കുന്നു. വിറയൽ വിട്ടകന്ന ശരീരത്തിന് അതിന്റേതായ വേരുകൾ കണ്ടെത്താൻ കഴിഞ്ഞിരിക്കുന്നു, ശരീരത്തിൽ ജീവരസം നിറയുന്നു. അരമതിലിൽ ഉദരമമർത്തി അവൾ മുന്നോട്ട്, ആകാശത്തേക്കാഞ്ഞു. ഹൃദയത്തിന്റെ ദ്രുതസ്പന്ദനം ശാന്ത മാവാനും അന്തരാളത്തിൽ നിശ്ശബ്ദത നിറയാനുമായി അവൾ കാത്തി രുന്നു. അവശേഷിച്ച ഒരു പിടി നക്ഷത്രങ്ങളെ അങ്ങ് താഴെ മരുഭൂമിയുടെ ചക്രവാളത്തിലേക്ക് പൊഴിച്ച്, ജ്യോതിർമണ്ഡലം നിശ്ചലം നിലകൊണ്ടു. പിന്നെ അതീവ വാത്സല്യത്തോടെ രാത്രിയുടെ ജലതരംഗങ്ങൾ ജാനൈ നിലേക്ക് ഒഴുകിയിറങ്ങി, തണുപ്പിനെ മുക്കിത്താഴ്ത്തി. ആ തരംഗങ്ങൾ അവളിൽ നിറഞ്ഞു, നിഗൂഢമായ അന്തരാളത്തിൽ നിറഞ്ഞു പിന്നെ കവിഞ്ഞ് തിരതല്ലിയുയർന്നു പൊങ്ങി. അമർത്തിവെച്ചിരുന്ന ചെറുരോദന ങ്ങൾ അധരങ്ങളിലെത്തി. അടുത്ത നിമിഷം അവൾ തണുത്ത തറയി ലേക്ക് മലർന്നടിച്ചു വീണു, അവൾക്കു മുന്നിൽ അനന്ത വിഹായസ്സ്.

പോകുമ്പോൾ കൈക്കൊണ്ട അതേ മുൻകരുതലുകളോടെ ജാനൈൻ മുറിയിലേക്കു തിരിച്ചെത്തി, മാർസെൽ ഉണർന്നില്ല. പക്ഷേ അവൾ കിടക്കയിലേക്കു കയറിയപ്പോൾ അയാളൊന്നു ചിണുങ്ങി, ഏതാനും നിമിഷങ്ങൾക്കു ശേഷം പൊടുന്നനെ എഴുന്നേറ്റിരിക്കയും ചെയ്തു. അയാളെന്തോ പറഞ്ഞു, അവൾക്കതു മനസ്സിലായില്ല. അയാളെഴുന്നേറ്റ് ലൈറ്റിട്ടു. വെളിച്ചം അവളുടെ കണ്ണുകളെ മഞ്ഞളിപ്പിച്ചു. അയാൾ ഇടറിയ കാൽവെപ്പുകളോടെ വാഷ്ബേസിനിലേക്കു ചെന്ന് ഒരു കുപ്പിയിൽ നിന്ന് ഒരു പാടു മിനറൽ വാട്ടർ അകത്താക്കി. ഒരു കാൽമുട്ട് കിടക്കയിലമർത്തി വീണ്ടും കിടക്കയിലേക്കു കയറുകയായിരുന്ന അയാൾ ഒന്നും മനസ്സിലാ വാതെ അവളെ നോക്കി- അവൾ കരയുകയായിരുന്നു, ധാരധാരയായി അണപൊട്ടിയൊഴുകുന്ന കണ്ണീർ, അടക്കാനാവുന്നില്ല. “ഇല്ല, ഒന്നുമില്ല, സാരമാക്കാനില്ല.” അവൾ മൊഴിഞ്ഞു.

വിശ്വാസഘാതകൻ അഥവാ ഒരാത്മാവിന്റെ ആശയക്കുഴപ്പം

എന്തൊരു മനഃകുഴപ്പമാണ് ഹോ! എന്തൊരു കുഴപ്പം! എന്റെ മനസ്സ് ശരിക്കൊന്ന് അടുക്കിവെക്കണം. അവരെന്റെ നാവു മുറിച്ചെടുത്തതോടെ തലക്കുള്ളിലെവിടേയോ കിടന്ന് മറ്റൊരു നാവ് നിർത്താതെ ചിലക്കുന്നു, ആരോ എന്തൊക്കേയോ സംസാരിക്കുന്ന പോലെ, പൊടുന്നനെ കുറച്ചു നേരത്തേക്ക് നിലക്കും, വീണ്ടും തുടങ്ങും. ഹോ! ഒരിക്കലും നാവെടുത്തു പറയുകപോലും ചെയ്യാത്ത എത്രയെത്ര കാര്യങ്ങളാണ് ഞാൻ കേൾക്കുന്നതെന്നോ. വല്ലാത്തൊരു കുഴപ്പം. വായ തുറന്നാലോ വായ്ക്കകത്ത് വെള്ളാരങ്കല്ലുകൾ കുലുങ്ങുമ്പോലാണ്. അടുക്കും ചിട്ടയും വേണമെന്ന് നാവു പറയും. എന്നിട്ടു പറയാൻ തുടങ്ങുന്നതോ മറ്റെന്തൊക്കേയോ കാര്യങ്ങളെപ്പറ്റി. - അതെ എനിക്ക് അടുക്കും ചിട്ടയും വളരെ പ്രധാനപ്പെട്ടതായിരുന്നു. ഒരു കാര്യം തീർച്ചയാണ്- എനിക്കു പകരക്കാരനായി വരുന്ന സുവിശേഷപ്രവർത്തകനേയും കാത്തിരിക്കുകയാണ്, ഞാൻ. ഈ ഒറ്റയടിപ്പാതയ്ക്കടുത്ത് - തഗാസയിലേക്ക് ഇവിടെ നിന്ന് ഒരു മണിക്കൂർ നേരത്തെ വഴിയുണ്ട് - കല്ലുകൾക്കിടയിൽ എന്റെ പഴയ റൈഫിളിനു പുറത്ത് ഞാൻ ഒളിച്ചിരിക്കുകയാണ്. മരുഭൂമിയിൽ പുലരി വിടരുന്നതേയുള്ളൂ, നല്ല തണുപ്പുണ്ട്, താമസിയാതെ വല്ലാത്ത ചൂടാവും. ഈ നാട് മനുഷ്യരെ ഭ്രാന്തു പിടിപ്പിക്കും, ഞാനിവിടെയെത്തി എത്ര വർഷങ്ങളായെന്ന് എനിക്കു തന്നെ അറിയില്ല...... ഇനിയിത്തിരി നേരം കൂടി. സുവിശേഷ പ്രവർത്തകൻ ഇന്നു രാവിലെ, അല്ലെങ്കിൽ വൈകിട്ട് ഇങ്ങെത്തേണ്ടതാണ്. കൂടെ ഒരു വഴികാട്ടിയും ഉണ്ടാവുമെന്നാണ് കേട്ടത്. ഒരു പക്ഷെ ഇരുവർക്കും കൂടി ഒരു ഒട്ടകമേ ഉണ്ടാവൂ എന്നും വരാം. ഞാൻ കാത്തിരിക്കും, അതെ, കാത്തിരിക്കുകയാണല്ലോ, തണുപ്പു കാരണം വിറയ്ക്കുന്നുണ്ടെന്നു മാത്രം. അല്പം കൂടി ക്ഷമിക്ക്, കുരുത്തംകെട്ടവനേ.

പക്ഷേ ഞാനെത്രയോ കാലമായി ക്ഷമയോടെ കാത്തിരിക്കുകയല്ലായിരുന്നോ? അങ്ങ് ഫ്രാൻസിൽ മധ്യമാസ്സിഫ് പീഠഭൂമിയിലെ എന്റെ വീട്- കർക്കശക്കാരനായ അച്ഛനും സംസ്കാരശൂന്യയായ അമ്മയും, പിന്നെ ദിവസേന പന്നിയിറച്ചി സൂപ്പ്, പുളിച്ചു തണുത്ത വീഞ്ഞ്,

അവസാനിക്കാത്ത ശൈത്യകാലം, മരവിപ്പിക്കുന്ന കാറ്റ്, ഹിമപാതങ്ങൾ, വെകിളി പിടിപ്പിക്കുന്ന കാട്ടുപൊന്തകൾ! ഹോ! എനിക്കവിടെ നിന്ന് രക്ഷപ്പെട്ടാൽ മതിയെന്നായിരുന്നു. അവിടം വിട്ട്, അവരെ എല്ലാവരേയും വിട്ട്, സൂര്യപ്രകാശവും ശുദ്ധജലവും ലഭിക്കുന്ന വേറെ എവിടെയെങ്കിലും ജീവിക്കാനായെങ്കിൽ എന്നു കൊതിച്ചിരുന്നു. കത്തോലിക്കൻ പാതിരി പറഞ്ഞതൊക്കെ ഞാൻ വിശ്വസിച്ചു, അയാളെന്നോട് സെമിനാരിയെക്കുറിച്ചു പറഞ്ഞു, എന്നെ നിത്യവും ഉപദേശിച്ചു, ആ പ്രോട്ടസ്റ്റന്റ് പ്രാന്തത്തിൽ അയാൾക്ക് ഒരു പാട് ഒഴിവുസമയം ഉണ്ടായിരുന്നു. ചുമരുകളെ പൊത്തിപ്പിടിച്ചുകൊണ്ടാണ് അയാൾ ഗ്രാമത്തിലൂടെ നടന്നു പോയത്. എന്നോട് ഭാവിയെപ്പറ്റിയും സൂര്യനെപ്പറ്റിയും പറഞ്ഞു. കത്തോലിക്ക മതമാണ് സൂര്യൻ എന്നു പറയാറുണ്ടായിരുന്നു, എന്നെക്കൊണ്ട് പുസ്തകങ്ങൾ വായിപ്പിച്ചു, എന്റെ കട്ടിത്തലയിലേക്ക് ലാറ്റിൻ ഭാഷ അടിച്ചു കയറ്റി, (പയ്യൻ ബുദ്ധിമാനാണ്, പക്ഷേ മരത്തലയൻ), എന്റെ തലയ്ക്ക് വല്ലാത്ത കട്ടിയുണ്ടായിരുന്നു. എത്ര തവണ വീണതാണ്, എന്നിട്ടും ഒരിക്കൽ പോലും രകതം പൊടിഞ്ഞിട്ടില്ല. “കാളത്തലയൻ” എന്നാണ് ആ പന്നി, എന്റെ സ്വന്തം അച്ഛൻ പറയുമായിരുന്നത്. സെമിനാരിയിൽ എല്ലാവരും ഗർവ്വുകൊണ്ടു തുള്ളിച്ചാടി, പ്രോട്ടസ്റ്റന്റുകാരനൊരുത്തനെ ഇങ്ങോട്ടെടുക്കാനായല്ലോ. ഒരപൂർവ്വജീവി, ഓസ്വിഷിലെ സൂര്യൻ എന്ന നിലയ്ക്കാണ് അവരെന്നെ സ്വീകരിച്ചത്. ശരിയാണ് വിളറി, ക്ഷീണിച്ച സൂര്യൻ, എല്ലാത്തിനും കാരണം മദ്യം തന്നെ. അവരൊരുപാട് പുളിച്ച വീഞ്ഞ് കുടിച്ചിരുന്നല്ലോ, കുട്ടികളുടെ പല്ലുകൾ സദാസമയവും ഗർഗർ എന്ന് കൂട്ടിയുരഞ്ഞിരുന്നു, ഓരോരുത്തനും സ്വന്തം അച്ഛനെ കൊല്ലേണ്ടതാണ്, എന്തായാലും അയാളിറങ്ങി വന്ന് സുവിശേഷപ്രവർത്തനത്തിലേക്ക് ചാടിയിറങ്ങുമെന്ന പേടി വേണ്ട, കാരണം അയാളെന്നോ ചത്തുപോയിരിക്കുന്നു, പുളിച്ച വീഞ്ഞ് അയാളുടെ ആമാശയത്തെ ദ്രവിപ്പിച്ചു, അതുകൊണ്ടിനി സുവിശേഷപ്രവർത്തകനെ കൊല്ലുകയല്ലാതെ വേറെ വഴിയില്ല.

എനിക്കും അയാളുമായി ചില കണക്കുകൾ തീർക്കാനുണ്ട്, അയാളുടെ ഗുരുക്കന്മാരോട്, എന്നെ വഞ്ചിച്ച എന്റെ അധ്യാപകരോട്, നശിച്ച യൂറോപ്പിനോട് എന്നെ ചതിക്കുഴിയിൽ ചാടിച്ച ഓരോരുത്തരോടും. ‘സുവിശേഷപ്രചരണം’ അത്രമാത്രമേ അവർക്കു പറയാനുള്ളൂ, പോകൂ, പോയി ആ പ്രാകൃതരോട് പറയണം - “നോക്കൂ, ഇതാണെന്റെ പ്രഭു, ഒരു നോക്കു കാണൂ, അദ്ദേഹം ആരേയും അടിക്കില്ല, വളരെ മൃദുസ്വരത്തിലാണ് നിർദ്ദേശങ്ങൾ നല്കുക, മറുകവിളു കാണിച്ചുകൊടുക്കുന്നവനാണ്, ഈ ഭൂമിയിലെ ഏറ്റവും വലിയ പ്രഭുവാണ്, അവനെ തിരഞ്ഞെടുക്കുവിൻ, ഇതാ നോക്കൂ, അവൻ എന്നെ എത്ര നല്ലവനാക്കിയെന്ന്, എന്നെ അധിക്ഷേപിച്ചു നോക്കൂ, അവഹേളിച്ചു നോക്കൂ അപ്പോൾ നിങ്ങൾക്കു തെളിവായി മനസ്സിലാകും”. ഉവ്വ്, ഞാൻ വിശ്വസിച്ചു. ഗർർർ..... ഞാനിത്തിരി

ഭേദപ്പെട്ടു, അല്പം തടിവെച്ചു, എനിക്ക് കുറച്ചൊക്കെ സൗന്ദര്യവും ഉണ്ടായിരുന്നു, വേനക്കാലങ്ങളിൽ ആൽപ്സ് താഴ്വരയിലെ ഗ്രനോബിൾ പട്ടണത്തിൽ ഒട്ടിപ്പിടിച്ച കറുത്ത നിരകളായി ഞങ്ങൾ പുറത്തിറങ്ങി നടക്കുമ്പോൾ, പരുത്തി വസ്ത്രങ്ങൾ ധരിച്ച പെൺകുട്ടികളെ കാണുമായിരുന്നു, ഞാൻ നോട്ടം മാറ്റിയതേയില്ല, എനിക്കവരെ വെറുപ്പായിരുന്നു, ചിലപ്പോഴൊക്കെ അവർ ചിരിക്കും, അവരെന്നെ അധിക്ഷേപിക്കുന്നതിനായി ഞാൻ കാത്തിരുന്നു. അത്തരം സന്ദർഭങ്ങളിൽ എന്റെ ചിന്ത– 'അവരെന്നെ തൊഴിക്കട്ടെ, എന്റെ മുഖത്ത് കാർക്കിച്ചു തുപ്പട്ടെ', എന്നായിരുന്നു. പക്ഷേ സത്യത്തിൽ അവരുടെ ചിരി അതുതന്നെയാണ് ചെയ്തത്, മുനവെച്ച കൊള്ളിവാക്കുകൾ പതിയിരുന്ന ചിരി എന്നെ പിച്ചിച്ചീന്തി, ആ അധിക്ഷേപവും യാതനയും എനിക്കെത്ര മധുരമായാണ് അനുഭവപ്പെട്ടതെന്നോ! എന്റെ കുമ്പസാരം ഏറ്റുവാങ്ങിയ പുരോഹിതന് ഞാൻ എന്റെ മേൽ ഈ വിധം കുറ്റാരോപണങ്ങൾ കോരിച്ചൊരിയുന്നത് മനസ്സിലാക്കാനേ ആയില്ല. 'അല്ലല്ല അങ്ങനെയല്ല. നിങ്ങളിൽ നന്മകളുണ്ട്'!– കൊള്ളാം! പുളിച്ച വീഞ്ഞല്ലാതെ എന്റെയുള്ളിൽ ഒന്നുമില്ലായിരുന്നു, ഒരു വിധത്തിൽ അതും നല്ല കാര്യം തന്നെ. കാരണം ചീത്തയല്ലാത്ത മനുഷ്യൻ നന്നാവുന്നതെങ്ങനെ? എന്നെ പഠിപ്പിച്ചതിൽ നിന്നെല്ലാം ഇക്കാര്യം ഞാൻ നല്ലപോലെ മനസ്സിലാക്കിയെടുത്തിരുന്നു. ഈയൊരു കാര്യം, ഒരൊറ്റ വസ്തുതയാണ് ഞാൻ, മരമണ്ടനായ മിടുക്കൻ കുട്ടി, ഗ്രഹിച്ചെടുത്തത്, എന്നിട്ട് ഞാനതിനെ യുക്തിയുക്തം ലക്ഷ്യത്തിലെത്തിച്ചു. ശിക്ഷകൾ ചോദിച്ചു വാങ്ങി, നിത്യസാധാരണതയെക്കുറിച്ച് പരാതിപ്പെട്ടു, ചുരുക്കത്തിൽ മറ്റുള്ളവരുടെ ശ്രദ്ധയിൽപ്പെടുന്ന ഉദാഹരണമായിത്തീരണം എന്നു മോഹിച്ചു, അങ്ങനെ എന്നെ ആ നിലക്കെത്തിച്ചതെന്തെന്നു കണ്ടറിഞ്ഞ് ജനങ്ങൾ അതിന് മഹത്വം നല്കും, എന്നിലൂടെ എന്റെ പ്രഭുവിനെ വാഴ്ത്തും.

കൊടും സൂര്യൻ ഉദിച്ചുയരുകയാണ്. മരുഭൂമിയുടെ നിറം മാറുന്നു, അതിന് പർവ്വതങ്ങളുടെ നീലലോഹിത വർണ്ണം നഷ്ടമായിരിക്കുന്നു. ഹോ എന്റെ പർവ്വതനിരകൾ, മഞ്ഞ്, നനുത്ത മൃദുവായ മഞ്ഞുപുതപ്പ്! അല്ലല്ല ഇതിനിപ്പോൾ ചാരനിറം കലർന്ന മഞ്ഞയാണ്, അത്യുജ്ജ്വലമായി പ്രകാശിക്കുന്നതിനു തൊട്ടു മുമ്പത്തെ അവലക്ഷണം പിടിച്ച മുഹൂർത്തം. ശൂന്യം, ഇവിടം മുതൽ അങ്ങു ദൂരെ ഭൂതലം മൃദുല ബഹുവർണ്ണവൃത്തമായി മറയുന്ന ചക്രവാളം വരെ ശൂന്യം. എനിക്കു പിന്നിൽ തഗാസയെ മറച്ചുപിടിക്കുന്ന മണൽക്കുന്നിലേക്കുള്ള ഒറ്റയടിപ്പാത. തഗാസ! ആ പേര് ഉരുക്കുക്കട്ടപോലെ എന്റെ തലക്കകത്ത് കിടന്നടിക്കാൻ തുടങ്ങിയിട്ട് ഒരുപാട് വർഷങ്ങളായി. ആ പേര് എന്നോട് ആദ്യം പറഞ്ഞത് മഠത്തിലേക്കു തിരിച്ചെത്തിയ, മിക്കവാറും അന്ധനായിത്തീർന്ന ഒരു വൃദ്ധ പാതിരിയായിരുന്നു. പക്ഷെ ഞാനെന്തിനാണ് 'ആദ്യം' എന്നു പറയുന്നത്, അയാളൊരാൾ മാത്രമല്ലേ പറഞ്ഞുള്ളൂ? അയാളുടെ വിവരണങ്ങളിലെ

ലവണനഗരിയോ, സൂര്യപ്രഭയിൽ കണ്ണഞ്ചിക്കുന്ന ധവളഭിത്തികളോ അല്ല എന്നെ ആകർഷിച്ചത്, മറിച്ച് പ്രാകൃതരായ അവിടത്തുകാരുടെ ക്രൂരത കളാണ്, പുറമേനിന്നുള്ളവർക്കു ആ നഗരം അപ്രാപ്യമാണെന്നതാണ്, വൃദ്ധന്റെ അറിവിൽ ഒരാൾക്ക്, ഒരാൾക്കു മാത്രമേ അതിനകത്ത് കടന്നു കൂടാനായുള്ളൂ, ആ ഒരൊറ്റയാൾക്കു മാത്രമേ, കണ്ട കാഴ്ചകൾ പറയാ നായി ജീവനോടിരിക്കാനായുള്ളൂവത്രെ. അന്നാട്ടുകാർ അയാളെ ചാട്ടവാറു കൊണ്ടടിച്ച് മുറിവുകളിലും വായ്ക്കകത്തും ഉപ്പു നിറച്ച് മരുഭൂമിയിലേ ക്കോടിച്ചു. മറ്റൊരു കൂട്ടം നാടോടികൾ അയാളെ കണ്ടു, പതിവിനു വിപരീതമായി അവർക്കെന്തോ ദയ തോന്നി, വല്ലാത്തൊരു ഭാഗ്യം തന്നെ. അന്നു മുതൽ ഞാൻ വൃദ്ധന്റെ ആ കഥ സ്വപ്നം കണ്ടു, തീ തുപ്പുന്ന ഉപ്പുനിലവും ആകാശവും, മാന്ത്രികശക്തിയുടെ മൂലസ്ഥാനവും അതിന്റെ അടിമകളും- ഇതിനേക്കാളും പ്രാകൃതമായ, ആവേശജനകമായ മറ്റെ ന്തെങ്കിലും സങ്കൽപിക്കാനാകുമോ? അതെ ഇതാണ് എന്റെ ദൗത്യം, എനിക്കങ്ങോട്ടു പോകണം. എന്റെ പ്രഭുവിനെ അവർക്കു മുന്നിൽ വെളി പ്പെടുത്തണം.

എന്നെ നിരുത്സാഹപ്പെടുത്താനായി സെമിനാരിയിലുള്ളവരെല്ലാം ശ്രമിച്ചു, ഈ വിഷയത്തെപ്പറ്റി എന്നോട് ഒരുപാടു സംവദിച്ചു, കാത്തിരി പ്പിന്റെ ആവശ്യകതയെപ്പറ്റി, അത് മതപ്രചാരണത്തിനു പറ്റിയ നാടല്ലെന്ന്, എന്റെ ഒരുക്കങ്ങൾ പൂർത്തിയായിട്ടില്ലെന്ന്, പ്രത്യേകം തയ്യാറെടുപ്പുകളും പരീക്ഷകളും നടത്തേണ്ടതുണ്ടെന്ന്, ഞാനാരാണെന്ന് കണ്ടെത്തണ മെന്ന്, അതിനു ശേഷവും ഒട്ടനവധി പരീക്ഷകളുണ്ടെന്ന്, എന്നിട്ടേ ഇക്കാര്യം പരിഗണനക്കുപോലും എടുക്കാനാവൂയെന്ന്. പക്ഷേ കാത്തു കാത്തിരിക്കാനോ? - ഹോ ഇല്ലില്ല- പക്ഷേ ഇനി അവരങ്ങ് വല്ലാതെ നിർബന്ധം പിടിക്കയാണെങ്കിൽ പ്രത്യേക തയ്യാറെടുപ്പുകളും പരീക്ഷ ണങ്ങൾക്കും ഞാൻ തയ്യാർ, അതിവിടെയടുത്ത് ആൾജിയേഴ്സിൽ തന്നെ യാണല്ലോ, പക്ഷേ ബാക്കിയുള്ളതൊന്നും വേണ്ടെന്ന് ഞാൻ പറഞ്ഞു, മരത്തല ആട്ടിയാട്ടി ഞാൻ ആവർത്തിച്ചാവർത്തിച്ചു പറഞ്ഞു- ഏറ്റവും പ്രാകൃതജനങ്ങൾക്കിടയിൽ അവരെപ്പോലെ ജീവിച്ച്, മന്ത്രശക്തിയുടെ മൂലസ്ഥാനത്തു വെച്ചു തന്നെ അവർക്കു കാട്ടിക്കൊടുക്കണം എന്റെ പ്രഭുവിന്റെ സത്യം നീണാൾ വാഴുമെന്ന്. അവരെന്നെ അധിക്ഷേ പിച്ചേക്കും, പീഡിപ്പിച്ചേക്കും, പക്ഷേ എനിക്ക് അധിക്ഷേപങ്ങളെ, പീഡന ങ്ങളെ പേടിയില്ല, എന്റെ പ്രകടനങ്ങൾക്ക് അതൊക്കെ അത്യന്താപേക്ഷി തമാണ്, എന്റെ സഹനശക്തി എനിക്ക് അവരുടെ മേൽ ആധിപത്യം നേടി ത്തരും, ശക്തനായ സൂര്യനെപ്പോലെ. ശക്തി, അതെ അതാണ് സദാ എന്റെ നാവിൻതുമ്പത്ത്, ഞാൻ സ്വപ്നം കണ്ടത് നിരുപാധികമായ ശക്തി യാണ്, മനുഷ്യരെ മുട്ടുകുത്തിക്കാനുള്ള ശക്തി, എതിരാളിയെ കൊമ്പു കുത്തിച്ച്, ചുരുക്കത്തിൽ അവനെ മാനസാന്തരപ്പെടുത്താനുള്ള ശക്തി,

അവനെത്രത്തോളം അന്ധനും ക്രൂരനുമാണോ, അവന് എത്രത്തോളം ആത്മവിശ്വാസമുണ്ടായിരുന്നോ എത്രത്തോളം സ്വന്തം വിശ്വാസങ്ങളിൽ ഉറച്ചു നിന്നുവോ അത്രത്തോളം അവനെ അടിയറവു പറയിപ്പിച്ചവന്റെ ശക്തി സ്ഥിരീകരിക്കപ്പെടുന്നു. ചെറുതായൊന്നു വഴിതെറ്റിപ്പോയ നല്ലവരെ മാനസാന്തരപ്പെടുത്തുകയെന്നത് ഞങ്ങളുടെ പാതിരിമാരുടെ ചെറിയ ലക്ഷ്യമാണ്. വലിയ വലിയ കാര്യങ്ങൾ സാധിച്ചെടുക്കാൻ മുതിരാതെ ഇത്തരം നിസ്സാരകാര്യങ്ങളിൽ അവർ ഒതുങ്ങി നില്ക്കുന്നതിനെ ഞാൻ അപലപിച്ചു, അവർക്കില്ലാത്ത ആത്മവിശ്വാസം എനിക്കുണ്ടായിരുന്നു, എന്റെ പീഡകർ തന്നെ എന്നെ അംഗീകരിക്കണമെന്ന്, അവരെ മുട്ടുകുത്തിച്ച് അവരെക്കൊണ്ട് 'പ്രഭോ ഇതു നിന്റെ വിജയം' എന്നു പറയിപ്പിക്കണമെന്ന് ഞാനാഗ്രഹിച്ചു, ചുരുക്കത്തിൽ വെറും വാക്കുകളുടെ ബലത്തിൽ ഒരു പറ്റം ദുഷ്ടരെ കീഴടക്കി ഭരിക്കുക. ഓ! ഈ വിഷയത്തെക്കുറിച്ച് യുക്തയുക്തം സംവദിക്കാനാകുമെന്ന് എനിക്കുറപ്പുണ്ടായിരുന്നു. മറ്റൊന്നിലും അത്രത്തോളം തീർച്ചയുണ്ടായിരുന്നില്ലെങ്കിലും, ഒരാശയം മനസ്സിലുദിച്ചാൽ പിന്നെ അതങ്ങ് ഉപേക്ഷിക്കുന്ന കൂട്ടത്തിലായിരുന്നില്ല ഞാൻ, അതാണെന്റെ സവിശേഷശക്തി, അതെ, അവരൊക്കെ സഹതപിച്ചവന്റെ സവിശേഷശക്തി.

സൂര്യൻ മേലോട്ടു കയറിയിരിക്കുന്നു, എന്റെ നെറ്റിത്തടം ചുട്ടുപൊള്ളുന്നു. എനിക്കു ചുറ്റും, കല്ലുകൾ പൊട്ടിപ്പിളരുന്ന അമർന്ന ശബ്ദം. തോക്കിൻ കുഴലിനു മാത്രമേ തണുപ്പുള്ളൂ, സായാഹ്ന മഴ വീണ മൈതാനങ്ങളെപ്പോലെ കുളിർമ, പണ്ടു പണ്ട് സൂപ്പു തിളച്ചുകൊണ്ടിരിക്കേ അവർ, എന്റെ അച്ഛനുമമ്മയും എനിക്കു വേണ്ടി കാത്തിരിക്കും, ഇടക്കൊക്കെ എന്നെ നോക്കി പുഞ്ചിരിക്കും, ഒരു വേള ഞാനും അവരെ സ്നേഹിച്ചിരിക്കണം. പക്ഷേ അതൊക്കെ അങ്ങ് വിദൂരമായ ഭൂതകാലത്താണ്, ഇപ്പോഴിതാ ഇവിടെ ഒറ്റയടിപ്പാതയിൽ നിന്ന് ചൂടു പടലം ഉയർന്നു പൊങ്ങുന്നു, സുവിശേഷപ്രചാരകനേ, വരൂ ഞാൻ നിനക്കു വേണ്ടി കാത്തിരിക്കുകയാണ്, സന്ദേശങ്ങൾക്ക് എങ്ങനെ മറുപടി നല്കണമെന്ന് ഇപ്പോഴെനിക്കറിയാം, എന്റെ പുതിയ യജമാനന്മാർ എന്നെ അതു പഠിപ്പിച്ചിട്ടുണ്ട്, എനിക്കറിയാം അവരു പറയുന്നതു ശരിയാണെന്ന്, സ്നേഹത്തെക്കുറിച്ചുള്ള ചോദ്യത്തിന് നിങ്ങൾക്ക് ഉത്തരം പറയേണ്ടി വരും. അൾജിയേഴിസിലെ സെമിനാരിയിൽ നിന്ന് ഒളിച്ചോടിയപ്പോൾ എനിക്ക് പ്രാകൃതരെപ്പറ്റി മറ്റൊരഭിപ്രായമായിരുന്നു, എന്റെ സങ്കല്പങ്ങളിലെ ഒരൊറ്റ വിശദാംശം മാത്രമേ സത്യമായിരുന്നുള്ളൂ- അവർ ക്രൂരന്മാരാണെന്നത്. ഭണ്ഡാരത്തിൽ കവർച്ച നടത്തി, മേലങ്കി ഉരിഞ്ഞെറിഞ്ഞ്, അറ്റ്ലസ് പർവ്വതനിരകളും, പീഠഭൂമിയും മണലാരണ്യവും ഞാൻ കടന്നു, സഹാറ മരുഭൂമിയിലൂടെ ഓടിയിരുന്ന ബസ്സിലെ ഡ്രൈവർ എന്നെ പരിഹസിച്ചു; 'അങ്ങോട്ടു പോകല്ലേ' എന്താണാവോ ഇവരിലൊക്കെ കടന്നു കൂടിയത്, നൂറുനൂറു കിലോമീറ്ററുകളോളം കാറ്റു വീശുന്ന മരുഭൂമി;

കാറ്റിനഭിമുഖമായി മുന്നോട്ടു പിന്നോട്ടും, വീണ്ടും മലനിരകൾ, കറുത്ത പർവ്വതശിഖരങ്ങളും ഉരുക്കുപോലെ മൂർച്ചയുള്ള മലനിരകളും. പിന്നെ ചുട്ടുപഴുത്ത് ആർത്തനാദം മുഴക്കുന്ന തവിട്ടുനിറത്തിലുള്ള കല്ലുകളുടെ കരകാണാകടൽ, അഗ്നി വമിക്കുന്ന അനേകായിരം കണ്ണാടിച്ചില്ലുകൾ. ഒരു വഴികാട്ടിയുടെ സഹായത്തോടെ എല്ലാം താണ്ടി, ആ സ്ഥലത്തേക്ക്, അവിടേക്കെത്തി, വെളുത്തവരുടെ നാടിനും കറുത്തവരുടെ ഭൂപ്രദേശത്തിനും ഇടയ്ക്കുള്ള സ്ഥലം- ലവണനഗരി. വഴികാട്ടി എന്റെ പൈസ തട്ടിയെടുത്തു, ശുദ്ധഹൃദയനായ ഞാൻ അതയാളെ കാണിച്ചിരുന്നു. അയാൾ എന്നെ ഈ ഒറ്റയടിപ്പാതയിൽ എത്തിച്ചു- ഏതാണ്ട് ഇവിടം വരെ. എന്നെ തൊഴിച്ച ശേഷം. അയാൾ പറഞ്ഞു- 'ഈ ബഹുമതി എനിക്കിരിക്കട്ടെ. എടാ പട്ടീ, അതാ അതാണ് വഴി. ചെന്നോ, ബാക്കിയൊക്കെ അവരു കാണിച്ചു തരും.' ശരിയാണ്, അവരെനിക്കു കാണിച്ചു തന്നു, രാത്രിയല്ലാതെ മറ്റൊരിക്കലും അടങ്ങാത്ത, സദാ സമയവും അഹങ്കാരത്തോടെ, തീക്ഷ്ണതയോടെ, ഇതാ ഈ നിമിഷം എന്റെമേൽ പതിക്കുന്ന സൂര്യനെപ്പോലാണവർ, അസംഖ്യം ശൂലങ്ങൾ ഭൂമിയിൽ നിന്നു പൊന്തി വരുന്നപോലെ ഓ! ഒരിത്തിരി അഭയം, അതെ അഭയം, ആ വലിയ പാറക്കെട്ടിനടിയിലേക്ക്, എല്ലാം കൂടുതൽ സങ്കീർണ്ണമാകുന്നതിനു മുമ്പ്.

ഇവിടത്തെ തണൽ കൊള്ളാം. കണ്ണഞ്ചിപ്പിക്കുന്ന വെളുത്ത പ്രകാശവും അതികഠിനമായ ചൂടും വമിക്കുന്ന ഭീമൻ തൊട്ടിയിൽ, ഈ ലവണനഗരിയിൽ, എങ്ങിനെ ഒരാൾക്കു ജീവിക്കാനാകും? കട്ടപ്പാര കൊണ്ട് ചെത്തിയുണ്ടാക്കിയ മിനുസപ്പെടുത്താത്ത ഭിത്തികൾ തലങ്ങും വിലങ്ങും, കട്ടപ്പാരയുണ്ടാക്കിയ നീണ്ട മുറിപ്പാടുകളുടെ കണ്ണഞ്ചിക്കുന്ന പ്രതലങ്ങൾക്ക്, അങ്ങിങ്ങായി പറ്റിപ്പിടിച്ചിരിക്കുന്ന മണൽത്തരികൾ അല്പമൊരു മഞ്ഞനിറം പകരുന്നുണ്ടെങ്കിലും, കാറ്റടിക്കുമ്പോൾ എല്ലാ ധൂളികളും അപ്രത്യക്ഷമാവും, ചുമരുകളും മട്ടുപ്പാവുകളും കണ്ണഞ്ചിക്കുന്ന ധവളാഭയോടെ വെട്ടിത്തിളങ്ങും, മുകളിൽ തൊട്ടിയുടെ വക്കുവരെയെത്തുന്ന അതേ വിധം പൊടിതട്ടി വെടുപ്പാക്കിയ നീലാകാശം. അന്നൊക്കെ, എനിക്കു തോന്നുമായിരുന്നു ഞാൻ അന്ധനായിപ്പോകുമെന്നെന്ന്, വെളുത്ത മട്ടുപ്പാവുകളുടെ പ്രതലങ്ങളിൽ നിശ്ചലമായ വെട്ടിത്തിളങ്ങുന്ന അഗ്നി മണിക്കൂറുകളോളം കത്തിനില്ക്കുമ്പോൾ, അതിവിദൂരമായ ഭൂതകാലത്തിലെന്നോ ഇതൊരു കൂറ്റൻ ലവണപർവ്വതമായിരുന്നെന്ന്, പിന്നെ അവരൊന്നിച്ച് അതു തട്ടി നിരപ്പാക്കി, കുഴിതോണ്ടി, തുരന്ന് പാതകളും ഗൃഹാന്തർഭാഗങ്ങളും ജനാലകളും, ചെതുക്കിയെടുത്തതാണെന്ന പ്രതീതി, അല്ലെങ്കിൽ - അതെ ഇതാണ് കൂടുതൽ ശരി, ഈ ധവളാഭമായ നരകത്തെ തിളച്ച വെള്ളത്തിന്റെ അതിശക്തമായ പ്രവാഹത്തിലൂടെ വെട്ടിമുറിച്ചിരിക്കാം, ജൈവസാന്നിധ്യത്തിൽ നിന്ന് മുപ്പതുദിവസത്തെ യാത്രാദൂരത്തിൽ മണലാരണ്യത്തിന്റെ നടുക്കുള്ള ഈ പാതാളഗർത്തത്തിൽ, മറ്റാർക്കും ജീവിക്കാൻ സാധ്യമല്ലാത്ത ഈ സ്ഥലത്ത് തങ്ങൾക്കു

ജീവിക്കാനാകുമെന്ന് തെളിയിക്കാനായി. പകലത്തെ ചൂട് ജീവജാലങ്ങൾ തമ്മിലുള്ള പരസ്പരസമ്പർക്കം തീരെ അനുവദിച്ചു തരുന്നില്ല, അദൃശ്യമായ ജ്വാലകളും ചുട്ടുപഴുത്ത പരലുകളും അവർയ്ക്കിടയിൽ രക്ഷാകവാടം തീർക്കുന്നു, ആകസ്മികമായെത്തുന്ന രാത്രി അവരെ ഒറ്റക്കൊറ്റയ്ക്ക് ഉപ്പു പൊത്തുകളിൽ മരവിപ്പിക്കുന്നു, വരണ്ടുപോയ ഹിമസമുദ്രത്തിൽ അന്തി കഴിക്കേണ്ടി വന്നവർ, ഹിമഗൃഹങ്ങളിൽ തണുത്തു വിറയ്ക്കുന്ന കറുത്ത എസ്കിമോകൾ. കറുത്ത എസ്കിമോകൾ തന്നെ, കാരണം അവർ കറുത്ത വസ്ത്രധാരികളാണ്, നഖങ്ങൾക്കിടയിൽ പറ്റിപ്പിടിച്ചിരിക്കുന്ന കയ്പുള്ള ഉപ്പ് അവർ രുചിക്കും, തണുത്തു മരവിപ്പിക്കുന്ന രാത്രികളിൽ ഉറക്കത്തിൽ വിഴുങ്ങുകയും ചെയ്യും വെട്ടിത്തിളങ്ങുന്ന ചാലിലുള്ള ഒരേയൊരു ഉറവയാണവരുടെ കുടിവെള്ളം. അതിലെ ഉപ്പ് അവരുടെ കറുത്ത ഉടുപ്പുകളിൽ പാടുകളുണ്ടാക്കും, മഴയ്ക്കുശേഷം നിരങ്ങിനീങ്ങുന്ന ഒച്ചുകളുടെ നിരപോലെ.

മഴ!, പ്രഭോ! ഒരു നല്ല മഴ, നീണ്ട കനത്ത മഴ അങ്ങയുടെ സ്വർഗത്തിൽ നിന്ന് ഒരു മഴ! അങ്ങനെ വന്നാൽ ഈ നശിച്ച നഗരം പതുക്കെപ്പതുക്കെ കുതിർന്ന് ഇല്ലാതായിപ്പോകും, പതുക്കെ, എതിർത്തു നില്ക്കാനാവാതെ ഇടിഞ്ഞു വീഴും, കുത്തിയൊലിക്കുന്ന ചുണ്ണാമ്പുവെള്ളമായി, ഈ പ്രാകൃതരെ മണലാരണ്യത്തിലേക്ക് ഒഴുക്കിക്കൊണ്ടു പോകും. ഒരു മഴ, ഒരൊറ്റ മഴ, പ്രഭോ! പക്ഷേ ഞാനെന്താണീ പറയുന്നത് എന്ത് പ്രഭു? ഏതു പ്രഭു? ഇവരു തന്നേയല്ലേ പ്രഭുക്കളും യജമാനന്മാരും. അജൈവമായ വീടുകളിൽ, ഉപ്പുഖനികളിൽ മരണം വരെ പണിയെടുക്കുന്ന കറുത്ത അടിമകളുടെ മേൽ അധികാരം ചെലുത്തുന്ന ഇവരല്ലേ യജമാനന്മാർ! വെട്ടിയെടുക്കപ്പെടുന്ന ഓരോ ഉപ്പുപാളിക്കും തെക്കൻ ദേശങ്ങളിൽ സ്വർണ്ണത്തിന്റെ വിലയാണത്രെ, മൂകരായി, മുഖത്ത് ദുഃഖാചരണത്തിന്റെ മുഖമറയുമായി ലവണധവളിമയാർന്ന നിരത്തിലൂടെ അവർ നടന്നു പോകുന്നു, രാത്രികളിൽ നഗരമാകമാനം ക്ഷീരസദൃശമായ മായക്കാഴ്ചയാകുമ്പോൾ അവർ കുനിഞ്ഞ്, തങ്ങളുടെ വീടുകളുടെ തണലിലേക്കു കടക്കുന്നു, ലവണഭിത്തികൾ അവിടെ മങ്ങിയേ പ്രകാശിക്കൂ. അവരുടേത് ലാഘവമായ ഉറക്കമാണ്, ഉണർന്നാലുടൻ അവർ ഉത്തരവുകൾ നല്കുകയായി, പീഡിപ്പിക്കുകയായി, തങ്ങൾ ഒരൊറ്റ ജനതയാണെന്ന് അവർ പറയുന്നു, അവരുടെ ദൈവമാണത്രെ ശരിയായ ദൈവം, അനുസരിച്ചേ മതിയാവൂ. അവരാണ് എന്റെ യജമാനന്മാർ, അവർക്ക് ദയയെന്തന്നറിയില്ല, എല്ലാ യജമാനന്മാരേയും പോലെ അവർക്കും തനിച്ചിരിക്കാൻ, തനിച്ച് മുന്നോട്ടു പോകാൻ, തനിച്ച് ഭരിക്കാനാണിഷ്ടം, കാരണം ഉപ്പിലും മണലിലും തണുത്തു പൊള്ളുന്ന ഒരു നഗരം കെട്ടിപ്പടുക്കാനുള്ള സാഹസവും ധൈര്യവും അവർക്കു മാത്രമേ ഉണ്ടായുള്ളൂ. ഞാനാണെങ്കിൽ.........

ചൂടു വർധിക്കുമ്പോൾ എന്തൊക്കെ കുഴപ്പങ്ങളാണ്, ഞാനിതാ വിയർത്തൊലിക്കുന്നു, അവർക്കതില്ല, ഈ തണലിനു പോലും ചൂടു പിടിച്ചു

തുടങ്ങി, എനിക്കു മുകളിലുള്ള കല്ലിൽ സൂര്യൻ പതിക്കുന്നത് ഞാനറിയുന്നു. അത് ആഘാതമാണ്, ചുറ്റിക കൊണ്ട് എല്ലാ കല്ലുകളിലും അടിക്കുന്നപോലെ. അത് സംഗീതമാണ്, മധ്യാഹ്നത്തിന്റെ വ്യാപകമായ സംഗീതം, നൂറുനൂറു കിലോമീറ്ററുകളോളം ദൂരം വരെ വായുവും കല്ലുകളും പ്രകമ്പനം കൊള്ളുന്നു, ഗർർ.... എനിക്ക് നിശ്ശബ്ദത കേൾക്കാനാകും, മുമ്പൊരിക്കൽ കേട്ടിരുന്നപോലെ. അതെ, ഇതേ നിശ്ശബ്ദതയായിരുന്നു, വർഷങ്ങൾക്കു മുമ്പ് കാവൽക്കാർ എന്നെ ചത്വരത്തിനു മധ്യത്തിലായി അവരുടെ മുന്നിലേക്ക് കൂട്ടിക്കൊണ്ടു പോയപ്പോൾ എന്നെ സ്വാഗതം ചെയ്തത്. അവിടെ സൂര്യവെളിച്ചത്തിൽ ചുരുൾ ചുരുളായുയർന്ന മട്ടുപ്പാവുകൾക്കു അടപ്പെന്നോണം ലവണഗർത്തത്തിന്റെ വക്കുവരെ എത്തിനിന്ന പരുത്ത നീലാകാശം. അവിടെ ഗർത്തത്തിനു മധ്യത്തിൽ മുട്ടുകുത്തിനിന്നു. ഭിത്തികളിൽ നിന്നു വമിച്ചിരുന്ന വാൾ കണക്കേയുള്ള ഉപ്പും തീയുമേറ്റ് എന്റെ കണ്ണുകൾ ചുട്ടുനീറി വഴികാട്ടിയുടെ മർദ്ദനമേറ്റ് ചെവികളിൽ നിന്ന് രക്തമൊഴുകി. തളർന്ന് വിവശനായ എന്നെ കറുത്ത ദീർഘകായരായ അവർ ഒരക്ഷരം പറയാതെ നോക്കി നിന്നു. നേരം നട്ടുച്ചയോടടുത്തിരുന്നു. ഉരുക്കുസൂര്യന്റെ ആഘാതത്തിൽ, ചുട്ടുപഴുത്ത ആകാശം ഒരു വെളുത്ത തകരഷീറ്റു പോലെ പ്രകമ്പനം കൊണ്ടു. ആ നിശ്ശബ്ദത, എനിക്കു കേൾക്കാനായിരുന്നു. അവരെന്നെ തുറിച്ച് നോക്കി, സമയം കടന്നു പോയി, അവരെന്നെ തുറിച്ചു നോക്കിക്കൊണ്ടേയിരുന്നു, എനിക്കവരുടെ നോട്ടം സഹിക്കാൻ വയ്യാതായി. ഞാൻ കിതക്കാൻ തുടങ്ങി. ശക്തിയായി, അതിശക്തിയായി അവസാനം ഞാൻ കരഞ്ഞു. അവർ പൊടുന്നനെ നിശ്ശബ്ദരായിത്തന്നെ എനിക്ക് പുറം തിരിഞ്ഞു നിന്നു, എന്നിട്ട് ഒരേ ദിശയിലേക്ക് നടന്നു നീങ്ങുകയും ചെയ്തു. അവർ തങ്ങളുടെ നീണ്ട വസ്ത്രങ്ങൾ അല്പമൊന്നുയർത്തിയപ്പോൾ കറുപ്പും ചുവപ്പും നിറമുള്ള പാദരക്ഷകളുടെ മുൻഭാഗം അല്പമൊന്നുയരുന്നതും കുതി ലാഘവമായി അമരുന്നതും കണ്ടു. ഉപ്പു പരലുകൾ തിളങ്ങുന്ന, കണങ്കാലുകൾ മാത്രമേ മുട്ടുകുത്തിയിരുന്ന എനിക്ക് കാണാനായുള്ളൂ, ചത്വരം വിജനമായപ്പോൾ അവരെന്നെ വലിച്ചിഴച്ച് അവരുടെ ദൈവത്തിന്റെ ആസ്ഥാനത്തിലേക്കു കൊണ്ടുപോയി.

ഇതാ ഇപ്പോൾ തലയ്ക്കു മുകളിലെ കനത്ത പാറയെ സൂര്യൻ കുത്തിത്തുളക്കേ ഈ പാറക്കെട്ടിലെ അഭയസ്ഥാനത്ത് ഞാൻ ചമ്രം പടിഞ്ഞിരിക്കുന്ന ഇരിപ്പു പോലെ ആസ്ഥാനത്തിലെ ഇരുട്ടിൽ ഞാൻ കുറേ ദിവസങ്ങൾ കഴിച്ചുകൂട്ടി, മറ്റുള്ളവയേക്കാളും അല്പം ഉയരത്തിൽ ജനാലകളില്ലാത്ത ലവണഭിത്തികളാൽ ചുറ്റപ്പെട്ട അറ, സദാ മിന്നിത്തിളങ്ങുന്ന രാത്രി. ചില ദിവസങ്ങളിൽ അവരെനിക്ക് ഒരു പാത്രം നിറയെ ഉപ്പു വെള്ളം തന്നു, പിന്നെ കോഴിത്തീറ്റ പോലെ എന്തോ ധാന്യമണികളും എറിഞ്ഞുതന്നു, ഞാനതു പെറുക്കിയെടുത്തു. പകൽനേരങ്ങളിലും വാതിൽ അടച്ചിട്ടിരുന്നു, എന്നാലും ഇരുട്ട് അത്രയ്ക്കങ്ങ് അസഹനീയമായിരുന്നില്ല, അദമ്യനായ

സൂര്യൻ ലവണ ഭിത്തികളിലൂടെ അകത്തേക്കു കടക്കുന്നെന്ന പ്രതീതി. വിളക്കില്ല, പക്ഷേ ചുമരിൽ തപ്പിത്തടയവേ എന്റെ കൈകൾ ചുമരിൽ തൂങ്ങിക്കിടന്നിരുന്ന ഉണങ്ങിയ പനയോലമാലകൾ സ്പർശിച്ചറിഞ്ഞു, ഒരറ്റത്ത് ഒരു കൊച്ചു വാതിലുണ്ടായിരുന്നു അത് ഭദ്രമായി അടച്ചിട്ടില്ലെന്ന് വിർത്തുമ്പുകൊണ്ടു തൊട്ടുനോക്കിയപ്പോൾ എനിക്കു മനസ്സിലായി. ഒരു പാടു ദിവസങ്ങൾക്കു ശേഷം- എനിക്ക് മണിക്കൂറുകളോ ദിവസങ്ങളോ എണ്ണാൻ കഴിഞ്ഞിരുന്നില്ല, പക്ഷെ ഏതാണ്ട് പത്തുതവണ എനിക്ക് ധാന്യ മണികൾ എറിഞ്ഞു തന്നിരുന്നു, വിസർജ്ജനത്തിനായി ഞാനൊരു കുഴി യുണ്ടാക്കിയിരുന്നു, അതു മൂടാൻ വൃഥാശ്രമവും നടത്തി, എങ്കിലും മൃഗ ക്കൂട്ടിലേതെന്നപോലെ നാറ്റം തങ്ങിനിന്നിരുന്നു- ഒരു പാടു ദിവസങ്ങൾക്കു ശേഷം വാതിൽ മലർക്കെ തുറന്ന് അവരകത്തേക്കു വന്നു.

ഒരാൾ എന്റെ നേർക്കു, ഞാൻ ചമ്രം പടിഞ്ഞിരിക്കുന്ന കോണിലേക്ക് വന്നു. ഉപ്പുകാറ്റ് കവിളുകളെ നീറ്റുന്നത് ഞാനറിഞ്ഞു, പനകളുടെ മണം ഞാൻ വലിച്ചെടുത്തു, അയാളെന്റെ നേരെ വരുന്നതും നോക്കി ഞാനി രുന്നു. എന്നിൽ നിന്ന് ഒരു വാര ദൂരത്ത് അയാൾ നിന്നു, നിശ്ശബ്ദനായി എന്നെ തുറിച്ചു നോക്കി, എന്തോ ആജ്ഞയാണോ, ഞാനെഴുന്നേറ്റു നിന്നു, തവിട്ടു നിറം, കുതിരയെപ്പോലുള്ള മുഖത്തെ ലോഹക്കണ്ണുകൾ തിളങ്ങി, അയാൾ കൈയുയർത്തി. അതേ നിർവ്വികാരതയോടെ എന്റെ കീഴ്ചുണ്ടിൽ പിടിച്ച് തൊലി മുറിയും വരെ പതുക്കെ തിരിച്ചു, എന്നിട്ട് പിടി വിടാതെ എന്നെ തിരിച്ച് നിർത്തി പുറകോട്ടേക്ക് മുറിയുടെ നടുവിലേക്കുന്തി, വേദന കൊണ്ട് ഭ്രാന്തു പിടിച്ച, വായിൽ നിന്നു ചോരയൊഴുകുന്ന എന്നെ അവിടെ മുട്ടുകുത്തിച്ചു, പിന്നെ ചുമരു ചാരി നിന്നിരുന്ന മറ്റുള്ളവരോടൊപ്പം ചേർന്നു. മലർക്കെ തുറന്നു കിടന്നിരുന്ന വാതിലിലൂടെ ഇടവിടാതെ അകത്തെത്തിയ പകൽവെളിച്ചത്തിന്റെ അസഹ്യമായ ചൂടിൽ ഞാൻ ആർത്തനാദം മുഴക്കുന്നത് അവർ നോക്കിനിന്നു. വെളിച്ചത്തിൽ പൊടുന്നനെ മന്ത്രവാദി പ്രത്യക്ഷപ്പെട്ടു, പനയോലത്തലമുടി, നെഞ്ചത്ത് കവചം, വൈക്കോലു കൊണ്ടുള്ള പാവാട, നഗ്നമായ കാലുകൾ, ചൂരലും കമ്പിയും കൊണ്ടുള്ള മുഖാവരണം, അതിൽ കണ്ണുകൾക്കു മാത്രമായി രണ്ടു ദ്വാരങ്ങൾ. അയാൾക്കു പിറകെ പാട്ടുകാർ, പിന്നെ സ്ത്രീകൾ, വർണ്ണശബളമായ കനത്ത വസ്ത്രങ്ങൾ, സ്ത്രീകളുടെ ശരീരം ഒട്ടും വെളിപ്പെടുത്തിയിട്ടില്ല. അവർ വാതിലിനു മുന്നിൽ നിന്ന് നൃത്തം ചെയ്തു, പരുക്കൻ നൃത്തം, താളമൊട്ടുമില്ല, ശരീരം കാര്യമായി അനങ്ങിയതേയില്ല, അവസാനം മാന്ത്രികൻ എനിക്കു പിന്നിലെ കൊച്ചു വാതിൽ തുറന്നു, യജമാനന്മാർ ഇളകിയില്ല, അവരെന്നെത്തന്നെ നോക്കുകയായിരുന്നു, ഞാൻ തിരിഞ്ഞു നോക്കി അവരുടെ പരദേവത! ഇരട്ടമഴുപോലത്തെ ശിരസ്സ്, സർപ്പത്തെ പ്പോലെ വളച്ചു വെച്ച ഇരുമ്പു മൂക്ക്.

അവരെന്നെ പരദേവതയുടെ മുന്നിലേക്ക്, പീഠത്തിനു താഴേക്ക് എടുത്തുകൊണ്ടു പോയി, കറുത്ത കയ്പേറിയ ദ്രാവകം കുടിപ്പിച്ചു,

അതോടെ എന്റെ തലയ്ക്കകത്ത് എരിപൊരി, ഞാൻ ചിരിക്കാൻ തുടങ്ങി, അപ്പോഴിതാണ് അധിക്ഷേപം, എന്നെ അധിക്ഷേപിച്ചിരിക്കുന്നു. അവരെന്നെ വിവസ്ത്രനാക്കി, തലയും ദേഹവും വടിച്ചു, എണ്ണ കൊണ്ട് കുളിപ്പിച്ചു, വെള്ളത്തിലും ഉപ്പിലും മുക്കിയ ചാട്ടവാറുകൾ കൊണ്ട് എന്റെ മുഖത്തടിച്ചു. ഞാൻ ചിരിച്ചു, തല തിരിച്ചു, പക്ഷേ ഓരോ തവണയും സ്ത്രീകൾ എന്റെ ചെവിക്കു പിടിച്ച് മുഖം മന്ത്രവാദിയുടെ നേർക്കാക്കി, എനിക്ക് അയാളുടെ ചതുരക്കണ്ണുകൾ മാത്രമേ കാണാനായുള്ളൂ, രക്താഭിഷിക്തനായ ഞാനപ്പോഴും ചിരിക്കുകയായിരുന്നു. അവർ നിർത്തി, ആരും എന്നോടു സംസാരിച്ചില്ല, എന്റെ തലക്കകത്ത് എല്ലാം കുഴഞ്ഞു മറിഞ്ഞു അവരെന്നെ പിടിച്ചുയർത്തി പരദേവതയെ നോക്കാൻ നിർബന്ധിതനാക്കി, എന്റെ ചിരി നിന്നുപോയിരുന്നു. എനിക്കു മനസ്സിലായി, ഞാനിവനു നിവേദിക്കപ്പെട്ടിരിക്കുന്നു, ഇവനെ സേവിക്കാൻ, ഇവനെ ആരാധിക്കാൻ, ഇല്ല, അതിൽ പിന്നീട് ഞാൻ ചിരിച്ചില്ല, ഭയവും വേദനയും എന്നെ ശ്വാസം മുട്ടിച്ചു. അവിടെ ആ ധവളഗൃഹത്തിൽ സൂര്യൻ അനവരതം തപിപ്പിച്ചു കൊണ്ടിരുന്ന ചുമരുകൾക്കിടയിൽ എന്റെ മുഖം മുറുകി വലിഞ്ഞു, സ്മൃതി നഷ്ടമായി, അതെ, ഞാനാ പരദേവതയോടു പ്രാർത്ഥിക്കാൻ ശ്രമിച്ചു, അയാളൊരുത്തനേയുള്ളൂ, എനിക്ക് ഈ ലോകത്തിൽ ഈ ബീഭത്സമുഖം ബാക്കിയുള്ള ലോകത്തോളം ഭീകരമല്ല. അപ്പോഴാണ് അവരെന്റെ കണങ്കാലുകളിൽ ഒരു ചുവടു വെക്കാവുന്ന വിധം കയറുകെട്ടിയത്, അവർ വീണ്ടും നൃത്തം ചെയ്തു, ഇത്തവണ പരദേവതക്കു മുന്നിൽ, യജമാനന്മാർ ഓരോരുത്തരായി പുറത്തേക്കു പോയി.

അവർക്കു പിന്നിൽ വാതിലടഞ്ഞപ്പോൾ, മന്ത്രവാദി വിറകുകൂട്ടി തീ കത്തിച്ചു. എന്നിട്ട് അഗ്നിക്കു ചുറ്റും തുള്ളിച്ചാടി, അയാളുടെ നീണ്ട നിഴൽ വെളുത്ത ചുമരുകളുടെ കോണുകളിൽ മുറിഞ്ഞു വീണു, പ്രതലങ്ങളിൽ ഇളകിയാടി, നൃത്തരൂപങ്ങളുടെ നിഴലുകൾ മുറിക്കുള്ളിൽ നിറഞ്ഞു നിന്നു. ഒരു മൂലയ്ക്ക് അയാൾ വരച്ച കള്ളിയിലേക്ക് ഒരു സ്ത്രീ എന്നെ വലിച്ചിഴച്ചു കൊണ്ടു പോയി, വരണ്ട സൗമ്യമായ കൈകൾ, അവരെന്റെ മുന്നിലേക്ക് ഒരു പാത്രം വെള്ളവും ഒരു കൊച്ചു കുമ്പാരം ധാന്യവും നീക്കി വെച്ചു, പരദേവതയെ ചൂണ്ടിക്കാട്ടി, എനിക്കു പിടികിട്ടി, ഞാനാ മൂർത്തിയിൽത്തന്നെ ദൃഷ്ടിയുറപ്പിക്കണമെന്നു സാരം. മന്ത്രവാദി അവരെ ഓരോരുത്തരായി തീക്കുണ്ഡത്തിനടുത്തേക്ക് വിളിച്ചു, ചിലരെ അടിച്ചു, അവർ കരഞ്ഞു എന്നിട്ട് മുന്നിൽ പരദേവതയ്ക്കു മുന്നിൽ, എന്റെ പുതിയ ദൈവത്തിനു മുന്നിൽ സാഷ്ടാംഗം നമസ്കരിച്ചു, മന്ത്രവാദി നൃത്തം ചെയ്തുകൊണ്ടേയിരുന്നു, ഒരുത്തിയെ ഒഴികെ മറ്റെല്ലാവരേയും മുറിയിൽ നിന്നു പുറത്താക്കി, ആ യുവതി പാട്ടുകാരുടെ അടുത്ത് ഇരിക്കുകയായിരുന്നു, അവൾക്കിനിയും അടി കിട്ടിയിട്ടില്ല. അയാൾ അവളുടെ മുടിക്കു പിടിച്ച്, മുടി കൈത്തണ്ടയിൽ ചുറ്റിച്ചുറ്റി അവളെ എഴുന്നേൽപ്പിച്ചു, അവൾ പിന്നിലേക്കു ചാഞ്ഞു, കണ്ണുകൾ തുറിച്ച് പിറകോട്ടു വീഴുന്നതുവരെ.

പിടിവിട്ട് മന്ത്രവാദി ഉറക്കെ അട്ടഹസിച്ചു, പാട്ടുകാർ ചുമരിനു നേരെ തിരിഞ്ഞു, ചതുരക്കണ്ണുകൾക്കു പിറകിൽ അട്ടഹാസം അസഹനീയ മായവിധം ഉച്ചത്തിലായി, അപസ്മാരം പിടിപെട്ടപോലെ യുവതി തറയിൽ കിടന്നുരുണ്ടു, അവസാനം നാല്ക്കാലിയെ പോലെ നിന്ന് ശിരസ്സ് കൈകൾക്കിടയിൽ തിരുകി അവളും ഉറക്കെയെങ്കിലും അടക്കിയ പൊള്ള യായ ശബ്ദത്തിൽ നിലവിളിച്ചു, ഈ അവസ്ഥയിൽ നിലവിളി നിർത്താതെ പരദേവതയിൽ നിന്ന് നോട്ടമകറ്റാതെ മന്ത്രവാദി അതി ക്രൂരമായി അവളെ പ്രാപിച്ചു. കനത്ത വസ്ത്രങ്ങളുടെ മടക്കുകൾ യുവതിയുടെ മുഖത്തെ മറച്ചുപിടിച്ചു. ഒറ്റപ്പെട്ടുപോയ ദിക്ഭ്രാന്തനായ, ഞാനും നിലവിളിച്ചു, അതെ മൂർത്തിയോടുള്ള ഭയം കൊണ്ട്, ഞാൻ അലറിവിളിച്ചു, ആരോ എന്നെ ചുമരിലേക്ക് ചവുട്ടിയെറിഞ്ഞു, ചുവരിലെ ഉപ്പ് ഞാൻ രുചിച്ചു, ഇന്നിപ്പോൾ, കൊല്ലേണ്ടിയിരുന്ന മനുഷ്യനെ കാത്തിരിക്കുന്ന ഞാൻ നാവില്ലാത്ത വായ കൊണ്ട് ഈ കല്ലു കടിക്കുന്നപോലെ.

ഇപ്പോൾ സൂര്യൻ ആകാശത്തിന്റെ മധ്യത്തിൽ നിന്ന് അല്പം നീങ്ങി യിരിക്കുന്നു. പാറക്കെട്ടിലെ വിടവുകളിലൂടെ വെളുത്ത ലോഹത്തകിടു പോലുള്ള ആകാശത്തിൽ അതുണ്ടാക്കുന്ന ദ്വാരങ്ങൾ എനിക്കു കാണാ നാകും, എന്റെ വാചാലമായ മുഖദ്വാരം, വർണ്ണരഹിതമായ മണലാരണ്യ പ്പരപ്പിലേക്ക് നിരന്തരം തീപ്പുഴകളൊഴുക്കുന്ന മുഖദ്വാരങ്ങൾ. എനിക്കു മുന്നിലുള്ള ഒറ്റയടിപ്പാത ശൂന്യം, ചക്രവാളത്തിൽ പൊടിപടലമില്ല, എനിക്കു പുറകിൽ അവരെന്നെ അന്വേഷിക്കുകയാവും, അല്ല, അതിനുള്ള സമയ മായിട്ടില്ല, ഉച്ചതിരിഞ്ഞ് വളരെ വൈകിയിട്ടേ അവർ ആ വാതിലു തുറക്കാ റുള്ളൂ, പകലു മുഴുവനും സന്നിധാനം വൃത്തിയാക്കി, പുതിയ നൈവേദ്യ ങ്ങൾ എടുത്തു വെച്ചശേഷം പുറത്തേക്കിറങ്ങാൻ എനിക്കല്പം സമയം കിട്ടുമായിരുന്നു, ആചാരാനുഷ്ഠാനങ്ങളും ആഭിചാരങ്ങളും വൈകുന്നേ രമേ തുടങ്ങൂ, അപ്പോൾ ഇടക്കൊക്കെ എനിക്ക് അടി കിട്ടുമായിരുന്നു, മറ്റു ചിലപ്പോൾ എല്ലായ്പ്പോഴുമില്ല, ഞാൻ ആ പരദേവതയെ പൂജിച്ചു, ആ രൂപം എന്റെ സ്മരണയിൽ മാത്രമല്ല, പ്രതീക്ഷയിലും ഇരുമ്പിലെന്നപോലെ ആലേഖനം ചെയ്യപ്പെട്ടിട്ടുണ്ട്. ഇതിനു മുമ്പൊരിക്കലും ഒരു ദൈവം ഇത്തരത്തിൽ എന്നെ അടിമപ്പെടുത്തുകയോ എന്നിൽ ആവേശിക്കുകയോ ചെയ്തിട്ടില്ലായിരുന്നു, എന്റെ ജീവിതം മുഴുവനും രാവും പകലും അവനു സമർപ്പിക്കപ്പെട്ടു, വേദനയും വേദനയില്ലായ്മയും അതൊക്കെ എന്തൊരാ നന്ദമാണ്, എല്ലാം ആ ദൈവം കാരണമല്ലേ?, പിന്നെ ഭോഗാസ്കതി, കണ്ണു കൊണ്ട് കാണാതെ, കാതിലൂടെ ശ്രവിച്ചുകൊണ്ട് എന്നെന്നും അത്തരം വികാരരഹിതമായ, നികൃഷ്ടമായ കർമ്മത്തിനു സാക്ഷ്യം വഹിക്കേണ്ടി വന്നു. കാരണം ചുമരിലേക്കു നോക്കിയിരുന്നില്ലെങ്കിൽ അടി വീഴുമായി രുന്നു. ഉപ്പുഭിത്തിയിലേക്കു മുഖം തിരിച്ച് മൃഗസദൃശമായ നിഴലുകൾ ചുമ രിലൂടെ നീങ്ങുന്നതു നോക്കികൊണ്ട്, ഞാൻ കാതോർത്തു, നീണ്ട വിലാപ ങ്ങൾ, എന്റെ തൊണ്ട വറ്റി വരണ്ടു പോയി, ലൈംഗികമല്ലാത്ത ഒരു ദാഹം

കൊടിലു പോലെ എന്റെ നെറ്റിക്കിരുവശവും വയറ്റിലും കൊളുത്തി വലിച്ചു. അങ്ങനെ ദിവസങ്ങൾ ഒന്നിനു പുറകെ ഒന്നായി ഒഴുകിപ്പോയി. എനിക്ക വയെ വേർതിരിച്ചറിയാനായില്ല, ഉഗ്രതാപത്തിൽ, ഉപ്പുഭിത്തികളിൽ നിന്നുള്ള പ്രകമ്പനത്തിൽ ദിവസങ്ങളൊക്കെ ഉരുകിയൊലിച്ചപോലെ, കൃത്യമായ ഇടവേളകളിൽ വേദനയുടേയും കീഴ്പെടുത്തലിന്റേയും വിലാപങ്ങൾ പൊട്ടിപ്പുറപ്പെടുന്ന വെറും അലയടികളായി മാറി. ഓരോ ദിവസവും സുദീർഘമായ, അനന്തമായ സമയം, അതിൽ പരദേവത വാണരുളി. എന്റെ അഭയകേന്ദ്രമായ ഈ പാറക്കെട്ടുകളുടെ മേൽ തീക്ഷ്ണസൂര്യ നെന്നപോലെ. അന്നത്തെപ്പോലെ ഇന്നും ഞാൻ കരയുന്നു, അസന്തു ഷ്ടിയും ആഗ്രഹവും കൊണ്ട്, ഒരു ദുഷ്ടപ്രതീക്ഷ എന്നെ തപിപ്പി ക്കുന്നു, വിശ്വാസവഞ്ചന നടത്തണം, ഞാനെന്റെ തോക്കിൽ കുഴലിൽ ചുംബിക്കുന്നു, അതിനുള്ളിലെ ആത്മാവിനെ, അതെ, അതിന്റെ ആത്മാവിനെ, തോക്കുകൾക്കു മാത്രമേ ആത്മാവുള്ളൂ, -ഹോ! അതെ, അവരെന്റെ നാക്ക് അറുത്തെടുത്ത ദിവസം, വിദ്വേഷത്തിന്റെ അനശ്വരാ ത്മാവിനെ ആരാധിക്കാൻ ഞാൻ പഠിച്ചു.

എന്തൊരു കുഴപ്പം! എന്തൊരു രോഷം! ഗർഗർ..... ചൂടും രോഷവും കൊണ്ട് വെകിളി പിടിച്ച് തോക്കിനുമേൽ കമിഴ്ന്നു കിടക്കുകയാണ് ഞാൻ. ആരാണവിടെ കിതക്കുന്നത്? അവസാനിക്കാത്ത ഈ ചൂട്, ഈ കാത്തി രിപ്പ് എനിക്കു സഹിക്കാനാവുന്നില്ല, കൊല്ലണം, എനിക്ക് അവനെ കൊല്ലണം. ശൂന്യം, ഒരു പക്ഷി. ഒരു പുൽത്തുമ്പ്, ഒരു കല്ല്, ഒരു വരണ്ട മോഹം, അവരുടെ വിലാപങ്ങൾ, എന്റെയുള്ളിലെ ഈ നാവ് സംസാരിച്ചു കൊണ്ടേയിരുന്നു, മുറിച്ചെറിഞ്ഞതിനുശേഷം നീണ്ട, രാത്രികളിൽ നില യ്ക്കാത്ത യാതന, വെള്ളം പോലുമില്ലാതെ, ഉപ്പറയിൽ എന്റെ ദൈവത്തോ ടൊപ്പം തടവിലാക്കപ്പെട്ട ആ രാത്രിയെക്കുറിച്ച് സ്വപ്നം കാണും. തണുത്ത നക്ഷത്രങ്ങളുടെ കറുത്ത ഉറവകളുമുള്ള രാത്രിക്കു മാത്രമേ എന്നെ രക്ഷി ക്കാനാകൂ, മനുഷ്യജാതിയുടെ ദുഷ്ടദൈവങ്ങളിൽ നിന്ന് എന്നെ എടുത്തു കൊണ്ടു പോകാനാവൂ, പക്ഷേ തടവിലാക്കപ്പെട്ട എനിക്ക്, അതേപ്പറ്റി, രാത്രി യെപ്പറ്റി സങ്കൽപ്പിക്കാനായില്ല. പുതുമുഖം കുറച്ചുകൂടി വൈകിച്ചാൽ, എനി ക്കതു കാണാനെങ്കിലും ആയെന്നു വരും, മരുഭൂമിയിൽ നിന്നുയർന്ന് അത് ആകാശവും മുഴുവനും വ്യാപിക്കുന്നത്, അന്ധകാരത്തിന്റെ മൂർധന്യ ത്തിൽ നിന്ന് തൂങ്ങിയാടുന്ന ശീതളസുവർണ്ണമുന്തിരിവള്ളി, അതിൽ നിന്ന് എനിക്ക് യഥേഷ്ടം പാനം ചെയ്യാം, ചടുലമായി ഒരു മാംസപേശിക്കും ഇനിയൊരിക്കലും പുനരുദ്ധരിക്കാനാവാത്ത വിധം ഉണങ്ങി വരണ്ട ഈ തമോദ്വാരത്തെ നനക്കാം, ആ ദിവസത്തെക്കുറിച്ച്, ഭ്രാന്ത് എന്റെ നാവിനെ അപഹരിച്ച ആ ദിവസത്തെ എന്നെന്നേക്കുമായി മറക്കാം.

എന്തൊരു ചൂടായിരുന്നെന്നോ, ശരിക്കും വല്ലാത്ത ചൂട്, ഉപ്പ് ഉരുകുക യായിരുന്നു, അതോ എനിക്കങ്ങനെ തോന്നിയതോ, കാറ്റിൽ എന്റെ കണ്ണുകൾ ചുട്ടുനീറി, മന്ത്രവാദി കടന്നുവന്നു, മുഖമൂടിയില്ലാതെ. ചാര

നിറത്തിലുള്ള വൈക്കോൽ പാവാടയിൽ ഏതാണ്ട് നഗ്നൻ, അയാളുടെ പുറകിൽ ഒരു പുതിയ സ്ത്രീ, അവളുടെ മയക്കമാർന്ന മുഖത്ത് പരദേവതയുടെ വൈരൂപ്യം നിറഞ്ഞ മുഖം മുഖാവരണമെന്നോണം പച്ച കുത്തിയിരുന്നു. മന്ത്രവാദി അറ്റത്തുള്ള കൊച്ചു വാതിൽ തുറന്നപ്പോൾ ദൈവത്തിനു മുന്നിൽ കുഴഞ്ഞുവീണ അവളുടെ മെലിഞ്ഞു പരന്ന ശരീരത്തിനു അല്പം മാത്രമേ ജീവനുണ്ടായിരുന്നുള്ളൂ. എന്നിട്ട് എന്നെ നോക്കുക പോലും ചെയ്യാതെ അയാൾ പുറത്തേക്കു പോയി, ചൂട് കൂടുകയായിരുന്നു, ഞാനിളകിയില്ല, നിശ്ചലമായി കിടന്നിരുന്ന സ്ത്രീ ശരീരത്തിനു മുകളിലൂടെ പരദേവതയുടെ കണ്ണുകൾ വികസിച്ചു, എന്നെ തുറിച്ചു നോക്കി, എന്റെ കാലുകൾ അവളെ സ്പർശിച്ചു, ചൂടിന്റെ അട്ടഹാസം, ഒരു വാക്കുമുരിയാടാതെ എന്നെ തുറിച്ചു നോക്കിക്കൊണ്ട് സാവധാനം മലർന്നുകിടന്ന്, കാലുകൾ വലിച്ചുയർത്തി, അവൾ മൃദുവായി കാൽമുട്ടുകൾ വിടർത്തി. പക്ഷേ ഉടനെത്തന്നെ, ഗർഗർഗർഗർ... മന്ത്രവാദി എന്നെ കാത്തു കിടക്കുകയായിരുന്നെന്നു തോന്നുന്നു, അവരെല്ലാവരും അകത്തെത്തി എന്നെ ആ സ്ത്രീയിൽ നിന്ന് പറിച്ചെടുത്തു, എന്നെ അടിച്ചു പതം വരുത്തി, ആ പാപഭൂയിഷ്ടമായ സ്ഥലത്ത്, എന്തു പാപം, ഏതു പാപം? എവിടെ? ഞാൻ ചിരിക്കുകയായിരുന്നു, എവിടെ, നേരും നെറിയുമെവിടെ? അവരെന്നെ ചുമരിനോടു ചേർത്തു നിർത്തി, ഉരുക്കുകൈകൾ എന്റെ താടിക്കു പിടിച്ചു, വേറൊന്ന് വായ തുറപ്പിച്ച്, നാവു പിടിച്ചു വലിച്ചു, ചോര വരുന്നതു വരെ, ഞാനാണോ കാട്ടു ജന്തുവിനെപ്പോലെ അലറിവിളിച്ചു കരഞ്ഞത്, തണുത്ത ലോലമായ എന്തോ തടവുന്നപോലെ അതെ കുളിർമ്മയുള്ളതെന്തോ നാവിലൂടെ കടന്നുപോയി. രാത്രിയായി ബോധം വീണപ്പോൾ ഞാൻ തനിച്ചായിരുന്നു, ചുവരിനോടൊട്ടി, ഉണങ്ങി കട്ട പിടിച്ച ചോരയിൽ അഭിഷിക്തനായി, വായ്ക്കകത്ത് വിചിത്ര മണമുള്ള ഉണക്കപ്പുല്ലുകൾ കുത്തി നിറച്ചിരിക്കുന്നു, രക്തവാർച്ച നിന്നിരുന്നു, പക്ഷേ വായ്ക്കകത്ത് വല്ലാത്ത ശൂന്യതയും അതോടൊപ്പം ജൈവമായ, അതിദുസ്സഹമായ വേദനയും. എനിക്ക് എഴുന്നേൽക്കണമെന്നുണ്ടായിരുന്നു, ഞാൻ പുറകോട്ടു വീണുപോയി, മരിക്കുകയാണോ എനിക്കു സന്തോഷം തോന്നി, ഒന്നു മരിച്ചു കിട്ടിയിരുന്നെങ്കിൽ ഹോ! മരിക്കുന്നതിൽ എന്തെന്നില്ലാത്ത സന്തോഷമേ എനിക്ക് തോന്നിയുള്ളൂ, മരണം കുളിർമയേകും, അതിന്റെ നിഴലിൽ ഒരു ദൈവത്തിനും ഒളിച്ചിരിക്കാനാവില്ല.

ഞാൻ മരിച്ചിട്ടില്ല, ഒരു ദിവസം എഴുന്നേറ്റു നിന്നപ്പോൾ എന്നോടൊപ്പം ഒരു പുതിയതരം വിദ്വേഷവും ഉയിർത്തെഴുന്നേറ്റു നിന്നു, ഇടുക്കിലെ കൊച്ചുവാതിൽ തുറന്ന്, സന്നിധിയിലേക്കു കടന്ന് അതടച്ചു, ഞാൻ മനുഷ്യരെ വെറുത്തു, മുന്നിൽ പരദേവത. ഞാനകപ്പെട്ടുപോയ ആഴമേറിയ കുഴിയിൽ നിന്നുകൊണ്ട് അവനോടു പ്രാർത്ഥിക്കുക മാത്രമല്ല, അതിലധികവും ഞാൻ ചെയ്തു, ഞാനവനെ വിശ്വസിച്ചു, അന്നു വരെ വിശ്വസിച്ചു പോന്ന എല്ലാത്തിനേയും തള്ളിപ്പറഞ്ഞു. അവൻ വാഴ്ത്തപ്പെടട്ടെ!

ഇതാണ് ശക്തിയും അധികാരവും, നശിപ്പിക്കാം, പക്ഷേ മാനസാന്തരപ്പെടുത്താനാവില്ല, പരദേവതയുടെ തുരുമ്പു പിടിച്ച ശൂന്യദൃഷ്ടികൾ എന്റെ ശിരസ്സിനു മീതെ വിദൂരതയിലേക്ക്, വാഴ്ത്തപ്പെടട്ടെ! ഇതാണ് പ്രഭു, ലോകൈകപ്രഭു, ഈ പ്രഭുവിന്റെ ഒരേയൊരു സവിശേഷസ്വഭാവം ദ്രോഹബുദ്ധിയാണ്, നന്മ നിറഞ്ഞ പ്രഭുക്കൾ ഇല്ലേയില്ല. ആദ്യമായി, അധിക്ഷേപങ്ങൾ കാരണം എന്റെ ശരീരമാകെ വേദനകൊണ്ടു വിലപിച്ചു, ഞാനവനോട് അടിയറവും പറഞ്ഞു, അവന്റെ പീഢാവഹമായ നിർദ്ദേശങ്ങളെ ശിരസാ വഹിച്ചു, അവന്റെ ദുഷ്ടലോകമെന്ന സിദ്ധാന്തത്തെ ആരാധിച്ചു. സ്വന്തം രാജ്യത്തിലെ തടവുകാരൻ - ലവണപർവ്വതത്തിൽ നിന്ന് ചെതുക്കിയെടുത്ത വന്ധ്യനഗരി, പ്രകൃതിയിൽ നിന്നു വിച്ഛേദിക്കപ്പെട്ട്, മണലാരണ്യം പുഷ്പിണിയാകുന്ന അപൂർവ്വവും ക്ഷണികവുമായ ദൃശ്യം ഒരിക്കലും കാണാകാത്ത, സൂര്യനും മണൽപരപ്പിനും ചിരപരിചിതമെങ്കിലും അപ്രതീക്ഷിതവും യാദൃശ്ചികവുമായ കാർമേഘങ്ങളോ ക്ഷണികമായ കനത്ത മഴയോ പോലുള്ള സ്നേഹബന്ധങ്ങളുടെ തലോടലുകളിൽ നിന്ന്, ചിഹ്നങ്ങളിൽ നിന്ന് മാറ്റിനിറുത്തപ്പെട്ട അടുക്കും ചിട്ടയുമുള്ള നഗരി, ചുരുക്കത്തിൽ സമകോണും, സമചതുരാകൃതിയിലുള്ള അറകളും കഠോരമനുഷ്യരും - ഞാൻ സ്വേച്ഛയാ അവിടത്തെ പീഢിതനായ വിദ്വേഷം നിറഞ്ഞ പൗരനായി, മുമ്പു പഠിച്ചെടുത്ത സുദീർഘമായ ചരിത്രപാഠങ്ങൾ ഞാൻ തള്ളിപ്പറഞ്ഞു. എന്നെ തെറ്റിദ്ധരിപ്പിച്ചതായിരുന്നു, ദ്രോഹബുദ്ധിയുടെ ഭരണത്തിനു മാത്രമേ പോരായ്മകളില്ലാതുള്ളൂ, എന്നെ തെറ്റിദ്ധരിപ്പിച്ചു സത്യം സമചതുരമാണെന്ന്, തടിച്ചു കനത്ത അതിന് മറ്റു സവിശേഷതകൾ അനുവദനീയമല്ല, നന്മ ഒരു അലസസ്വപ്നമാണ്, നിരന്തരം നീട്ടിവെക്കുകയും, ക്ഷീണിപ്പിക്കുന്ന പ്രയത്നത്തോടെ സദാ പിന്തുടരുകയും ചെയ്യേണ്ടുന്ന ഒരാശയം, ഒരിക്കലും എത്തിച്ചേരാനാവാത്ത ലക്ഷ്യം, അതിന്റെ രാജ്യം അസംഭാവ്യമാണ്. തിന്മക്കേ അതിന്റെ ലക്ഷ്യത്തിലെത്തി രാജവാഴ്ച നടത്താനാവൂ, അതിനെ സേവിക്കൂ എന്നാലേ അതിന്റെ രാജ്യം സ്ഥാപിക്കാനാവൂ, അപ്പോൾ നമുക്കു കാണാം, പക്ഷേ എന്താണ് 'അപ്പോൾ' എന്നതിനർത്ഥം? തിന്മ മാത്രം. യൂറോപ്പും, യുക്തിയും, ആദരവും, കുരിശുമൊക്കെ പോയി തുലയട്ടെ. അതെ, എന്റെ യജമാനന്മാരുടെ മതത്തിലേക്ക് ഞാൻ പരിവർത്തനം ചെയ്യപ്പെടേണ്ടതായിരുന്നു, അതെ ശരിക്കും, ഞാനും ഒരടിമയായിരുന്നു, പക്ഷേ ഞാനും ദുർവൃത്തനായാൽ പിന്നെ ഞാൻ അടിമയല്ല, എന്റെ കാലുകളിൽ തളപ്പൂട്ടുണ്ടെങ്കിലും, വായിൽ നാവില്ലെങ്കിലും. ഹോ! ഈ ചൂട് എന്നെ ഭ്രാന്ത് പിടിപ്പിക്കും, അസഹ്യമായ പ്രകാശത്തിനു കീഴിൽ മരുഭൂമി എല്ലായിടത്തും അലറി വിളിക്കുന്നു, അവൻ കാരുണ്യവാനായ പ്രഭു, ആ പേരു തന്നെ എന്നെ വെകിളി പിടിപ്പിക്കുന്നു, ഞാനവനെ തള്ളിപ്പറയുന്നു, കാരണം എനിക്കവനെ മനസ്സിലായി. അവൻ സ്വപ്നം കണ്ടു, നുണ പറയാൻ തുനിഞ്ഞു അവന്റെ നാവു പിഴുതെടുക്കപ്പെട്ടു,

ഇനിയൊരിക്കലും അവന്റെ നുണകൾ ലോകത്തെ വഞ്ചിക്കാതിരിക്കാനായി, അവനിൽ ആണികൾ തറച്ചു കയറ്റി, ശിരസ്സിൽ പോലും, പാവം അവന്റെ ശിരസ്സ്, ഇതാ ഇപ്പോൾ എന്റേതുപോലെ, ആകെ കുഴഞ്ഞു മറിഞ്ഞു, ഞാനെത്ര ദുർബ്ബലനാണ്, ഭൂമി വിറച്ചില്ല, എനിക്കുറപ്പുണ്ട് ധർമ്മിഷ്ഠനായ ഒരുവനെയല്ല അവർ കൊന്നത്, അതു വിശ്വസിക്കാൻ ഞാൻ ഒരുക്കമല്ല, ധർമ്മിഷ്ഠരായ മനുഷ്യന്മാരില്ല, അധർമ്മനിരതരായ യജമാനന്മാരേയുള്ളൂ, അവർക്കേ നിർദാക്ഷിണ്യമായ യഥാർത്ഥരാജ്യം കൊണ്ടു വരാനാകൂ. അതെ ഉഗ്രദേവതയ്ക്കു മാത്രമേ ശക്തിയുള്ളൂ, അവനൊരുത്തനാണ് ലോകൈകദൈവം, അവന്റെ കല്പന വിദ്വേഷമാണ്, അതാണ് എല്ലാ ജീവന്റെയും ഉറവിടം, കുളിർമ്മയുള്ള ജലം, അതെ കുളിർമ്മ വായക്ക് കുളിർമ്മയും വയറ്റിന് എരിച്ചലും നല്കുന്ന പുതിന പോലെ.

അപ്പോഴാണ് എനിക്കു മാറ്റമുണ്ടായത്, അവരതു മനസ്സിലാക്കിയത്, കാണുമ്പോഴൊക്കെ ഞാനവരുടെ കൈകൾ മുത്തി, ഞാനവരുടെ ഭാഗത്തായിരുന്നു, അവരെ പ്രശംസിക്കുന്നതിൽ മടുപ്പുതോന്നിയില്ല, ഞാനവരെ വിശ്വസിച്ചു, എന്നെ അംഗഭംഗപ്പെടുത്തിയപോലെ എന്റെ കൂട്ടരേയും അംഗഭംഗപ്പെടുത്തുമെന്നാശിച്ചു. പിന്നെയാണ് കേട്ടത് പുതിയ സുവിശേഷപ്രചാരകൻ വരുന്ന വിവരം, എന്താണ് ചെയ്യേണ്ടതെന്ന് എനിക്കറിയാമായിരുന്നു. അന്ന് മറ്റെല്ലാ ദിവസങ്ങളിലുമെന്നപോലെ കണ്ണഞ്ചിക്കുന്ന പകൽ വെളിച്ചമായിരുന്നു. ഉച്ച തിരിഞ്ഞ് ഒരു കാവൽക്കാരൻ പൊടുന്നനെ നഗരിയുടെ അതിരിലൂടെ ഓടുന്നതു കാണായി, കുറച്ചു നിമിഷങ്ങൾക്കു ശേഷം എന്നെ മന്ത്രഗൃഹത്തിലേക്കു വലിച്ചിഴച്ചുകൊണ്ടു പോയി, വാതിലടച്ചു. ഒരുത്തൻ ഇരുട്ടിൽ എന്നെ തറയിൽ അമർത്തി കിടത്തി, തന്റെ കുരിശാകൃതിയിലുള്ള വാളോങ്ങി. ഒരുപാടു നേരത്തെ നിശ്ശബ്ദതയ്ക്കു ശേഷം പൊതുവെ ശാന്തമായ നഗരിയിൽ വിചിത്രമായ ശബ്ദങ്ങൾ കേട്ടു തുടങ്ങി. മനുഷ്യശബ്ദങ്ങൾ! അതു മനസ്സിലാക്കാൻ എനിക്കല്പം സമയമെടുത്തു, കാരണം അവരെന്റെ ഭാഷയാണ് സംസാരിച്ചിരുന്നത്, പക്ഷേ സംസാരം നിലച്ചതും വാള് കീഴോട്ട് എന്റെ കണ്ണിന്റെ നിരപ്പിലേക്കിറങ്ങി നിന്നു, കാവൽക്കാരൻ എന്റെ നേരെ തുറിച്ചു നോക്കി. സംസാരം കൂടുതൽ അടുത്തു വന്നു, രണ്ടു ശബ്ദങ്ങൾ. എനിക്കതു മനസ്സിലായി ഒരാൾ ചോദിക്കുന്നു- എന്താണീ കെട്ടിടത്തിന് കാവൽ? വാതിൽ പൊളിക്കണോ ലെഫ്റ്റനന്റ്? എന്ന്. മറ്റേയാൾ കടുപ്പിച്ചു പറഞ്ഞു വേണ്ട, എന്നിട്ട് ഒരു നിമിഷത്തിനു ശേഷം കൂട്ടിച്ചേർത്തു ഒരു ഉടമ്പടി ഉണ്ടായിട്ടുണ്ടെന്ന്, മതിലിനു പുറത്ത് താമസിക്കാമെന്നും നഗരിയിലെ ചട്ടവട്ടങ്ങൾ പാലിച്ചുകൊള്ളാമെന്നുമുള്ള ഒത്തുതീർപ്പിലൂടെ 20 പേരടങ്ങുന്ന സൈനിക സംഘത്തെ ലവണനഗരി അംഗീകരിച്ചിട്ടുണ്ടെന്ന്. പട്ടാളക്കാരൻ ചിരിച്ചു അവർ മുട്ടുകുത്താൻ തുടങ്ങി, പക്ഷേ പട്ടാളമേധാവിക്ക് വിശദമായി അറിയില്ലായിരുന്നു, കാരണം ഇതാദ്യമായാണ് കുട്ടികളെ പഠിപ്പിക്കാനായി

ഒരാളെ സ്വീകരിക്കാൻ ലവണനഗരി തയ്യാറായിരിക്കുന്നത്, വരുന്നത് പാതിരിയായിരിക്കും, ബാക്കി ഈ പ്രാന്തത്തിന്റെ കാര്യം അതൊക്കെ പിന്നീട് നോക്കാം. പട്ടാളക്കാരൻ പറഞ്ഞു സൈനികരില്ലെങ്കിൽ അവർ പാതിരിയുടെ... നിങ്ങൾക്കറിയാമല്ലോ അത് വെട്ടിക്കളയും. ഹോ ഇല്ലില്ല മേധാവി പറഞ്ഞു സത്യത്തിൽ സൈനികരെത്തുന്നതിനു മുമ്പ് ഫാദർ ബെഫ്ഫോട്ട് ഇങ്ങെത്തും. രണ്ടു ദിവസത്തിനകം. നിശ്ചലനായി വാളിന്റെ നിഴലിൽ കിടക്കവേ ഞാനത്രയേ കേട്ടിട്ടുള്ളൂ, എനിക്കു വേദനിക്കുന്നു ണ്ടായിരുന്നു, എന്റെയുള്ളിൽ സൂചികളുടേയും കത്തികളുടേയും ചക്രം തിരിയുകയായിരുന്നു. അവർക്ക് ഭ്രാന്താണ്, തനി ഭ്രാന്ത്, അവർ നഗര ത്തിൽ കൈവെക്കാൻ, അജയ്യമായ ശക്തിക്കുമേൽ യഥാർത്ഥ ദൈവ ത്തിനു മേൽ കൈവെക്കാൻ അനുവദിക്കുകയാണ്. വരാനിരിക്കുന്ന പാതിരിയുടെ നാവു വെട്ടുകയുണ്ടാവില്ല, അതിനു പകരം അയാൾ തന്റെ ഔദ്ധത്യം നിറഞ്ഞ നന്മ പ്രദർശിപ്പിക്കും, യാതൊരു വിലയും നല്കാതെ, ഒരധിക്ഷേപവും സഹിക്കാതെ. തിന്മയുടെ രാജവാഴ്ചയ്ക്ക് കാലതാമസം നേരിടും, സംഭാവ്യവും സാധ്യവുമായ തിന്മയുടെ സാമ്രാജ്യം എത്രയും വേഗം യഥാർത്ഥ്യമാകുന്നതിനു പകരം വീണ്ടും സംശയങ്ങളുയരും, അസാധ്യമായ നന്മയെ സ്വപ്നം കണ്ട് ജനങ്ങൾ വീണ്ടും സമയം പാഴാക്കും, വിഫലമായ പ്രയത്നങ്ങളിലേർപ്പെട്ട് ക്ഷീണിക്കും, എനിക്കു ഭീഷണിയായി നില്ക്കുന്ന വാളിലേക്കു ഞാൻ നോക്കി, ഹേ ശക്തി! ലോകത്തെ ഭരിക്കാനുള്ള ഏക ശക്തി! ഹേ ശക്തി! നഗരിയിലെ ശബ്ദ ങ്ങടങ്ങി, അവസാനം വാതിലു തുറക്കപ്പെട്ടു, ഞാൻ തനിച്ചായി, ഉള്ളിൽ കയ്പും എരിവും, പരദേവതയോട് ഞാൻ ആണയിട്ടു പറഞ്ഞു- എന്റെ പുതിയ വിശ്വാസത്തെ ഞാൻ സംരക്ഷിക്കും, എന്റെ ശരിയായ യജമാന ന്മാരെ, എന്റെ സ്വേച്ഛാധിപതിയായ ദൈവത്തെ ഞാൻ സംരക്ഷിക്കും, വിശ്വാസവഞ്ചന! അതിനായി എനിക്ക് എന്തു വിലകൊടുക്കേണ്ടി വന്നാലും.

ഗർഗർഗർഗർഗർ.... ചൂട് അല്പമൊന്നു കുറഞ്ഞിരിക്കുന്നു, കല്ലു കളുടെ കമ്പനം നിലച്ചിരിക്കുന്നു, എനിക്ക് ഈ കുഴിയിൽ നിന്നു പുറ ത്തിറങ്ങാം, മണലാരണ്യത്തിന്റെ മഞ്ഞയും കാവിയും കലർന്ന നിറം ക്രമേണ ഇരുളുന്നതും നോക്കിയിരിക്കാം. ഇന്നലെ രാത്രി അവരൊക്കെ ഉറങ്ങുന്നതു വരെ ഞാൻ കാത്തിരുന്നു, മുറിയിലെ പൂട്ടിന് ഞാൻ തട യിട്ടിരുന്നു, കയറുകൊണ്ട് അളന്നെടുത്ത അത്രയും ചുവടുകൾ താണ്ടി, ഞാൻ പുറത്തേക്കു വന്നു, തെരുവുകളൊക്കെ എനിക്ക് നല്ല പരിചയ മായിരുന്നു, പഴയൊരു തോക്ക് എവിടെക്കിട്ടുമെന്നും, ഏത് കവാട ത്തിലാണ് കാവലില്ലാത്തതെന്നും അറിയാമായിരുന്നു, രാത്രി! ഒരു പിടി നക്ഷത്രങ്ങൾക്കു ചുറ്റും രാത്രി വിളറാൻ തുടങ്ങിയപ്പോൾ മരുഭൂമി അല്പം ഇരുളാൻ തുടങ്ങിയപ്പോൾ ഞാനിവിടെയെത്തി. ഇപ്പോൾ തോന്നുന്നു എത്രയോ ദിവസങ്ങളായി ഞാനീ പാറക്കെട്ടുകൾക്കിടയിൽ

കുന്തിച്ചിരിക്കുകയാണെന്ന്. വേഗം, വളരെ വേഗം അവനെത്തുമെന്ന് ഞാൻ പ്രതീക്ഷിക്കുന്നു. താമസിയാതെ അവരെന്നെ തിരയാൻ തുടങ്ങും ഒറ്റയടിപ്പാതകളിലൂടെ അതിശീഘ്രം എല്ലാ ദിക്കുകളിലേക്കും ഓടും, അവർക്കു വേണ്ടിയാണ്, അവർക്ക് മെച്ചപ്പെട്ട സേവനം നൽകാനാണ് ഞാൻ പോന്നതെന്ന കാര്യം അവരറിയില്ല, എന്റെ കാലുകൾ ദുർബ്ബല മാണ്, വിശപ്പും വിദ്വേഷവും കൊണ്ട് മയക്കത്തിലാണ്. ഹാവൂ! അവിടെ ഗർഗർഗർഗർ...... ഒറ്റയടിപ്പാതയ്ക്കപ്പുറത്ത് രണ്ടു കൊച്ചുനിഴലുകൾ അവ വലുതായി വരുന്നു ഒട്ടകങ്ങൾ, അവ ഓടുകയാണ് ചുറുചുറുപ്പോടെ സ്വപ്നത്തിലെന്നപോലെയുള്ള. ആവൂ അവസാനം ഇതാ അവരെത്തി.

എവിടെ തോക്ക്, വേഗം വേണം ഞാനതു നിറച്ചു. പരദേവതേ, അകലെയിരിക്കുന്ന എന്റെ ദൈവമേ! നിന്റെ ശക്തി എന്നെന്നും നില നിൽക്കട്ടെ, അക്രമങ്ങൾ പെരുകട്ടെ, വിദ്വേഷം നിർദാക്ഷിണ്യത്തോടെ ഈ നശിച്ച ലോകത്തെ ഭരിക്കട്ടെ, ദുഷ്ടന്മാർ ശാശ്വതാധിപന്മാരായി ത്തീരട്ടെ, ഈയൊരു ലവണലനഗരിയിലെ കറുത്ത ഉരുക്കു സ്വേച്ഛാധി പതികൾ നിഷ്കരുണം എല്ലാം അടിമപ്പെടുത്തുകയും സ്വായത്ത മാക്കുകയും ചെയ്യുന്ന സാമ്രാജ്യം സ്ഥാപിക്കട്ടെ. ഇനിയിപ്പോൾ ഗർഗർഗർ.... വെടിവെയ്ക്കൂ, കാരുണ്യത്തിനു നേരെ, ബലഹീനതയ്ക്കു നേരെ, ഔദാര്യത്തിനു നേരെ, ദുഷ്ടതയുടെ വരവിന് കാലതാമസം വരുത്തി വെയ്ക്കുന്ന എല്ലാത്തിനും നേരെ, രണ്ടു തവണ വെടിവെച്ചു, അവരതാ മറിഞ്ഞു വീഴുന്നു, വീണു, ഒട്ടകങ്ങൾ ചക്രവാളസീമയിലേക്കോടുന്നു, ഒരു പറ്റം കറുത്ത പക്ഷികൾ അചഞ്ചലമായ ആകാശത്തേക്കുയർന്നു പൊങ്ങി. ഞാൻ ചിരിക്കയാണ്, ചിരിക്കയാണ്, അയാൾ നികൃഷ്ടമായ മേലങ്കിയിൽ, വേദനകൊണ്ടു പുളയുകയാണ്, തല അല്പം പൊക്കുന്നുണ്ട്, എന്നെ കാണുന്നു, - എന്നെ, സർവ്വശക്തനായ തളപ്പൂട്ടിട്ട, എന്നെ അയാളുടെ അധിപനെ, അയാളെന്തിന് എന്നെ നോക്കി പുഞ്ചിരിക്കണം? ഞാനാ പുഞ്ചിരി ചതച്ചരയ്ക്കും. ആഹാ! നന്മയുടെ മുഖത്തു കുത്തുന്ന തോക്കിൻ പിടിയുടെ സുഖപ്രദമായ ശബ്ദം. ഇന്ന്, ഒടുവിൽ ഇന്ന്, എല്ലാം സഫലമായി, ഈ മരുഭൂമിയിലെല്ലായിടത്തും, ഇവിടെനിന്ന് മണിക്കൂറു കൾ അകലേയുള്ള സ്ഥലങ്ങളിലും, കാറ്റില്ലെങ്കിലും കുറുനരികൾ മണപ്പി ച്ചെടുക്കും, എന്നിട്ട് ക്ഷമയോടെ അവർക്കു വേണ്ടി കാത്തിരിക്കുന്ന ചീഞ്ഞുനാറുന്ന ശവങ്ങളുടെ വിരുന്നിലേക്ക് നടന്നടുക്കും. വിജയം! ഞാനെന്റെ കൈകളുയർത്തി, ദയാമയമായ സ്വർഗത്തിനുനേരെ, എതിർ വശത്ത്, നീലലോഹിത നിഴൽ കാണപ്പെടുന്നുണ്ടോ, യൂറോപ്പിലെ നിശീഥി നികൾ, വീട്, ബാല്യകാലം, ഈ വിജയമുഹൂർത്തത്തിൽ ഞാനെന്തിനു കരയണം?

അയാൾ ഒന്നിളകി, ഒരിടത്തു നിന്നും ഒരു ശബ്ദവുമില്ല, മറുവശത്തു നിന്ന് അവർ വരുന്നു, ഒരു കൂട്ടം കറുത്ത പക്ഷികളെപ്പോലെ, എന്റെ യജമാനന്മാർ, അവരെന്റെ മേൽ വീഴുന്നു, എന്നെ പിടിച്ചുകെട്ടുന്നു, ഹോ!

അതെ, അവരെന്നെ അടിക്കുകയാണ്, അലറി വിളിച്ചുകൊണ്ട്, അവർക്ക് ഭയമുണ്ട്, തങ്ങളുടെ നഗരി നശിപ്പിക്കപ്പെടുമെന്ന്, ഈ പുണ്യനഗരിയിലേക്ക് ഞാൻ വിളിച്ചു വരുത്തിയിരിക്കുന്ന പ്രതികാരദാഹികളായ സൈനികരെ അവർ ഭയക്കുന്നു, പ്രതിരോധിക്കാൻ സന്നദ്ധരാകൂ, ആഘാതമേല്പിക്കൂ, ആദ്യമെന്നെ. സത്യം നിങ്ങളുടെ കൈവശമാണ്. എന്റെ യജമാനന്മാർ! അവരിനി സൈനികരെ കീഴടക്കും, അവരീ ലോകത്തെയും സ്നേഹത്തേയും കീഴടക്കും, മരുഭൂമികളിലാകമാനം വ്യാപിക്കും, കടൽ താണ്ടി യൂറോപ്പിലെ വെളിച്ചത്തെയാകെ അവരുടെ കറുത്ത ആവരണങ്ങൾ കൊണ്ടു മൂടും, - അടിക്കൂ, വയറ്റത്ത്, കണ്ണുകളിൽ- വൻകരകളിലാകമാനം ഉപ്പു വിതയ്ക്കും, സസ്യജാലങ്ങളും താരുണ്യവും ജഡമാകും, ലോകമാകെ പരന്നു കിടക്കുന്ന മണലാരണ്യപ്പരപ്പ്, സത്യവിശ്വാസമെന്ന കൊടുംസൂര്യനു കീഴിൽ കാലിൽ തളപ്പൂട്ടുമായി മൂകമായ ആൾക്കൂട്ടങ്ങൾ എന്നോടൊപ്പം അത്യദ്ധ്വാനം ചെയ്യും, ഞാൻ ഒറ്റയ്ക്കാവില്ല. ആഹാ! വേദന! അവരെന്നിലേല്പിക്കുന്ന വേദന, അവരുടെ രോഷം നല്ലതാണ്, കുരിശാകൃതിയിലുള്ള ഈ ചട്ടക്കൂട്ടിൽ അവരെന്നെ തളയ്ക്കുകയാണോ കഷ്ടം! ഞാൻ ചിരിക്കുകയാണ്, എന്നെ കുരിശിൽ തറയ്ക്കുന്ന ഈ ആഘാതം ഞാൻ ഇഷ്ടപ്പെടുന്നു.

മരുഭൂമിയിൽ എന്തൊരു നിശ്ശബ്ദത അപ്പോഴേക്കും രാത്രിയായോ, ഞാനൊറ്റയ്ക്കാണോ, വല്ലാത്ത ദാഹം. കാത്തിരിക്കുകയാണ് നഗരിയെവിടെ, അങ്ങു ദൂരെ നിന്ന് ശബ്ദങ്ങൾ, സൈനികരുടെ, ഒരു വേള വിജയികളായ സൈനികർ? അല്ല, അങ്ങനെ വരില്ല, വിജയം വരിക്കാനായാലും, സൈനികർ ദുഷ്ടന്മാരല്ലല്ലോ അവർക്ക് ഭരിക്കാനാവില്ല, അവരപ്പോഴും പറയും നല്ലവരാകണം, ലക്ഷോപലക്ഷം ജനങ്ങൾ നന്മയ്ക്കും തിന്മയ്ക്കും ഇടയിൽക്കിടന്ന് സംഭ്രാന്തരാകും, പിച്ചിച്ചീന്തപ്പെടും, മാന്ത്രികദൈവമേ, നീയെന്തിനെന്നെ കൈവിട്ടു? എല്ലാം കഴിഞ്ഞു, എനിക്കു ദാഹിക്കുന്നു, എന്റെ ശരീരം ചുട്ടു നീറുന്നു, കൂടുതലിരുണ്ട രാത്രി എന്റെ കണ്ണുകളിൽ നിറയുന്നു. നീണ്ട സുദീർഘമായ സ്വപ്നം, ഞാനുണരുകയാണോ, അല്ല, ഞാൻ മരിക്കാൻ പോകയാണ്, പ്രഭാതം പൊട്ടി വിടരുന്നു, ആദ്യ കിരണങ്ങൾ, ജീവിച്ചിരിക്കുന്നവർക്ക് പ്രഭാതകിരണങ്ങൾ, എനിക്കോ കഠോരമനസ്കനായ സൂര്യൻ. ആരാണ് സംസാരിക്കുന്നത്, ആരുമില്ല, ആകാശം മലർക്കെ തുറക്കപ്പെടുന്നില്ല, ഇല്ലില്ല മരുഭൂമിയിലെ ദൈവം സംസാരിക്കാറില്ല, എന്നാലും എവിടെനിന്നാണ് ആ സ്വരം ഒഴുകിയെത്തുന്നത് അധികാരത്തിനും വിദ്വേഷത്തിനും വേണ്ടി നീ മരിക്കാൻ തയ്യാറായാൽ, ഞങ്ങൾക്ക് ആരു മാപ്പു തരും?. എനിക്ക് മറ്റൊരു നാവു ലഭിച്ചോ അതോ മരിക്കാൻ കൂട്ടാക്കാത്ത മറ്റേയാളാണോ എന്റെ കാൽക്കീഴിലിരുന്ന് ആവർത്തിക്കുന്നത് 'ധൈര്യം! ധൈര്യം! ധൈര്യം!? ആഹാ! എനിക്കു പിന്നെയും തെറ്റു പറ്റിയതാണെങ്കിലോ! കൂട്ടായ്മക്കാരേ, അവസാനത്തെ അഭയം, ഹോ ഏകാന്തത, എന്നെ കൈവെടിയരുതേ. ഇവിടെ, ഇവിടെ,

ഈ നിങ്ങളാരാണ്, പിച്ചിച്ചീന്തപ്പെട്ട്, വായിൽ നിന്നു രക്തമൊഴുകി... മന്ത്രവാദി? ഇതു നിങ്ങളാണോ? സൈനികർ നിങ്ങളെ പരാജയപ്പെടുത്തിയോ, അവിടെ ഉപ്പു കത്തുന്നു, അതെ ഇതെന്റെ പ്രിയപ്പെട്ട യജമാനനാണ്. വെറുപ്പും വിദ്വേഷവും നിറഞ്ഞ മുഖം മൂടി വലിച്ചെറിയൂ, നല്ലവനാകൂ, നമുക്കൊക്കെ തെറ്റു പറ്റി, നമുക്കെല്ലാം പുതുതായി വീണ്ടും തുടങ്ങാം, നമ്മൾ കരുണാനഗരി പണിതുയർത്തും, എനിക്കു വീട്ടിലേക്കു തിരിച്ചു പോകണം. അതെ എന്നെ സഹായിക്കൂ, അതാണ് ശരി, കൈ നീട്ടിത്തരൂ....'

വായാടിയായ അടിമയുടെ വായ്ക്കകത്ത് ഒരു പിടി ഉപ്പ്.

ശബ്ദരഹിതർ

ശൈത്യകാലത്തിന്റെ മൂർദ്ധന്യം, എന്നിട്ടും ഇതിനകം സൂര്യൻ ജ്വലിച്ചുയർന്നിരിക്കുന്നു, നഗരവും സജീവമായികഴിഞ്ഞിരിക്കുന്നു. ജെട്ടിയുടെ അറ്റത്തേക്കു നോക്കുമ്പോൾ ആഴിയും ആകാശവും ഒന്നിച്ചു ഉരുക്കിച്ചേർത്തപോലെ കണ്ണഞ്ചിക്കുന്ന പ്രകാശം. പക്ഷേ ഇവാസ് അതൊന്നും കണ്ടില്ല. ഹാർബറിനു മുകളിലുള്ള റോഡിലൂടെ സൈക്കിളോടിക്കുകയായിരുന്നു, അയാൾ. മുടന്തുകാൽ ചലിക്കാനാകാത്ത പെഡലിൽ വടിപോലെ ഉറച്ചു നിന്നു മറ്റേക്കാല് പെഡലു തിരിച്ച് രാത്രിമഞ്ഞു വീണു നനഞ്ഞ വഴുക്കുന്ന റോഡുമായി മല്ലിട്ടു. മെലിഞ്ഞ, ശോഷിച്ച ദേഹം. തലയുയർത്താതെ, കാറുകളെ വേർതിരിക്കുന്ന റെയിലിംഗിൽ തട്ടാതിരിക്കാൻ ശ്രദ്ധിച്ചുകൊണ്ട് സൈക്കിളിന്റെ ഹാൻഡിൽ ബാർ വെട്ടിച്ച് അയാൾ കാറുകൾക്കു വഴി മാറിക്കൊടുത്തു. ഇടയ്ക്കിടെ കൈമുട്ടു ചലിപ്പിച്ച് തോളത്ത് കുറുകെ കിടന്ന സഞ്ചി യഥാസ്ഥാനത്തേക്കു നീക്കിയിട്ടപ്പോഴൊക്കെ സഞ്ചിക്കകത്തെ ഉച്ചഭക്ഷണത്തെക്കുറിച്ചോർത്തു, ഏറിവരുന്ന കയ്പോടെ; രണ്ടു പരുക്കൻ റൊട്ടിക്കഷ്ണങ്ങൾക്കിടയിൽ സ്പാനിഷ് ഓംലറ്റോ പൊരിച്ച ഇറച്ചിയോ അല്ല, വെറും ഒരു തുണ്ട് ചീസ്, മറ്റൊന്നുമില്ല.

ഫാക്റ്ററിയിലേക്കുള്ള ഈ സൈക്കിൾ സവാരി ഇത്രയും നീണ്ടതായി ഇതിനുമുമ്പ് ഒരിക്കലും അയാൾക്ക് അനുഭവപ്പെട്ടിട്ടില്ല. ശരിയാണ് വയസ്സേറി വരികയാണ്. മുന്തിരിവള്ളി പോലെ മെലിഞ്ഞ ശരീരം ഇതേവരെ അതേപടി നിലനിർത്തിക്കൊണ്ടു പോകാനായി. എന്നാലും, പ്രായം നാല്പതാവുമ്പോൾ മാംസപേശികൾക്ക് അത്രപെട്ടെന്ന് ചൂടു പിടിക്കില്ല. ചെലപ്പോഴൊക്കെ സ്പോർട്സ് വാർത്തകളിൽ മുപ്പതുകാരനായ കായികാഭ്യാസിയെ “അനുഭവസമ്പന്നൻ” എന്നു വിശേഷിപ്പിച്ചിരിക്കുന്നതു കാണുമ്പോൾ അയാൾക്കു പുച്ഛം തോന്നും, ഫെർണാണ്ടിനോടു പരാതിപ്പെടും “ഇക്കണക്കിന് ഞാനേതാണ്ട് വീൽചെയറിൽ എത്തിയ മട്ടാവണമല്ലോ”. പക്ഷേ അയാൾക്കറിയാമായിരുന്നു, പത്ര റിപ്പോർട്ടർ എഴുതിയത് മുഴുവനുമങ്ങ് തെറ്റല്ലെന്ന്. മുപ്പതു വയസ്സു കഴിഞ്ഞാൽ പിന്നെ താനറിയാതെ തന്നെ ഒരാളുടെ കായികബലം കുറയും. നാല്പതിലെത്തിയെങ്കിലും

തനിക്കിനിയും വീൽചെയറു വേണ്ടി വന്നിട്ടില്ല, പക്ഷേ ആ ദിശയിലേക്കുള്ള നീക്കം സ്പഷ്ടമായും തുടങ്ങിക്കഴിഞ്ഞു. അതുകൊണ്ടല്ലേ ടൗണിന്റെ മറ്റേ അറ്റത്തുള്ള ഫാക്റ്ററിയിലേക്കു സൈക്കിളോടിച്ചു പോകും വഴി അയാൾ കടലിന്റെ നേരെ നോക്കാത്തത്? ഇരുപതുവയസ്സുള്ളപ്പോൾ കടലിനെ എത്രനേരം നോക്കിയിരുന്നാലും അയാൾക്ക് ഒട്ടും മടുപ്പു തോന്നാറില്ലായിരുന്നു, കാരണം കടലിലും കടലോരത്തും ആർത്തുല്ലസിക്കാവുന്ന വാരാന്ത്യദിനങ്ങളായിരുന്നു എപ്പോഴും മനസ്സു നിറയെ. കാലിനു മുടന്തുണ്ടായിരുന്നെങ്കിലും അഥവാ അതുകൊണ്ടാണെന്നും വരാം, അയാൾക്ക് നീന്തൽ വളരെ ഇഷ്ടമായിരുന്നു. പിന്നെ വർഷങ്ങൾ കടന്നുപോയി, ഫെർനാണ്ടു വന്നു, മകൻ പിറന്നു, ചിലവു തികയ്ക്കാനായി ശനിയാഴ്ചകളിൽ ഓവർടൈമും ഞായറാഴ്ചകളിൽ മറ്റുള്ളവർക്കുവേണ്ടി അല്ലറചില്ലറപ്പണികളും ചെയ്യേണ്ടി വന്നു, അങ്ങേയറ്റം തൃപ്തിയേകുമായിരുന്ന കടലിൽ ആർത്തു പുളക്കുന്ന പഴയവഴക്കങ്ങൾ അല്പാല്പമായി നഷ്ടമായി. അഗാധമായ തെളിഞ്ഞ ജലം, കനത്ത വെയിൽ, പെൺകുട്ടികൾ, ഭൗതികജീവിതം– ഈ ദേശത്ത് ഇതൊക്കെയല്ലേയുള്ളൂ വേറെന്തു സന്തോഷം? ആ സന്തോഷവും യുവത്വത്തോടൊപ്പം അപ്രത്യക്ഷമായി. എന്നാലും ഇവാസിന് കടലിനോടുള്ള സ്നേഹം നിലനിന്നു, പക്ഷേ അന്തിമയങ്ങുമ്പോൾ, ഉൾക്കടലിലെ വെള്ളം ഇരുണ്ടു വരുമ്പോൾ മാത്രം. വൈകിട്ട് പണി കഴിഞ്ഞു വന്ന്, ഫെർണാണ്ട് നല്കിയ അലക്കിത്തേച്ച ഷർട്ടു ധരിച്ച്, ഒരു ഗ്ലാസുനിറയെ തണുത്ത അനിസെറ്റ് സർബത്തുമായി വീട്ടിലെ ടെറസ്സിലിരിക്കുക. സന്ധ്യ മയങ്ങും, ആകാശം മൃദുലവും സൗമ്യവുമാവും ഇവാസുമായി സംവദിക്കുന്ന അയൽക്കാരുടെ ശബ്ദം താഴും. ആഹാ! അതെത്ര സുഖദമായ നിമിഷങ്ങൾ! അത്തരം സന്ദർഭങ്ങളിൽ താൻ സന്തുഷ്ടനാണോ അതോ പൊട്ടിക്കരയണോ എന്നയാൾക്ക് നിശ്ചയമില്ലായിരുന്നു. പക്ഷേ ഒരു കാര്യമുണ്ട് അത്തരം സന്ദർഭങ്ങളിൽ അയാൾക്ക് അതിയായ പ്രശാന്തത, അനുഭവപ്പെട്ടിരുന്നു, തനിക്ക് ഒന്നും ചെയ്യാനില്ലെന്നും, ശാന്തനായി കാത്തിരിക്കുകയേ വേണ്ടൂ എന്നുമുള്ള അനുഭൂതി, എന്തിനുവേണ്ടിയുള്ള കാത്തിരിപ്പാണെന്നു മാത്രം മനസ്സിലായില്ല.

മറിച്ച് പ്രഭാതവേളകളിൽ അയാളെ അഭിവാദ്യം ചെയ്യാനായി സമുദ്രം നിത്യേന സന്നദ്ധമായി നിന്നെങ്കിലും പണിക്കു പോകുമ്പോൾ അയാൾ കടലിന്റെ നേരെ നോക്കാനിഷ്ടപ്പെട്ടില്ല. സായാഹ്നമാവാതെ കടലിന്റെ നേരെ നോക്കാൻ അയാൾ തീർത്തും വിസ്സമ്മതിച്ചു. ഇന്നു രാവിലെ തലയും കുനിച്ച് സൈക്കിൾ ചവിട്ടുകയാണ്, ശരീരത്തിനും മനസ്സിനും സാധാരണത്തേക്കാളും ഭാരം തോന്നുന്നു. തലേന്നു രാത്രി മീറ്റിംഗ് കഴിഞ്ഞ് തിരിച്ചെത്തി, പിറ്റേന്ന് പണിക്കു ചേരാൻ പോകുന്നെന്നു ഫെർണാണ്ടിനോടു പറഞ്ഞപ്പോൾ അവൾക്കുണ്ടായ സന്തോഷം."ഓ! അപ്പോ മുതലാളി കൂലി കൂട്ടിത്തരും അല്ലേ?" മുതലാളി കൂലി കൂട്ടിത്തരാൻ

പോകുന്നില്ല, പണിമുടക്ക് പരാജയപ്പെട്ടിരിക്കുന്നു. അവർ സംഗതികൾ നേരാംവണ്ണം കൈകാര്യം ചെയ്തില്ല. അതു സമ്മതിച്ചേ പറ്റൂ. അന്നത്തെ ആ ഇറങ്ങിപ്പോക്ക്, അത് ഒരു എടുത്തു ചാട്ടമായിരുന്നു. യൂണിയനും അർദ്ധമനസ്സോടേ മാത്രമേ പിന്താങ്ങിയുള്ളൂ. എന്തൊക്കെപ്പറഞ്ഞാലും വെറും പതിനഞ്ചു തൊഴിലാളികൾ, അതത്ര വലിയ സംഖ്യയല്ലല്ലോ. സഹ കരിക്കാൻ വിസമ്മതിച്ച മറ്റു വീപ്പഫാക്റ്ററികളിലുള്ളവരേയും യൂണിയനു പരിഗണിച്ചല്ലേ പറ്റൂ. പട്ടാള ട്രക്കുകളും ടാങ്കറുകളും വീപ്പനിർമ്മാണത്തിന് ഭീഷണിയായി ഭവിച്ചിരുക്കുന്നു. ലാഭവീതം കുറഞ്ഞു കുറഞ്ഞു വരുന്നു. വീപ്പനിർമ്മാണത്തിനുള്ള ഓർഡറുകൾ ചുരുങ്ങിച്ചുരുങ്ങി വന്നു, പഴയ വീപ്പകളുടേയും കൂറ്റൻ മദ്യത്തൊട്ടികളുടേയും കേടുപാടുതീർക്കുന്ന പണി മാത്രമേ ഉള്ളൂവെന്ന നില വന്നിരിക്കുന്നു. മുതലാളിമാർക്ക് മനസ്സിലായി, വീപ്പ ബിസിനസ്സിന് വളർച്ചയില്ലെന്ന്, എന്നിട്ടും ലാഭവീതം പഴയപടി നിറു ത്തണമെന്ന് അവർക്കു വാശി, അതിന് ഏറ്റവും എളുപ്പവഴിയോ ജീവിത ച്ചെലവും വർദ്ധിച്ചെങ്കിലും, തൊഴിലാളികൾക്ക് അവകാശപ്പെട്ട കൂലിവർദ്ധ നവ് നിഷേധിക്കുകതന്നെ. ഈ ഫാക്റ്ററി തന്നെ അപ്രത്യക്ഷമായാൽ പണിക്കാരെന്തുചെയ്യും? ഒരു തൊഴിൽ ബുദ്ധിമുട്ടി പഠിച്ചെടുത്തശേഷം അതുപേക്ഷിച്ച് മറ്റൊന്നിന്റെ പുറകെ ഓടാനാവില്ലല്ലോ. വീപ്പപ്പണിയിൽ വൈദഗ്ദ്ധ്യം നേടുക അത്ര എളുപ്പമല്ല, നീണ്ടകാലത്തെ പരിശീലനം ആവശ്യമാണ്. അതിസമർത്ഥരായ പണിക്കാർ അതായത് വളഞ്ഞ മര പ്പലകകൾ ചണനാരോ വൈക്കോൽതുരുമ്പോ ഇടയ്ക്കു കയറാതെ വിടവോ വിള്ളലോ കൂടാതെ വട്ടത്തിൽ ചേർത്തുവെച്ച്, ഇരുമ്പു വളയ ങ്ങളിറക്കി കാറ്റുകടക്കാത്ത വീപ്പകളുണ്ടാക്കാൻ കഴിവുള്ള അതിസമർത്ഥ രായ വീപ്പപ്പണിക്കാർ വളരെ വിരളമാണ്. ഇവാസ് ഇക്കാര്യത്തിൽ മിടു മിടുക്കാനായിരുന്നു, അതിലയാൾ അഭിമാനം കൊള്ളുകയും ചെയ്തു. കൈത്തൊഴിലുകൾ മാറി മാറി ചെയ്യുന്നത് അത്ര വലിയ സംഗതിയല്ല, പക്ഷേ പഠിച്ച് വൈദഗ്ദ്ധ്യം നേടിയെടുത്ത കല ഉപേക്ഷിക്കുന്നത് എളുപ്പ മല്ല. ഈ കൈത്തൊഴിൽ നല്ലൊരു കലയാണ്, പക്ഷേ പണിയില്ലെന്നു വരികിൽ പിന്നെ വേറെ വഴിയില്ല. പക്ഷേ എല്ലാം അങ്ങനെയങ്ങു സമ്മ തിച്ചു കൊടുക്കാനും വയ്യ. നാവടക്കുന്നത് ബുദ്ധിമുട്ടുള്ള കാര്യമാണ്, ഒന്നും സവിസ്തരമായി ചർച്ച ചെയ്യാനാവാതിരിക്കുക, എന്നാലും നിത്യേന, വർദ്ധിച്ചുവരുന്ന തളർച്ചയോടെ അതേ റോഡിലൂടെ പണിക്കുപോകുക, വാരാന്ത്യത്തിൽ അവർ ഇഷ്ടദാനം പോലെ തരുന്ന, അനുദിനം ഒന്നിനും തികയാതെ വരുന്ന പണിക്കൂലി സ്വീകരിക്കുക.

അതാണവരെ രോഷാകുലരാക്കിയത്. രണ്ടുമൂന്നുപേർ ആദ്യം ഒന്നു മടിച്ചു നിന്നെങ്കിലും, മുതലാളിയുമായി നടന്ന ആദ്യത്തെ ചർച്ചയ്ക്കു ശേഷം അവരിലും രോഷം പടർന്നു കയറി. മുതലാളി കട്ടായമായി പ്പറഞ്ഞു- “വേണമെങ്കിൽ മതി, വേണ്ടെങ്കിൽ വേണ്ട.” ഒരാളങ്ങനെ സംസാരിക്കാമോ? “നമ്മളെപ്പറ്റി എന്താണയാളുടെ മനസ്സിലിരുപ്പ്?”

എസ്പോസിറ്റോ ആണ് ചോദിച്ചത്. "നമ്മളെ ചവുട്ടിപ്പുറത്താക്കാൻ ചന്തിയും കാട്ടി നിന്നുകൊടുക്കുമെന്നോ?" മുതലാളി അത്ര നീചനൊന്നു മായിരുന്നില്ല. എത്രയോ വർഷങ്ങളായുള്ള ഈ ബിസിനസ്സ് അച്ഛനിൽ നിന്ന് പൈതൃകമായി ലഭിച്ചതാണ്, എല്ലാ പണിക്കാരേയും മുതലാളിക്ക് നല്ല പരിചയമായിരുന്നു. ഇടയ്ക്കൊക്കെ എല്ലാവർക്കും കഴിക്കാനായി എന്തെങ്കിലുമൊക്കെ പലഹാരങ്ങൾ പണിപ്പുരയിലേക്കു വരുത്തും. അത ല്ലെങ്കിൽ പണിപ്പുരയിലെ മരച്ചീളുകൾ കത്തിച്ച് അതിൽ മത്തിയും സോസേജും ചുട്ടെടുക്കും, എല്ലാവരും ഒന്നിച്ചിരുന്ന് കഴിക്കും, പിന്നെ വീഞ്ഞും. മുതലാളി ആളു നല്ലവൻ തന്നെ. ഓരോരുത്തർക്കും, പുതു വർഷത്തിന് പഴക്കമുള്ള ഒന്നാന്തരം വീഞ്ഞു സമ്മാനിക്കുമായിരുന്നു, അതും 5 കുപ്പി വീതം. അവരുടെ വീടുകളിൽ ആർക്കെങ്കിലും അസുഖം വന്നാൽ അല്ലെങ്കിൽ വിവാഹമോ ഒന്നാം കുർബാനയോ പോലുള്ള വിശേഷാവസരങ്ങളിൽ പൈസ കൊടുത്ത് സഹായിക്കും. മകൾ പിറന്ന പ്പോൾ മുതലാളി എല്ലാവർക്കും പഞ്ചസാര പുരട്ടിയ ബദാം വിതരണം ചെയ്തു. കടൽതീരത്തെ തന്റെ എസ്റ്റേറ്റിൽ വേട്ടയാടാൻ രണ്ടോ മൂന്നോ തവണ ഇവാസിനേയും ക്ഷണിച്ചിട്ടുണ്ട്. അയാൾക്ക് തൊഴിലാളികളോട് ഇഷ്ടം തന്നെയായിരുന്നു അക്കാര്യത്തിൽ സംശയം വേണ്ട, ഇട യ്ക്കൊക്കെ തന്റെ അച്ഛനും വെറുമൊരു അപ്രന്റീസായിരുന്ന കഥ പറയു മായിരുന്നു. പക്ഷേ മുതലാളി ഒരിക്കലും തൊഴിലാളികളുടെ വീടുകൾ സന്ദർശിച്ചിരുന്നില്ല. അയാൾക്കതേപ്പറ്റി അറിയാമായിരുന്നില്ല. അയാൾക്ക് തന്നെപ്പറ്റി ചിന്തിക്കാൻ മാത്രമേ സമയമുണ്ടായിരുന്നുള്ളൂ, ഇപ്പഴിതാ 'വേണമെങ്കിൽ മതി, വേണ്ടെങ്കിൽ വേണ്ട' എന്ന നിലപാട്. മറ്റൊരു വിധ ത്തിൽ പറഞ്ഞാൽ മഹാ പിടിവാശിക്കാരനായിരിക്കുന്നു. പക്ഷേ അയാളുടെ നിലയ്ക്ക് അത് ചെയ്യാവുന്നതും.

മുതലാളി യൂണിയന്റെ മേൽ സമ്മർദ്ദം ചെലുത്തി. ഫാക്റ്ററി പൂട്ടി. "പിക്കറ്റു ചെയ്യാനൊന്നും ബുദ്ധിമുട്ടണമെന്നില്ല, പണി നടന്നില്ലെങ്കിലും എനിക്ക് പണം ലാഭിക്കാനാകും." അതു സത്യമായിരുന്നില്ല, പക്ഷേ അതു കൊണ്ടൊന്നും ഒരു ഗുണവും ഉണ്ടായില്ല, കാരണം അവരുടെ ജോലി തന്റെ ഔദാര്യമാണെന്ന മട്ടിലാണ് അയാൾ പെരുമാറിയത്. എസ്പോ സിറ്റോ രോഷം കൊണ്ട് വിറച്ചു, നിങ്ങളൊരു നപുംസകമാണെന്ന് മുത ലാളിയുടെ മുഖത്തുനോക്കി പറഞ്ഞു. മുതലാളിയുടെ രക്തവും തിളച്ചു, കൈയാങ്കളി യിലെത്തുമായിരുന്ന ഇരുവരേയും വളരെ പണിപ്പെട്ടാണ് പരസ്പരം അകറ്റിയത്. പക്ഷേ അത് തൊഴിലാളികളെ വല്ലാതെ ബാധിച്ചു. ഇരുപതു ദിവസമായി പണിമുടക്കാണ്, വീട്ടിൽ ദുഃഖിതരായ ഭാര്യമാർ, രണ്ടോ മൂന്നോ പേർ നിരാശപ്പെട്ടു, അവസാനം യൂണിയൻ ഉപദേ ശിച്ചു, മാദ്ധ്യസ്ഥതീരുമാനമെന്ന വാഗ്ദാനത്തിന് സമ്മതിക്കുക, ഓവർടൈമി ലൂടെ നഷ്ടപ്പെട്ടുപോയ ദിവസങ്ങൾ നികത്തുക. അങ്ങനെ അവർ പണിക്കു ചേരാൻ നിശ്ചയിച്ചു. പൂർണ്ണ മനസ്സോടെയല്ല, എല്ലാമൊന്നും

തീരുമാനമായിട്ടില്ല, പലതും പുനഃപരിശോധിക്കേണ്ടതുണ്ട് എന്നൊക്കെ പറഞ്ഞുകൊണ്ട്. പക്ഷേ ഇന്നത്തെ ഈ പ്രഭാതത്തിൽ പരാജയത്തിനു സാദൃശ്യം വഹിക്കുന്ന തളർച്ചയോടെ വരട്ടിയ ഇറച്ചിക്കു പകരം ഒരു ചീസു കഷ്ണവുമായി ജോലിക്കു പോകവേ വ്യാമോഹങ്ങൾ പോലും അസാധ്യ മായിത്തീർന്നിരിക്കുന്നു. സൂര്യൻ എത്ര ഉജ്ജ്വലനായി പ്രകാശിച്ചാലും, കടലിന് മുന്നോട്ടുവെക്കാനായി വാഗ്ദാനങ്ങളൊന്നുമില്ല. ഇവാസ് ഒറ്റ പെഡലിൽ അമർത്തിച്ചവുട്ടി, ഓരോ കറക്കത്തിലും തനിക്ക് പ്രായ മേറുന്നോ? ഏറിവരുന്ന ഹൃദയഭാരത്തോടെയല്ലാതെ ഫാക്റ്ററിയെപ്പറ്റി, സഹപ്രവർത്തകരെപ്പറ്റി, മുതലാളിയെപ്പറ്റി അയാൾക്ക് ഓർക്കാനായില്ല. വീട്ടിൽ നിന്നിറങ്ങുമ്പോൾ ഫെർണാണ്ടും അല്പം അസ്വസ്ഥയായി രുന്നു- "നിങ്ങളൊക്കെ മുതലാളിയോട് എന്തു പറയും?" എന്തുപറയാൻ. ഇവാസ് സൈക്കിളിറക്കി വെറുതെ തലയാട്ടി. ചുളിവു വീണ ചെറിയ ഇരുണ്ട, മുഖം കഠോരമായി, പല്ലുകൾ ഞെരിഞ്ഞമർന്നു. "ഞങ്ങളൊക്കെ പണിക്കു ചേരുന്നു, അത്രയും പോരെ?" സൈക്കിൾ മുന്നോട്ടു പോവുക യാണ്, പല്ലുകൾ ഞെരിഞ്ഞമരുന്നു. അന്തരാളത്തിലെ വിഷാദം നിറഞ്ഞ വരണ്ട രോഷം, ആകാശത്തിനു പോലും കാളിമ പകർന്നിരിക്കുന്നു.

കടൽത്തീരത്തുള്ള റോഡുവിട്ട് അയാൾ പഴയ സ്പാനിഷ് പ്രാന്ത ത്തിലെ ഈർപ്പമുള്ള തെരുവിലെത്തി. അതു ചെന്നവസാനിക്കുന്നത് ഷെഡ്ഡുകളും ഗരോജുകളും നിറഞ്ഞ, ചപ്പുചവറുകളും അനാവശ്യ വസ്തുക്കളും ഒരു ഭാഗത്ത് കൂടിക്കിടന്നിരുന്ന പുറമ്പോക്കു ഭൂമിയിൽ. അവരുടെ ഫാക്റ്ററി താണ മേൽക്കൂരയുള്ള ഒരു ഷെഡ്ഡായിരുന്നു ചുമർ പകുതിവരെ ഇഷ്ടികകൊണ്ടു പടുത്തത്, അതിനുമുകളിൽ ഗ്ലാസ്സ് ഷീറ്റ്. വളഞ്ഞ ഇരുമ്പു തകിടുകൾ കൊണ്ടുള്ള മേൽക്കൂര. ഫാക്റ്ററിയുടെ പിൻവാതിൽ തുറക്കുന്നത് പഴയ പണിപ്പുരയിലേക്കായിരുന്നു, നടുമുറ്റ ത്തിനു ചുറ്റുമുള്ള ഒരു ഷെഡ്ഡ്. ബിസിനസ്സിന് വളർച്ചയുണ്ടായപ്പോൾ ആ ഷെഡ്ഡ് പോരാതെ വന്നു, പിന്നെ ഈ പുതിയ കെട്ടിടമായി. ഇപ്പോൾ കേടു വന്ന, ഉപയോഗശൂന്യമായ യന്ത്രങ്ങളും, പഴകിത്തേഞ്ഞ വീപ്പ കളും സൂക്ഷിക്കാനേ ആ ഷെഡ്ഡ് ഉപകരിക്കുന്നുള്ളൂ. നടുമുറ്റത്തിന പ്പുറത്ത് പഴയ തരത്തിലുള്ള ഇഷ്ടികകൾ പാകിയ കൊച്ചു നടപ്പാത അവസാനിക്കുന്നേടത്തുനിന്ന് മുതലാളിയുടെ ഉദ്യാനം ആരംഭിക്കുന്നു, ഉദ്യാനത്തിന്റെ മറ്റേയറ്റത്താണ് മുതലാളിയുടെ ഭവനം. എടുത്തുപറയാൻ തക്കവണ്ണം ഒന്നുമില്ലാത്ത കൂറ്റൻ കെട്ടിടം, പുറമേയുള്ള പടവുകളെ മൂടി ക്കിടന്നിരുന്ന പലതരം വള്ളികളാണ് വീടിന് അല്പമെങ്കിലും മനോഹാ രിത നല്കിയത്.

ഇവാസിനിപ്പോൾ കാണാം- ഫാക്റ്ററിയുടെ പ്രധാനകവാടം അടഞ്ഞു കിടക്കുന്നു. ഒരു പറ്റം തൊഴിലാളികൾ അതിനു മുന്നിൽ നിശ്ശബ്ദരായി നില്ക്കുന്നു. ഇവിടെ പണിക്കു ചേർന്നതുമുതൽ ഇതാദ്യമായാണ് ഈ കവാടം അടഞ്ഞു കിടക്കുന്നത് അയാൾ കാണുന്നത്. മുതലാളി സ്വന്തം

മേൽക്കോയ്മ സമർത്ഥിക്കുകയാണെന്നു തോന്നുന്നു. ഇവാസ് ഇടത്തോട്ടു തിരിഞ്ഞ് ഷെഡ്ഡിൽ സൈക്കിൾ ചാരിവെച്ച് കവാടത്തിനടുത്തേക്കു നടന്നു. ഇരുണ്ട് ദീർഘകായനും, രോമാവൃതനുമായ എസ്പോസിറ്റോയേയും യൂണിയന്റെ പ്രതിനിധി മാർക്കോവിനേയും ഫാക്റ്ററിയിലെ ഒരേയൊരു അറബി സെയ്ദിനേയും ദൂരെ നിന്നുതന്നെ അയാൾ തിരിച്ചറിഞ്ഞു, വേറേയും പലരുമുണ്ട്, എല്ലാവരും അയാൾ നടന്നടുക്കുന്നതും നോക്കി നിശ്ശബ്ദരായി നില്ക്കുകയാണ്. അയാളെത്തുന്നതിനു മുമ്പ് എല്ലാവരുടേയും നോട്ടം കവാടത്തിലേക്കു തിരിഞ്ഞു. അതു തുറക്കപ്പെടുകയാണ്. വിടവിൽ ഫോർമാൻ ബാല്ലെസ്റ്റർ പ്രത്യക്ഷപ്പെട്ടു. ചക്രങ്ങൾ ഘടിപ്പിച്ച കനത്ത വാതിലുകളിലൊന്ന് ഇരുമ്പുപാളങ്ങളിലൂടെ പതുക്കെ തള്ളിനീക്കുകയാണ്

അവിടത്തെ ഏറ്റവും പഴയ തൊഴിലാളിയായിരുന്ന, ബാല്ലെസ്റ്റർക്ക് പണിമുടക്കത്തോട് ഒട്ടും യോജിപ്പില്ലായിരുന്നു. പക്ഷേ മുതലാളിയുടെ ശിങ്കിടിയാണെന്ന് എസ്പോസിറ്റോ ആക്ഷേപിച്ചതോടെ അയാൾ പിന്നെ വാ തുറന്നില്ല. തുറന്ന കവാടത്തിനരികെ ബാല്ലെസ്റ്റർ. പരന്നു കുറുകിയ ശരീരം, വെയിലേറ്റു കരുവാളിച്ച മുഖം, വിളറിവെളുത്ത കണ്ണുകൾ, തൂങ്ങിക്കിടക്കുന്ന തടിച്ച മീശക്കടിയിൽ താഴോട്ടു വലിഞ്ഞ ചുണ്ടുകൾ, കടുംനീലനിറമുള്ള കുപ്പായം, പാദരക്ഷകളില്ല. (ബാല്ലെസ്റ്ററും സെയിദും മാത്രമാണ് വെറും കാലിൽ പണിയെടുത്തിരുന്നവർ) അവരോരുത്തരായി അകത്തു കടക്കുന്നത് അയാൾ ശ്രദ്ധിച്ചു. തികഞ്ഞ മൗനം. പരാജിതരായി തിരിച്ചു വരേണ്ടി വന്നതിലുള്ള അപമാനവും, രോഷവും നിറഞ്ഞ നിശ്ശബ്ദത, പക്ഷേ അതെത്രത്തോളം നീണ്ടുനില്ക്കുന്നോ അത്രത്തോളം ഭഞ്ജിക്കുക അസാധ്യമാവുകയും ചെയ്യും. ബാല്ലെസ്റ്ററുടെ നേരെ നോക്കാതെ അവർ അകത്തേക്കു കയറിപ്പോയി. ഈ വിധത്തിൽ അവരെ ഓരോരുത്തരായി അകത്തേക്കു കടത്തി വിടുന്നതിലൂടെ അയാൾ തന്റെ ഉത്തരവ് പാലിക്കുകയാണെന്ന് അവർക്കറിയാമായിരുന്നു. കയ്പും നിരാശയും നിറഞ്ഞ മുഖം അയാളുടെ മനസ്സിലിരുപ്പ് അവർക്കു കാട്ടിക്കൊടുത്തു. ഇവാസ് മാത്രമാണ് അയാളുടെ നേരെ നോക്കിയത്. ഇവാസിനോട് ചങ്ങാത്തമുണ്ടായിരുന്ന ബാല്ലെസ്റ്റർ ഒരക്ഷരം പറയാതെ തലയാട്ടുക മാത്രം ചെയ്തു.

കവാടത്തിന്റെ വലതു വശത്തുള്ള ലോക്കർ റൂമിൽ അവരെല്ലാമെത്തി. പെയിന്റടിക്കാത്ത മരത്തട്ടികകൾ കൊണ്ടു വേർതിരിക്കപ്പെട്ട ഇടമാണ്. തട്ടികകളിൽ ഇരുവശത്തുമായി കൊച്ചു ലോക്കറുകൾ. ലോക്കറുകളുടെ അങ്ങേത്തലക്കൽ ചുമരിനോട് ചേർന്ന് മണ്ണു തുരന്നുണ്ടാക്കിയ ഓവുചാലിനു മുകളിലായി ഒരു ഷവർ. ഫാക്റ്ററിയുടെ തളത്തിൽ അങ്ങിങ്ങായി വീപ്പകൾ, പല നിർമ്മാണ ഘട്ടങ്ങളിൽ. ചിലത് ഏതാണ്ട് പൂർത്തിയായിരിക്കുന്നു, ചിലതിന് ഇരുമ്പു വളയങ്ങൾ ഉറപ്പിച്ചിട്ടില്ല, ചൂള്ളയ്ക്കു വെയ്ക്കാനുള്ള ഊഴവും കാത്തുകിടക്കുന്നു. വീപ്പകൾ ഇറക്കി

വെച്ചു പണിയാനായി നടുവിൽ വലിയ തുളകളുള്ള കനത്ത ബെഞ്ചുകൾ. (ചിലവയിൽ വട്ടത്തിലുള്ള അടിപ്പലകകൾ, നിരപ്പും മിനുപ്പും വരുത്താനുള്ളവ,) അങ്ങു ദൂരെ അണഞ്ഞു കിടക്കുന്ന തീച്ചൂളകൾ. ചുമരിനോടു ചേർന്ന്, ഇടതുവശത്തായി നിരനിരയായി പണിമേശകൾ, ബെഞ്ചുകൾ. അവയ്ക്കു മുന്നിലായി കൂട്ടിയിടപ്പെട്ട മരപ്പട്ടികകൾ, എല്ലാം നിരപ്പാക്കാനും മിനുസപ്പെടുത്താനുമുള്ളവയാണ്. വലതുവശത്ത് ലോക്കർ റൂമിന് അധികം ദൂരെയല്ലാതെ രണ്ടു വലിയ ഇലക്ട്രിക് ഈർച്ച വാളുകൾ, എണ്ണയിട്ടു മിനുക്കിയവ എന്തൊരു ശക്തി, എന്തൊരു നിശ്ശബ്ദത.

ഈയടുത്ത കാലം മുതൽ, ഒരു പിടി തൊഴിലാളികൾക്ക് ഫാക്റ്ററിയും പരിസരവും വളരെ വലുതായി അനുഭവപ്പെടാൻ തുടങ്ങി. ശരിയാണ്, ചൂടുകാലത്ത് സൗകര്യപ്രദമാണെങ്കിലും തണുപ്പുകാലത്ത് തീർത്തും അസൗകര്യം. ഇന്ന് ഈ വിസ്തൃതമായ തളത്തിൽ, എല്ലാ മുക്കിലും മൂലയിലും, എവിടെ നോക്കിയാലും പണി തീരാത്ത വീപ്പക്കുറ്റികൾ, ചിലവയ്ക്ക് ഒരൊറ്റ വളയമേയുള്ളൂ, ആ വളയത്തിനകത്ത് മരപ്പട്ടികകൾ പുഷ്പദലങ്ങൾ കണക്കെ വിടർന്നു നില്ക്കുന്നു. ബെഞ്ചുകൾക്കും മേശകൾക്കും മീതെ ഈർച്ചപ്പൊടി, അലങ്കോലപ്പെട്ടു കിടക്കുന്ന പണിയായുധങ്ങൾ, യന്ത്രങ്ങൾ ആകപ്പാടെ തികഞ്ഞ അവഗണന. പണിയെടുക്കുമ്പോൾ ധരിക്കാറുള്ള മങ്ങിയ ഉടയാടകളിൽ അവരതൊക്കെ നോക്കി നിന്നു. മുന്നോട്ടു നീങ്ങാനൊരു മടി. ബാല്ലെസ്റ്റർ അവരെ ശ്രദ്ധിക്കുകയാണ് "എന്നാപ്പിന്നെ തുടങ്ങുകയല്ലേ?" അയാൾ ചോദിച്ചു. പരസ്പരം ഒന്നു മുരിയാടാതെ ഓരോരുത്തുരായി സ്വന്തം സ്ഥാനങ്ങളിലെത്തി ബാല്ലെസ്റ്റർ ഓരോരുത്തരേയും സമീപിച്ച് പണി മുഴുമിക്കാനോ പുതുതായി തുടങ്ങാനോ ഉള്ള നിർദ്ദേശങ്ങൾ നല്കി. ആരും മറുപടിയൊന്നും പറഞ്ഞില്ല. ആദ്യത്തെ ചുറ്റികയടി- വീപ്പക്കുറ്റിയിലെ ഇരുമ്പു വളയത്തിനുമേലുള്ള ആഘാതം അവിടെങ്ങും മാറ്റൊലി കൊണ്ടു. വിടവിലേക്ക് നീങ്ങിയ ഒരു മരപ്പട്ടിക ഞരങ്ങി, ഈർച്ചവാളിന്റെ ഇരമ്പൽ- എസ്പോസിറ്റോ അതു പ്രവർത്തിപ്പിച്ചു തുടങ്ങിയിരിക്കുന്നു - അവിടമാകെ മുഖരിതമാക്കി. സെയ്ദ് ആവശ്യക്കാർക്ക് മരപ്പട്ടികകൾ എത്തിച്ചു കൊടുത്തു. ഇരുമ്പു വലയങ്ങളിട്ട വീപ്പക്കുറ്റികളെ ചൂടേല്പിച്ചു വീർപ്പിക്കാനായി തീ കൂട്ടി, ആരും വിളിക്കാതിരുന്നപ്പോൾ തന്റെ പണിമേശയ്ക്കരുകിൽ നിന്നുകൊണ്ട് തുരുമ്പു പിടിച്ച ഇരുമ്പുവളയങ്ങളെ കനത്ത ചുറ്റികകൊണ്ടടിച്ച് വിളക്കിച്ചേർത്തു. മരത്തൂളുകളെരിയുന്ന മത്തു പിടിപ്പിക്കുന്ന മണം അവിടമാകെ നിറഞ്ഞു. എസ്പോസിറ്റോ വെട്ടിയിട്ട മരപ്പട്ടികകൾ ഇവാസ് നിരപ്പാക്കി, മിനുസപ്പെടുത്തി, തമ്മിൽ കൂട്ടിച്ചേർത്തു. അതിനിടയിൽ ചിരപരിചിതമായ ആ പഴയ മണം അയാൾക്ക് പിടിച്ചെടുക്കാനായി ഹോ! ഹൃദയത്തിന് എന്തൊരു ലാഘവം. എല്ലാവരും നിശ്ശബ്ദരായി പണിയെടുക്കുകയാണ്, ഒരൂഷ്മളത, പതുക്കെപ്പതുക്കെ അവിടമാകെ പുനർജ്ജനിക്കുംപോലെ. വലിയ

ജാലകങ്ങളിലൂടെ ശുദ്ധവായുവും വെളിച്ചവും ഷെഡ്ഡിലേക്ക് ഒഴുകി നിറഞ്ഞു. സുവർണ്ണനിറമാർന്ന സൂര്യവെളിച്ചത്തിലേക്ക് നീലപ്പുകച്ചുരുളുകളുയർന്നു. ഒരു വണ്ടിന്റെ ശബ്ദം പോലും കേട്ടെന്ന് ഇവാസിന് തോന്നി.

ചുമരിന്റെ മറ്റേയത്ത് പഴയ കെട്ടിടത്തിലേക്കുള്ള വാതിൽ തുറന്ന് മുതലാളി ലസ്സാൽ ഉമ്മറപ്പടിയിൽ പ്രത്യക്ഷപ്പെട്ടു. മെലിഞ്ഞ്, ഇരുണ്ട ദേഹം വയസ്സ് മുപ്പതിലധികം കാണില്ല. ഗാബർഡീൻ സൂട്ടിനു മീതെ ധരിച്ചിരുന്ന വെളുത്ത മേലങ്കിയുടെ മുൻഭാഗം തുറന്നു കിടക്കുന്നു, ആകപ്പാടെ ചുറുചുറുപ്പാർന്ന ശരീരം. എല്ലുന്തിയ, കോടാലി പോലുള്ള മുഖമായിരുന്നെങ്കിലും ആരും ഇഷ്ടപ്പെട്ടു പോകുന്ന തരം പ്രസരിപ്പ്. വാതിലിലൂടെ അകത്തേക്കു കടക്കുമ്പോൾ അയാൾക്കെന്തോ ജാള്യത. പതിവായുള്ള മുഴക്കമുള്ള ശബ്ദത്തിലല്ല, പതിഞ്ഞ സ്വരത്തിലാണ് അവരെ അഭിവാദ്യം ചെയ്തത്, പക്ഷേ ആരും പ്രതികരിച്ചതേയില്ല. ചുറ്റികകളുടെ ശബ്ദം ക്ഷണനേരത്തേക്കു ഒന്നു മടിച്ചു നിന്നു, പിന്നെ കൂടുതലുച്ചത്തിൽ മുഴങ്ങി. ലസ്സാൽ, പരുങ്ങിപ്പരുങ്ങി ഏതാനും ചുവടുകൾ വെച്ചു, എന്നിട്ട് വലേറിയുടെ നേരെ നടന്നു, വലേറി ജോലിയിൽ പ്രവേശിച്ചിട്ട് ഒരു വർഷമാകുന്നതേയുള്ളൂ. ഇലക്ട്രിക് അറപ്പുവാളിനരികെ ഇവാസിൽ നിന്ന് ഏതാനും ചുവടുകൾ ദൂരെയാണ് വറേലിയുടെ സ്ഥാനം. ഒരു വലിയ വീപ്പക്കുറ്റിക്ക് അടിപ്പലക തീർക്കുകയാണ്., മുതലാളി അവനെത്തന്നെ നിരീക്ഷിച്ചുകൊണ്ടു നിന്നു. വലേറിയും നിശ്ശബ്ദനായി പണി തുടർന്നു. മുതലാളിയുടെ ചോദ്യം “കൊള്ളാം, എന്തുണ്ട് വിശേഷം?”വലേറിയുടെ ചലനങ്ങളിൽ അസ്വസ്ഥത. തൊട്ടടുത്തു നിന്നിരുന്ന എസ്പോസിറ്റോ, ഒരു പാടു മരപ്പട്ടികകൾ കൈയിൽ വാരിയെടുക്കുകയായിരുന്നു. ഇവാസിനു കൊടുക്കാനാണ്. അയാൾ തന്റെ പണിയിൽത്തന്നെ ശ്രദ്ധിച്ചു കൊണ്ടു നിന്നു. വലേറി മുതലാളിയോടു പ്രത്യുത്തരമൊന്നും പറയാതെ വീപ്പക്കുറ്റിയിലേക്കു നോക്കിനിന്നു. ആകെയൊന്നു പരുങ്ങി, എന്തു ചെയ്യണമെന്നറിയാതെ ലാസ്സെൽ അല്പനേരം വലേറിക്കു മുന്നിൽ നിന്നു, എന്നിട്ട് തോളുകൾ കുലുക്കി മാർകോവിനു നേരെ തിരിഞ്ഞു. മാർക്കോ സാവധാനത്തിൽ അതീവ ശ്രദ്ധയോടെ ഉളി വീശി ഒരടിപ്പലക ചെതുക്കി മിനുക്കുപണി നടത്തുകയായിരുന്നു. “എന്താ മാർക്കോ?” ലസ്സാൽ കൂടുതൽ പതിഞ്ഞ ശബ്ദത്തിൽ ചോദിച്ചു. മാർക്കോ മറുപടി നല്കിയില്ല, നനുത്ത ചീളുകൾ ചീന്തിയെടുത്ത് സ്വന്തം പണിയിൽ മുഴുകിയിരുന്നു. “നിങ്ങൾക്കൊക്കെ ഇതെന്തു പറ്റീ?” ലസ്സാൽ മറ്റു പണിക്കാരുടെ നേരെ തിരിഞ്ഞ് ഒച്ചയെടുത്തു. “ശരിയാണ് നമുക്ക് യോജിക്കാനായില്ല, പക്ഷേ അതുകൊണ്ടെന്താ, നമുക്ക് ഒരുമയോടെ പണിയെടുത്തു കൂടെ?” മാർക്കോ എഴുന്നേറ്റു പണിപൂർത്തിയാക്കിയ അടിപ്പലകയെടുത്ത് അതിന്റെ നീളം വിരൽ വെച്ചളന്നു, തൃപ്തിയോടെ കണ്ണുകൾ ചുളിച്ചു, ഒരക്ഷരം പറയാതെ മറ്റൊരു പണിക്കാരന്റെ നേർക്കു നടന്നു പോയി. ആ മുറിക്കകത്താകെ

ചുറ്റികകളുടേയും അറവാളിന്റേയും ശബ്ദം മാത്രം. അവസാനം ലസ്സാൽ പറഞ്ഞു- "ശരി, നിങ്ങൾക്കിതു മതിയായെന്നു തോന്നുമ്പോൾ ബാല്ലെസ്റ്ററു വഴി എന്നെ അറിയിച്ചേക്കൂ." ശാന്തനായി അയാൾ ഫാക്റ്ററി വിട്ടു പുറത്തേക്കു പോയി.

ഏതാണ്ട് ഉടൻതന്നെ ഫാക്റ്ററി ശബ്ദങ്ങളേക്കാൾ ഉച്ചത്തിൽ മണിയടിയൊച്ച മുഴങ്ങിക്കേട്ടു. ഒരു സിഗരറ്റു കത്തിക്കാനായി ഇരുന്ന ബാല്ലെസ്റ്റർ പതുക്കെ എഴുന്നേറ്റ് പിൻഭാഗത്തുള്ള വാതിലിലേക്കു നടന്നു. അയാൾ പോയതോടെ ചുറ്റികകളുടെ ശബ്ദം കുറഞ്ഞു, ഒരുത്തൻ പണി നിറുത്തുകപോലും ചെയ്തു. ബാല്ലെസ്റ്റർ തിരിച്ചെത്തി വാതിൽക്കൽ നിന്നു കൊണ്ട് പറഞ്ഞു- "മാർക്കോ, ഇവാസ് നിങ്ങളെ രണ്ടുപേരേയും മുതലാളി വിളിക്കുന്നു." ഇവാസിന് ആദ്യം കൈയൊന്നു കഴുകണമെന്നുണ്ടായിരുന്നു, പക്ഷേ മാർക്കോ അയാളേയും പിടിച്ചു വലിച്ചു നടക്കാൻ തുടങ്ങി, മുടന്തിക്കൊണ്ട് ഇവാസ് അനുഗമിച്ചു.

പുറത്ത് നടുമുറ്റത്ത് എന്തു തെളിച്ചം, പ്രകാശം ഉരുകിയൊലിക്കും പോലെ. കൈകളിലും മുഖത്തും വെയിലടിക്കുന്നത് ഇവാസ് അറിഞ്ഞു. പൂവിട്ടു തുടങ്ങിയ പടർപ്പുകൾ വീണുകിടക്കുന്ന കോണിപ്പടികൾ കയറി അവർ മുകളിലത്തെ വരാന്തയിലെത്തി. ചുമരിൽ നിറച്ചും പലവിധ പ്രമാണപത്രങ്ങൾ. അകത്തു നിന്ന് ഒരു കുഞ്ഞിന്റെ കരച്ചിൽ, പിന്നെ ലസ്സാലിന്റെ സ്വരം "ഉച്ചഭക്ഷണം കഴിഞ്ഞ് ഉറക്കിയേക്കൂ. എന്നിട്ടും ഭേദമായില്ലെങ്കിൽ ഡോക്ടറെ വിളിക്കാം." അയാൾ വരാന്തയിലെത്തി, അവരെ ഓഫീസിലേക്കു നയിച്ചു, പഴഞ്ചൻ മാതൃകയിലുള്ള ഇമിറ്റേഷൻ മരസ്സാമാനങ്ങൾ, സ്പോർട്സ് ട്രോഫികൾ അലങ്കരിക്കുന്ന ഭിത്തികൾ. അവർക്ക് ആ ഇടം പരിചിതമായിരുന്നു. മേശക്കു പുറകിലുള്ള തന്റെ ഇരിപ്പിടത്തിൽ ഇരുന്നുകൊണ്ട് ലസ്സാൽ അവരോടു പറഞ്ഞു"ഇരിക്കൂ" അവർ നിന്നതേയുള്ളൂ. "ഞാൻ നിങ്ങളെ വിളിപ്പിച്ചതിനു കാരണമുണ്ട്. മാർക്കോ നിങ്ങളാണ് യൂണിയന്റെ പ്രതിനിധി, പിന്നെ ഇവാസ് നിങ്ങൾ ബാല്ലെസ്റ്ററിനുശേഷം ഇവിടത്തെ ഏറ്റവും പഴയ തൊഴിലാളിയാണ്. എനിക്ക് ചർച്ചകളിലേക്കു മടങ്ങിച്ചെല്ലണമെന്നില്ല. അതൊക്കെ കഴിഞ്ഞു. എനിക്ക് നിങ്ങളാവശ്യപ്പെടുന്നത് തരാനാവില്ല, അത് സുനിശ്ചിതം. ആ സംഗതി അവസാനിച്ചു, പണി തുടരണമെന്ന് നമ്മൾ നിശ്ചയിക്കുകയും ചെയ്തു. നിങ്ങൾക്ക് എന്നോട് ദേഷ്യം തോന്നുന്നുണ്ട്, അതെന്നെ വല്ലാതെ വേദനിപ്പിക്കുന്നു. എനിക്കു തോന്നുന്നത് അതേപടി ഞാൻ പറയുകയാണ്. എനിക്കിത്രയേ കൂട്ടിച്ചേർക്കാനുള്ളൂ. ഇന്നു ചെയ്യാൻ കഴിയാത്തത് ഒരു പക്ഷേ ബിസിനസ്സ് മെച്ചപ്പെടുമ്പോൾ എനിക്ക് ചെയ്യാൻ കഴിഞ്ഞെന്നു വരും. നിങ്ങളു ചോദിക്കുന്നതിനു മുമ്പ് തന്നെ ചെയ്തെന്നും വരും. അതുവരെ നമുക്ക് ഒത്തൊരുമയോടെ പണിയെടുക്കാം." അയാൾ നിർത്തി, എന്തോ ആലോചിക്കുന്നതു പോലെ, എന്നിട്ട് അവരെ നോക്കി. "എന്തു പറയുന്നു?" മാർക്കോ ജനാലയിലൂടെ പുറത്തേക്കു നോക്കിക്കൊണ്ടു

നിന്നു. ഇവാസ് പല്ലു ഞെരിച്ചു, സംസാരിക്കണമെന്നുണ്ട്, പക്ഷേ പറ്റുന്നില്ല. ലസ്സാൽ തുടർന്നു "നിങ്ങളൊക്കെ മനസ്സ് അടച്ചുകെട്ടി വെച്ചിരിക്കയാണ്, നിങ്ങൾക്കിതൊക്കെ മറികടക്കാനാകും. വിവേകം തിരിച്ചു കിട്ടുമ്പോൾ ഞാൻ പറഞ്ഞതിനെപ്പറ്റി ആലോചിക്കൂ". അയാളെഴുന്നേറ്റു, മാർക്കോവിനു സമീപം ചെന്ന് കൈ നീട്ടി "എന്നാപ്പിന്നെ അങ്ങനെയല്ലേ?" മാർക്കോവിന്റെ മുഖം വിളറി, വെയിലേറ്റു കരിഞ്ഞ മുഖത്ത് കാഠിന്യം, നിമിഷനേരം കൊണ്ട് അത് ക്രൂരതയായി മാറി. പൊടുന്നനെ കുതികാൽ വെട്ടിച്ച് പുറത്തേക്കു പോവുകയും ചെയ്തു. ലസ്സാലും വിളറിപ്പോയി, ഇവാസിനെ നോക്കിയെങ്കിലും കൈ നീട്ടിയില്ല, "പോയിത്തുലയ്" ലസ്സാൽ അലറി.

അവർ തിരിച്ചെത്തിയപ്പോൾ, പണിക്കാരൊക്കെ മധ്യാഹ്നഭക്ഷണം കഴിക്കുകയായിരുന്നു. ബാല്ലെസ്റ്റർ വെളിയിലേക്കു പോയിരിക്കുന്നു. മാർക്കോ ഇത്രയേ പറഞ്ഞുള്ളൂ, "വെറും പുളു" എന്നിട്ട് പണിമേശയിലേക്ക് തിരിച്ചു പോയി. എസ്പോസിറ്റോ ആഹാരം കഴിക്കുന്നതു നിർത്തി എന്തായിരുന്നു അവരുടെ ഉത്തരമെന്ന് ആരാഞ്ഞു. തങ്ങൾ മറുപടിയൊന്നും പറഞ്ഞില്ലെന്ന് ഇവാസ് പ്രതിവചിച്ചു. ഭക്ഷണസഞ്ചിയുമായി ബെഞ്ചിലിരുന്ന് കഴിക്കാൻ തുടങ്ങുമ്പോഴാണ് അധികം ദൂരെയല്ലാതെ സെയ്ദ് മരത്തൂളുകൾക്കുമേലെ കിടക്കുന്നത് കണ്ടത്. ജനാലയ്ക്ക് നീല നിറം പൂശുന്ന മങ്ങിയ ആകാശവും നോക്കിക്കൊണ്ടാണ് കിടത്തം. ആഹാരം കഴിച്ചോ എന്ന ചോദ്യത്തിന് ഈന്തപ്പഴം കഴിച്ചുവെന്ന് സെയ്ദ് മറുപടി പറഞ്ഞു. ഇവാസിന് ആഹാരം കഴിക്കാനായില്ല. ലസ്സാലുമായുള്ള കൂടിക്കാഴ്ചക്കുശേഷം തന്നെ വിടാതെ പിടികൂടിയിരുന്ന അസ്വസ്ഥത സുഖകരമായ ഒരു ഊഷ്മളതക്ക് വഴിമാറിക്കൊടുക്കുന്നത് അയാളറിഞ്ഞു. തന്റെ റൊട്ടി രണ്ടായി മുറിച്ച് വിസമ്മതം പ്രകടിപ്പിക്കുന്ന സെയ്ദിനു നേരെ നിർബന്ധപൂർവ്വം നീട്ടി, അടുത്തയാഴ്ചയാവുമ്പോഴേക്കും എല്ലാം ശരിയാകുമെന്ന് സമാധാനിപ്പിച്ചു. "അപ്പോ നീയാണെനിക്ക് വിരുന്നു തരേണ്ടത്." സെയ്ദ് മന്ദഹസിച്ചു. ഇവാസ് നൽകിയ റൊട്ടിയിൽ താൽപര്യമില്ലാതെ കടിച്ചു, വിശപ്പില്ലാത്തവന്റെ പ്രകടമായ നിരുത്സാഹതയോടെ.

എസ്പോസിറ്റോ തീക്കൂട്ടി, കൂടെക്കൊണ്ടു വന്ന കാപ്പി വലിയൊരു പാത്രത്തിലേക്ക് ഒഴിച്ച് ചൂടാക്കി. പണിമുടക്ക് പരാജയപ്പെട്ടതറിഞ്ഞ് പലചരക്കു കടക്കാരന്റെ വക അവർക്കെല്ലാവർക്കുമായി സൗജന്യ സമ്മാനമാണതെന്നു പറഞ്ഞു. ചൂടുകാപ്പി വിതരണം ചെയ്യപ്പെട്ടു. ഓരോ തവണ എസ്പോസിറ്റോ കാപ്പിയൊഴിക്കുമ്പോഴും സെയ്ദ് റൊട്ടി തിന്നതിനേക്കാളേറെ സ്വാദോടെ അതു കുടിച്ചു. അടുപ്പിലെ പാത്രത്തിൽ ബാക്കി വന്ന ചൂടുകാപ്പി എസ്പോസിറ്റോ അതേപടി വായിലേക്കൊഴിച്ച് ചുണ്ടു നക്കി. അപ്പോഴേക്കും ബാല്ലെസ്റ്റർ എത്തിയിരുന്നു; പണി തുടരാനുള്ള നിർദ്ദേശവുമായി.

പൊതികളും പാത്രങ്ങളും സഞ്ചികളിലേക്കു തിരുകിക്കയറ്റിക്കൊണ്ടിരുന്നപ്പോൾ ബാല്ലെസ്റ്റർ അവർക്കരികെ എത്തി, എല്ലാവരോടുമെന്നപോലെ പറഞ്ഞു എല്ലാവർക്കും, തനിക്കടക്കം വിഷമങ്ങളുണ്ടെന്നും, പക്ഷേ കൊച്ചുകുട്ടികളെപ്പോലെ പിണക്കം നടിച്ച് മുഖം വീർപ്പിച്ചിരിക്കേണ്ട കാര്യമൊന്നുമില്ലെന്നും. കൈയിൽ പാത്രവുമായി എസ്പോസിറ്റോ ബാല്ലെസ്റ്ററുടെ നേരെ തിരിഞ്ഞു, നീണ്ട പരുക്കൻ മുഖം തുടുത്തു ചുമന്നിരിക്കുന്നു. ഇവാസിനു മനസ്സിലായി, അയാളെന്താണ് പറയാൻ പോകുന്നതെന്ന് എല്ലാവരുടേയും മനസ്സിലുള്ളതു തന്നെ- മുഖം വീർപ്പിച്ചിരിക്കുകയല്ല, വായടഞ്ഞു പോയതാണ്.. 'വേണമെങ്കിൽ മതി, വേണ്ടെങ്കിൽ വേണ്ട പോലും'. ചിലപ്പോഴൊക്കെ ദേഷ്യവും നിസ്സഹായതയും വല്ലാതെയങ്ങ് നോവിക്കും, വാ തുറന്ന് കരയുവാൻ പോലും ആകാത്ത വിധം നൊന്തു പോവും. അവർ പുരുഷന്മാരാണ്, അവർക്ക് പുഞ്ചിരിക്കാനോ ഇളിഭ്യച്ചിരി ചിരിക്കാനോ ആവില്ല. പക്ഷേ എസ്പോസിറ്റോ ഇതൊന്നും പറഞ്ഞില്ല. അയാളുടെ മുഖം പതുക്കെ സൗമ്യമായി. ബാല്ലെസ്റ്ററിന്റെ തോളിൽ തട്ടി മറ്റുള്ളവരോടൊപ്പം പണി തുടങ്ങി. വീണ്ടും ചുറ്റികയടികൾ, ആ വലിയ തളത്തിനകത്ത് ചിരപരിചിതമായ ശബ്ദം മുഴങ്ങിക്കേട്ടു. മരച്ചീളുകളുടേയും വിയർപ്പിൽ മുങ്ങിയ പഴന്തുണികളുടേയും മണം വായുവിൽ തങ്ങി നിന്നു. എസ്പോസിറ്റോ സാവധാനം ഉന്തിനീക്കിയ വലിയ മരത്തടികളിലേക്ക് ഈർച്ചവാൾ മുരണ്ടുകൊണ്ട് ആഴ്ന്നിറങ്ങി. അലറുന്ന ഈർച്ചവാളിനിരുവശവുമായി ചീറ്റിയുയർന്ന ഈർച്ചപ്പൊടി, മരത്തടിയെ മുറുകെ പിടിച്ചിരുന്ന എസ്പോസിറ്റോയുടെ വലിയ രോമാവൃതമായ കൈകളിൽ പറ്റിപ്പിടിച്ചു. പലക മുറിഞ്ഞു വീണാൽപ്പിന്നെ മോട്ടോറിന്റെ ഇരമ്പം മാത്രമേ കേൾക്കാനാവൂ.

മരപ്പട്ടികകളിലേക്ക് കുനിഞ്ഞിരിക്കുന്ന ഇവാസിന് നട്ടെല്ലു തളരുന്നു. സാധാരണ ഈ തളർച്ച വളരെക്കഴിഞ്ഞേ അനുഭവപ്പെടാറുള്ളൂ. ഇത്രയും ദിവസത്തെ നിഷ്ക്രിയത കൊണ്ട് പഴക്കം വിട്ടിരിക്കുന്നു. അതു വ്യക്തം. പക്ഷെ പ്രായം! അതും ദേഹാധ്വാനത്തെ കൂടുതൽ പ്രയാസമുള്ളതാക്കും, ഇതു വെറും മിനുക്കുപണിയല്ലല്ലോ. തളർച്ച വാർദ്ധക്യത്തിന്റെയും ലക്ഷണമാണ്. മാംസപേശികളുടെ ചലനം ആവശ്യമായി വരുന്ന ജോലികളൊക്കെ അവസാനം മുഷിപ്പിക്കും, അത് മരണത്തിന്റെ മുന്നോടിയാണ്, കഠിനമായ ദേഹാധ്വാനത്തിനുശേഷമുള്ള നിദ്ര മരണസമാനമാണ്. മകന് അധ്യാപകനാവണമെത്ര. അവൻ പറയുന്നത് ശരിയാണ്. ദേഹാധ്വാനത്തെപ്പറ്റി പഴഞ്ചൻ ഫലിതങ്ങൾ പറയുന്നവർക്കൊന്നും സത്യമെന്താണെന്ന് അറിയില്ല.

ദീർഘശ്വാസമെടുക്കാനും ദുഷ്ചിന്തകളെ മനസ്സിൽ നിന്നോടിക്കാനുമായി ഇവാസ് നടു നിവർന്നപ്പോൾ വീണ്ടും ഉച്ചത്തിൽ ബെല്ലടിച്ചു. വാശിയോടെ, പക്ഷേ ഒരു പ്രത്യേക രീതിയിൽ, അല്പനേരം നിലയ്ക്കും, വീണ്ടും അത്യുച്ചത്തിൽ മുഴങ്ങും. എല്ലാവരും പണി നിർത്തി. ബാല്ലെസ്റ്റർ

ചെവിയോർത്തു, അത്ഭുതപ്പെട്ടു, എന്നിട്ട് എന്തോ നിശ്ചയിച്ചുറപ്പിച്ചതു പോലെ പിൻവാതിലിലേക്കു നടന്നു. അയാൾ പോയി ഏതാനും നിമിഷങ്ങൾക്കകം ബെല്ലടി നിന്നു. അവർ വീണ്ടും പണി തുടങ്ങി. അല്പം കഴിഞ്ഞ് പിന്നാമ്പുറത്തെ വാതിൽ മലർക്കെ തുറന്ന് ബാല്ലെസ്റ്റർ തളത്തിലൂടെ ലോക്കർ റൂമിലേക്കോടുന്നതു കണ്ടു. കാൻവാസ് ഷൂസും കോട്ടു മണിഞ്ഞ് പുറത്തേക്കു വന്ന് ഇവാസിനോടു "കുഞ്ഞിനു തീരെ സുഖമില്ല. ഞാൻ ജർമേയ്നെ കൂട്ടിക്കൊണ്ടു വരാൻ പോകയാണ്". അതും പറഞ്ഞ് കവാടത്തിനുനേരെ കുതിച്ചു. ഫാക്റ്ററിത്തൊഴിലാളികളുടെ ആരോഗ്യത്തിന്റെ മേൽനോട്ടം ഡോക്ടർ ജെർമേയ്നായിരുന്നു, പുറത്ത് തൊട്ടടുത്തുതന്നെയായിരുന്നു അയാളുടെ വസതി. ഇവാസ് കൂടുതലൊന്നും കൂട്ടിച്ചേർക്കാതെ സഹപ്രവർത്തകരെ വിവരമറിയിച്ചു. അവരൊക്കെ ഇവാസിനു ചുറ്റും കൂടി. പരസ്പരം നോക്കി, എല്ലാവരുടേയും മുഖത്ത് ജാള്യത. അറവുവാൾ വെറുതെ കറങ്ങുന്ന ശബ്ദമല്ലാതെ മറ്റൊരു ശബ്ദമില്ല. "ഓ! കാര്യമായിട്ട് ഒന്നുമുണ്ടാവില്ല". ഒരാൾ അഭിപ്രായപ്പെട്ടു. എല്ലാവരും സ്വന്തം പ്രവർത്തികളിലേക്ക് തിരിച്ചു പോയി. വീണ്ടും അവിടമാകെ പണിയായുധങ്ങളുടെ ശബ്ദം നിറഞ്ഞു, പക്ഷേ അവരൊക്കെ എന്തിനോ വേണ്ടി കാത്തിരിക്കുന്നപോലെ...

കാൽമണിക്കൂറു കഴിഞ്ഞപ്പോൾ ബാല്ലെസ്റ്റർ തിരിച്ചെത്തി. കോട്ടു തൂക്കിയിട്ട് ഒരക്ഷരം മിണ്ടാതെ പിന്നാമ്പുറത്തെ വാതിലിലൂടെ അകത്തേക്കു പോയി. ജാലകങ്ങളിൽ വെളിച്ചം മങ്ങുന്നു. കുറച്ചു കഴിഞ്ഞ്, അറവുവാൾ ഗർജ്ജിക്കാതിരുന്ന സമയത്ത് അങ്ങ് ദൂരെ ആംബുലൻസിന്റെ പതുങ്ങിയ മണിയടി. അത് അടുത്തടുത്തു വരുന്നു, അവസാനം പ്രധാന കവാടത്തിലെത്തി നിന്നു. പിന്നെ എല്ലാം നിശ്ശബ്ദം. ക്ഷണനേരത്തിനു ശേഷം ബാല്ലെസ്റ്റർ പുറത്തേക്കു വന്നു. എല്ലാവരും അയാളെ ചുറ്റി നിന്നു. എസ്പോസിറ്റോ അറവുവാൾ മുഴുവനായും ഓഫ് ചെയ്തിരിക്കുന്നു. "ഉടുപ്പു മാറുമ്പോൾ ആരോ വെട്ടി വീഴ്ത്തിയതുപോലെ കുട്ടി കുഴഞ്ഞു വീണത്രേ". ബാല്ലെസ്റ്റർ എല്ലാവരോടുമായി പറഞ്ഞു. "പിന്നല്ലേ നിങ്ങളാരെങ്കിലും ഇങ്ങനെയൊരു കഥ കേട്ടിട്ടുണ്ടോ?" മാർക്കോ ചോദിച്ചു. ബാല്ലെസ്റ്റർ അശ്രദ്ധമായി തലയാട്ടി. അവരെല്ലാം അവിടെത്തന്നെ നിന്നു, നിശ്ശബ്ദമായ പണിപ്പുര, ചില്ലുജാലകങ്ങളിലൂടെ അകത്തേക്ക് അരിച്ചിറങ്ങുന്ന മഞ്ഞവെളിച്ചം, ഈർച്ചപ്പൊടി മൂടിയ വസ്ത്രങ്ങൾക്കുമീതെ നിശ്ചലമായ തൂങ്ങിക്കിടക്കുന്ന പരുക്കൻ കൈകൾ.

മധ്യാഹ്നം ഇഴഞ്ഞു നീങ്ങി. ഇവാസിന് തളർച്ച തോന്നി, മനസ്സിന് വല്ലാത്ത ഭാരവും. അയാൾക്ക് സംസാരിക്കണമെന്നുണ്ടായിരുന്നു. പക്ഷെ എന്തു പറയാനാണ്, മറ്റുള്ളവരുടെ അവസ്ഥയും തഥൈവ. ശബ്ദരഹിതമായ അവരുടെ മുഖങ്ങളിൽ നിന്ന് സങ്കടവും പിടിവാശിയും മാത്രമേ വായിച്ചെടുക്കാനായുള്ളൂ. "അത്യാപത്ത്" എന്നൊരു പദം ഇവാസിന്റെ അന്തരാളത്തിൽ അവ്യക്തമായി ഉരുത്തിരിഞ്ഞു, പൊടുന്നനെ

അപ്രത്യക്ഷമാവുകയും ചെയ്തു, ഒരു കുമിള പോലെ. ഹോ! വീട്ടിലെത്താനായെങ്കിൽ! ഫെർണാണ്ടിനോടും മകനോടുമൊപ്പം ടെറസ്സിലിരിക്കാൻ ആയെങ്കിൽ! പണി നിറുത്താനുള്ള സമയമായെന്ന് ബാല്ലെസ്റ്റർ അറിയിച്ചതോടെ, യന്ത്രങ്ങളൊക്കെ നിലച്ചു. ധൃതിയൊന്നും കൂടാതെ തീ കെടുത്തി, മേശമേലുള്ള സാമാനങ്ങളൊക്കെ അടുക്കിവെച്ച് ഓരോരുത്തരായി ലോക്കർ റൂമിലേക്കു നടന്നു. സെയ്ദൊഴിച്ച്. തറ വൃത്തിയാക്കി പൊടി പറക്കാതിരിക്കാൻ വെള്ളം തളിക്കേണ്ടത് അവന്റെ ജോലിയാണ്. ഇവാസ് ലോക്കർ റൂമിലെത്തിയപ്പോൾ എസ്പോസിറ്റോ ഷവറിനടിയിലായിരുന്നു. വലിയ രോമാവൃതമായ ദേഹം. മറ്റുള്ളവർക്കു പുറം തിരിഞ്ഞു നിന്നുകൊണ്ട് വലിയ ശബ്ദത്തോടെ സോപ്പു തേക്കുകയാണ്. സാധാരണഗതിയിൽ അവർ അയാളെ കളിയാക്കുമായിരുന്നു. "ഭീമൻ കരടി" "അയ്യോ നാണം മറച്ചു പിടിക്കുന്നു" എന്നൊക്കെ. പക്ഷേ ഇന്നെന്തോ ആരും അതു ശ്രദ്ധിച്ച മട്ടില്ല. എസ്പോസിറ്റോ അരയിൽ തോർത്തുമുണ്ട് ചുറ്റി ഷവറിൽ നിന്നു പുറത്തു വന്നു. പിന്നെ മറ്റുള്ളവരുടെ ഊഴമായി. മാർക്കോ നഗ്നമായ ദേഹത്ത് സോപ്പടിച്ചു പതപ്പിക്കുന്നു. പ്രധാന കവാടത്തിന്റെ ചക്രങ്ങൾ പതുക്കെ ഉരുണ്ടു, വാതിലല്പം തുറക്കപ്പെട്ടു. ലസ്സാൽ അകത്തേക്കു വന്നിരിക്കുന്നു.

ആദ്യം വന്നപ്പോഴുണ്ടായിരുന്ന അതേ വേഷം. പക്ഷേ തലമുടിയാകെ പാറിപ്പറന്നിരിക്കുന്നു. ഉമ്മറപ്പടിയിൽ നിന്നുകൊണ്ട് വിജനമായ പണിസ്ഥലത്തെ അവലോകനം ചെയ്യുകയാണ്. ഏതാനും ചുവടുകൾ മുന്നോട്ടു വെച്ചശേഷം ലോക്കർ റൂമിനു നേരെ നോക്കി. തോർത്തുമുണ്ടു മാത്രം ചുറ്റിയ എസ്പോസിറ്റോയുടെ നേരെ. നഗ്നതയിൽ ലജ്ജിതനായ എസ്പോസിറ്റോ പരുങ്ങുകയാണ്. ഇവാസ് വിചാരിച്ചു മാർക്കൊക്കെ എന്തെങ്കിലും പറയാനാകൂ. പക്ഷെ മാർക്കോ ഷവറിനടിയിലെ ജലധാരയ്ക്കുള്ളിൽ അദൃശ്യനാണ്. എസ്പോസിറ്റോ ധൃതിയിൽ ഒരു ഷർട്ടു വലിച്ചെടുത്ത് ധരിക്കുന്നതിനിടയിൽ ലസ്സാൽ നിർവികാരമായ സ്വരത്തിൽ "ശുഭരാത്രി" ആശംസിച്ചുകൊണ്ട് പിൻവാതിലിലേക്കു നടന്നു. അയാളെ തിരിച്ചു വിളിക്കണമെന്ന് ഇവാസിനു തോന്നിയപ്പോഴേക്കും വാതിൽ അടഞ്ഞു കഴിഞ്ഞിരുന്നു.

കുളിക്കാൻ നിൽക്കാതെ ഇവാസ് വസ്ത്രങ്ങളെടുത്തു ധരിച്ചു. എല്ലാവർക്കും ആത്മാർത്ഥതയോടെ ശുഭരാത്രി നേർന്നു, അവരും അതെ ഊഷ്മളതയോടെ തിരിച്ചും. വേഗം പുറത്തെത്തി സൈക്കിളെടുത്ത് ഇറങ്ങി, മുതുകത്ത് അതേ വേദന. സായംകാലത്തെ തിരക്കു പിടിച്ച നഗരഗതാഗതം. വീട്ടിലെത്താനുള്ള ടെറസ്സിലിരിക്കാനുള്ള ആകാംക്ഷ കാരണം വളരെ വേഗത്തിലാണ് അയാൾ സൈക്കിൾ ചവുട്ടിയത്. വീട്ടിലെത്തി കുളിച്ച് വൃത്തിയായശേഷം ടെറസ്സിലിരുന്ന് അനുയാത്രികയായ ഈ കടലിനെ നോക്കിയിരിക്കാം, രാവിലത്തേക്കാളും ഇരുണ്ട കടൽ. പക്ഷേ വഴി

നീളെ ആ പെൺകുഞ്ഞും അയാളോടൊപ്പമുണ്ടായിരുന്നു, അയാൾക്ക് അവളെക്കുറിച്ച് ചിന്തിക്കാതിരിക്കാനായില്ല.

വീട്ടിൽ, മകൻ സ്കൂളിൽ നിന്ന് തിരിച്ചെത്തി, ചിത്രകഥകൾ വായിക്കുകയാണ്. ഫെർണാണ്ട് അന്വേഷിച്ചു " കുഴപ്പമൊന്നും ഉണ്ടായില്ലല്ലോ". അയാളൊന്നും പറഞ്ഞില്ല, കുളിച്ചു വൃത്തിയായി ടെറസ്സിലെ താണ ബെഞ്ചിലിരുന്നു. തലക്കു മുകളിൽ ഉണങ്ങാനിട്ട വസ്ത്രങ്ങൾ, ആകാശം തെളിഞ്ഞു വരുന്നു, അരമതിലിനപ്പുറം സൗമ്യയായ സായാഹ്നസമുദ്രം. ഫെർണാണ്ട് അനിസെറ്റ് സർവ്വത്തും രണ്ടു ഗ്ലാസ്സുകളും ഒരു ജഗ്ഗു നിറയെ തണുത്ത വെള്ളവുമായി ഭർത്താവിന്റെ അടുത്ത് ഇരുപ്പുറപ്പിച്ചു. വിവാഹത്തിന്റെ ആദ്യനാളുകളിൽ ചെയ്തിരുന്നതു പോലെ അവളുടെ കരങ്ങൾ ഗ്രഹിച്ചുകൊണ്ട് അയാൾ അവളോട് എല്ലാം പറഞ്ഞു. എന്നിട്ട് അനക്കമില്ലാതെ സമുദ്രത്തിലേക്കു നോക്കിയിരുന്നു, ചക്രവാളത്തിൽ ഒരറ്റം മുതൽ മറ്റേയറ്റം വരെ ത്രിസന്ധ്യ അതിവേഗം കൊഴിഞ്ഞു വീഴുന്നു. "ഹോ തെറ്റ് അയാളുടെ ഭാഗത്താണ്". ഇവാസ് പറഞ്ഞു. തനിക്ക് ചെറുപ്പമായിരുന്നെങ്കിൽ, ഫെർണാണ്ടിന് ചെറുപ്പമായിരുന്നെങ്കിൽ, അവരെങ്ങോട്ടെങ്കിലും യാത്ര പോയിരുന്നേനേ, കടൽ താണ്ടി.

ആതിഥ്യം

തന്റെ നേർക്കു കുന്നു കയറി വരുന്ന ഇരുവരെയും നിരീക്ഷിക്കുകയായി രുന്നു സ്കൂൾമാസ്റ്റർ. ഒരാൾ കുതിരപ്പുറത്ത്, മറ്റേയാൾ കാൽനടയായും. സ്കൂൾ കെട്ടിടത്തിലേക്കുള്ള കുത്തനെയുള്ള കയറ്റം കയറിക്കഴിഞ്ഞി ട്ടില്ല. കഷ്ടപ്പെട്ട് മുന്നേറുകയാണ് മഞ്ഞുമൂടിക്കിടക്കുന്ന കല്ലുകൾക്കിട യിലൂടെ വിശാലവും വിജനവുമായ പീഠഭൂമിയിലേക്കുള്ള കയറ്റമാണ്, വളരെ സാവധാനത്തിലേ നീങ്ങാനാവൂ, കുതിരയ്ക്ക് ഇടയ്ക്കിടെ കാലിട റുന്നുണ്ട്. ഒന്നും കേൾക്കാനാകുന്നില്ലെങ്കിലും കുതിരയുടെ മൂക്കിലൂടെ പുറത്തുവരുന്ന നീരാവി കാണാനാകുന്നുണ്ട്. അവരിലൊരാൾക്ക് ഈ പ്രാന്തം പരിചിതമാണെന്നു തോന്നുന്നു, ഒറ്റയടിപ്പാത കണ്ടെത്താനുള്ള ശ്രമത്തിലാണ്, പക്ഷേ ദിവസങ്ങൾക്കു മുമ്പുണ്ടായ മഞ്ഞുവീഴ്ച അതിനെ മൂടിമറച്ചിരിക്കുന്നു. സ്കൂൾമാസ്റ്റർ കണക്കുകൂട്ടി- ഇനിയും അരമണിക്കൂറെടുക്കും കുന്നിൻ മുകളിലെത്താൻ. തണുപ്പടിക്കുന്നു, സ്വെറ്റർ എടുക്കാനായി അയാൾ സ്കൂളിനകത്തേക്കു പോയി.

തണുത്തു മരവിച്ച ക്ലാസ്സുമുറി. ബോർഡിൽ വിവിധ നിറമുള്ള ചോക്കു കൾ കൊണ്ട് ഫ്രാൻസിലെ നാലു നദികൾ വരച്ചിട്ടിരിക്കുന്നു, കഴിഞ്ഞ മൂന്നു ദിവസമായി അവ അഴിമുഖത്തേക്കൊഴുകുകയാണ്. ഒക്ടോബർ പകുതി യായതേയുള്ളൂ, എട്ടുമാസത്തെ ഉണങ്ങിവരണ്ട വേനലിനു ശേഷം ഇട ക്കാല മഴയില്ലാതെ പെട്ടെന്നൊരു മഞ്ഞു വീഴ്ച. ഗ്രാമവാസികളായ ഇരുപതോ അതിൽ കുറവോ കുട്ടികളുടെ സ്കൂളിലേക്കുള്ള വരവ് അതോടെ നിന്നുപോയി. കാലാവസ്ഥ ഭേദപ്പെട്ടാൽ അവർ തിരിച്ചു വരും. ദരൂ ഈയിടെയായി ഒരൊറ്റ മുറിയേ ചൂടാക്കാറുള്ളൂ, ക്ലാസ്റൂമിനടുത്ത് കിഴക്കു ഭാഗത്തുള്ള തന്റെ മുറി. ക്ലാസ്റൂമിനെപ്പോലെ അതിന്റെ ജനാ ലയും തുറക്കുന്നത് തെക്കോട്ടേക്കാണ്. അവിടന്ന് ഏതാനും കിലോമീറ്ററ കലെ പീഠഭൂമി കുത്തനെ തെക്കോട്ടു ചെരിയുന്നു. തെളിഞ്ഞ കാലാവ സ്ഥയാണെങ്കിൽ അങ്ങു ദൂരെ ധൂമ്രവർണ്ണത്തിലുള്ള മലനിരകളും മരുഭൂ മിയിലേക്കുള്ള ചുരവും കാണാമായിരുന്നു.

ശരീരത്തിന്റെ തണുപ്പ് അല്പം വിട്ടിരിക്കുന്നു. ദരൂ ജനാലയ്ക്കലേക്കു തിരിച്ചെത്തി, അവിടെ നിന്നാണ് യാത്രക്കാരെ ആദ്യം കാണാനായത്.

ഇപ്പോഴവരെ കാണാനില്ല. അതിനർത്ഥം കയറ്റം കഴിഞ്ഞിരിക്കുമെന്നാണ്. ആകാശം ഇരുണ്ടിട്ടല്ല, കാരണം മഞ്ഞുവീഴ്ച രാത്രിയോടെ നിലച്ചിരുന്നു. മങ്ങി മുഷിഞ്ഞ വെളിച്ചവുമായാണ് പ്രഭാതമെത്തിയത്, മേഘക്കൂട്ടങ്ങൾ നീങ്ങിയിട്ടും, തെളിച്ചം മുഴുവനായും വീണില്ല. ഉച്ചയ്ക്ക് രണ്ടു മണി, എന്നിട്ടോ ദിവസം വിടരുന്നെന്നേ തോന്നുന്നുള്ളൂ. പക്ഷേ കഴിഞ്ഞ മൂന്നു ദിവസങ്ങളേക്കാളും എത്രയോ ഭേദമാണിത്. ആ മൂന്നു ദിവസങ്ങൾ തുടർച്ചയായി മഞ്ഞു വീണു, കനത്ത ഇരുട്ടും ക്ലാസ് റൂമിന്റെ ഇരട്ടവാതിലിനെപ്പോലും പിടിച്ചു കുലുക്കുന്ന കാറ്റും. ദരൂ തന്റെ മുറിക്കുള്ളിൽ നീണ്ട മണിക്കൂറുകൾ ചെലവഴിച്ചു, കോഴികൾക്ക് തീറ്റയിടാനോ കൽക്കരി വാരിക്കൊണ്ടു വരാനോ മാത്രമേ പുറത്തേക്കിറങ്ങിയുള്ളൂ. ഭാഗ്യവശാൽ ഹിമവാതത്തിന് രണ്ടു ദിവസം മുമ്പ് വടക്ക് ഏറ്റവും അടുത്തുള്ള ഗ്രാമത്തിൽ നിന്ന് സാമാന വണ്ടി ആവശ്യമുള്ളതൊക്കെ എത്തിച്ചു കൊടുത്തിരുന്നു. നാല്പത്തെട്ടു മണിക്കൂറു കഴിഞ്ഞാൽ അതിനിയും വരും.

മാത്രമല്ല, ഇനി ഒരുപരോധമുണ്ടായാൽപോലും ചെറുത്തുനില്ക്കാനുള്ള വക അയാളുടെ കൈവശമുണ്ട്. വരൾച്ചയും ക്ഷാമവും കൊണ്ട് അവശരായ കുടുംബങ്ങളിൽ നിന്നുള്ള സ്കൂൾകുട്ടികൾക്ക് നല്കാനായി അധികാരികൾ എല്പിച്ചിരിക്കുന്ന ധാന്യച്ചാക്കുകൾ അയാളുടെ മുറിയിൽ കെട്ടിക്കിടക്കുന്നു. നേരുപറഞ്ഞാൽ അവരൊക്കെയും വരൾച്ച കൊണ്ട് വലഞ്ഞവരായിരുന്നു, അവരൊക്കെ പാവപ്പെട്ടരായിരുന്നു. നിത്യവും ദരൂ അവർക്ക് ധാന്യമളന്നു കൊടുക്കും. ഇപ്പോൾ അവരതിന്റെ അഭാവം അറിയുന്നുണ്ടാകും. അവരുടെ അച്ഛന്മാരോ മുതിർന്ന ഏട്ടന്മാരോ ഇന്നുച്ചയ്ക്ക് വന്നെന്നു വരാം. എങ്കിൽ അവർക്ക് ധാന്യമളന്നു കൊടുക്കാമായിരുന്നു. അടുത്ത കൊയ്ത്തു വരെയുള്ള പ്രശ്നമേയുള്ളൂ. ഇപ്പോഴിതാ ഫ്രാൻസിൽ നിന്നു കപ്പൽ കണക്കിന് ഗോതമ്പ് ഇറക്കുമതി തുടങ്ങിയതോടെ ദുരിതം തീർന്നു. പക്ഷേ ദാരിദ്ര്യത്തെ അങ്ങനെയങ്ങ് മറന്നു കളയാനാവില്ലല്ലോ. സൂര്യവെളിച്ചത്തിൽ അലഞ്ഞു തിരിയുന്ന പ്രേതരൂപങ്ങൾ, മാസങ്ങളോളം കത്തിയെരിഞ്ഞ് കരിക്കട്ടയായ കുന്നിൻ ചെരിവുകൾ, വരണ്ടുണങ്ങിയ ഭൂമി, അക്ഷരാർത്ഥത്തിൽ ദഗ്ദ്ധം, പാദപതനമേൽക്കുമ്പോൾ പൊടിഞ്ഞു പോകുന്ന കല്ലുകൾ. ആയിരക്കണക്കിന് ആടുകൾ ചത്തൊടുങ്ങി. മനുഷ്യരും; പലപ്പോഴും ആരോരുമറിയാതെ.

കഷ്ടപ്പാടു നിറഞ്ഞ ജീവിതമാണെങ്കിലും ഈ സ്കൂൾ കെട്ടിടത്തിനകത്ത്, അല്പം കൊണ്ട് തൃപ്തനായി, ഒരു സന്യാസിയെപ്പോലെയാണ് കഴിഞ്ഞിരുന്നതെങ്കിലും പുറത്തെ ദാരിദ്രവുമായി തട്ടിച്ചു നോക്കുമ്പോൾ താനൊരു ജമീന്ദാരാണെന്നു അയാൾക്ക് തോന്നിപ്പോയി. വെള്ളയടിച്ച ചുമരുകൾ, കിടക്കാൻ സോഫ, ചായമടിക്കാത്ത ഷെൽഫുകൾ, ആഴ്ച തോറും മുടങ്ങാതെ ലഭിച്ചു വന്ന വെള്ളവും ഭക്ഷണവും. അങ്ങനെയിരിക്കുമ്പോഴാണ് ആകസ്മികമായി ഈ മഞ്ഞുവീഴ്ച. മഴയുടെ രുചിപോലും മനസ്സിലാക്കാനായില്ല. ഈ പ്രാന്തത്തിന്റെ സ്വഭാവമാണത്. അതിക്രൂരം,

മനുഷ്യവാസമില്ലെങ്കിലും - അല്ല അതുകൊണ്ട് ഗുണമുണ്ടായിട്ടല്ല. പക്ഷേ ദരൂ ഇവിടെ ജനിച്ചവനാണ്. മറ്റെവിടെപ്പോയാലും താനൊരു പ്രവാസിയാണെന്ന് അയാൾക്കു തോന്നി.

സ്കൂൾ കെട്ടിടത്തിന്റെ മുറ്റത്തേക്ക് അയാളിറങ്ങി നിന്നു. ആ രണ്ടു പേർ കുന്നിന്റെ ഏതാണ്ട് പകുതിയോളം കയറിയിരിക്കുന്നു. കുതിരപ്പുറത്തിരിക്കുന്നവനെ അയാൾക്കു മനസ്സിലായി ബൽദൂച്ചി. അയാൾക്ക് ഏറെക്കാലമായി പരിചയമുള്ള മിലിട്ടറി പോലീസുകാരൻ. പിന്നിൽ തല കുനിച്ചു നടക്കുന്ന ഒരറബി. അവന്റെ കൈകൾ കൂട്ടിക്കെട്ടിയിരിക്കുന്നു കയറിന്റെ അറ്റം ബൽദൂച്ചിയുടെ കൈയ്യിൽ. പോലീസുകാരൻ കൈവീശിക്കാണിച്ചു. ദരൂ പ്രതികരിച്ചില്ല. അയാൾ അറബിയെ നോക്കുകയായിരുന്നു. നിറംമങ്ങിയ നീല ജല്ലാബായെന്ന മേലങ്കിയും കാലുകളിൽ കനത്ത രോമ സോക്സുകളും ചെരിപ്പും, അധികം വീതിയില്ലാത്ത ഷേഷെയെന്ന ശിരോവസ്ത്രവും. അവരടുത്തെത്തി, ബൽദൂച്ചി കുതിരയെ അടക്കി നിറുത്തി, അറബിക്ക് പരിക്കേൽക്കരുതെന്ന് കരുതിയാവും, വളരെ പതുക്കെയാണ് നീങ്ങുന്നത്.

വിളിപാടു ദൂരത്തെത്തിയപ്പോൾ ബൽദൂച്ചി വിളിച്ചു പറഞ്ഞു, എലാമറിൽ നിന്നുള്ള മൂന്നു കിലോമീറ്ററു താണ്ടാൻ ഒരു മണിക്കൂർ. ദരൂ മറുപടി പറഞ്ഞില്ല. സ്വെറ്ററിനകത്ത് തടിച്ചു കുറുകിയ അയാൾ അവർ കയറുന്നതും നോക്കി നില്ക്കയായിരുന്നു. അറബി ഒരിക്കൽപോലും തല പൊക്കിയില്ല. മുറ്റത്തെത്തിയപ്പോൾ ദരൂ അഭിവാദ്യം ചെയ്തു. “വരൂ, അകത്തേക്കു വരൂ”. ബൽദൂച്ചി കഷ്ടപ്പെട്ട് കുതിരപ്പുറത്തു നിന്നിറങ്ങി. കയറിലെ പിടുത്തം വിടാതെത്തന്നെ. മീശക്കടിയിലൂടെ സ്ക്കൂൾമാസ്റ്റർക്ക് ഒരു ചിരി സമ്മാനിച്ചു. വെയിലേറ്റു കരുവാളിച്ച നെറ്റിക്കു താഴെ കറുത്ത കൊച്ചു കണ്ണുകൾ, ചുണ്ടുകൾക്കു ചുറ്റും ചുളിവുകൾ ആകപ്പാടെ സദാ ജാഗരൂകനും, ക്ലേശങ്ങൾ സഹിച്ചു പഴക്കമുള്ളവനുമാണെന്ന ഭാവം. ദരൂ കടിഞ്ഞാൺ കൈയ്യിലെടുത്ത് കുതിരയെ തൊഴുത്തിലേക്കു കൊണ്ടുപോയി. എന്നിട്ട് തിരിച്ച് സ്ക്കൂൾ മുറ്റത്ത് തന്നെ കാത്തു നിന്നിരുന്ന ഇരുവരേയും സ്വന്തം മുറിയിലേക്ക് കൂട്ടിക്കൊണ്ടു പോയി. “ഞാൻ ക്ലാസ്സ് റൂം ഒന്ന് ചൂടാക്കിയിട്ടു വരട്ടെ. അവിടെയാവും നമുക്ക് കൂടുതൽ സൗകര്യം”. അയാൾ തിരിച്ചെത്തിയപ്പോൾ ബൽദൂച്ചി സോഫയിൽ കിടപ്പായിരുന്നു. അറബിയുമായി തന്നെ കൂട്ടിക്കെട്ടിയിരുന്ന കയറ് അഴിച്ചെടുത്തിരിക്കുന്നു. അറബി തീച്ചൂളയ്ക്കടുത്ത് ചമ്രം പടിഞ്ഞിരിക്കുന്നു. കൈകൾ ഇപ്പോഴും കൂട്ടിക്കെട്ടിയിരിക്കുന്ന നിലയിലാണ്. ഷേഷേ പിന്നിലേക്കു തള്ളിവച്ചിരിക്കുന്നു. ജനാലയിലൂടെ വെളിയിലേക്കു നോക്കുകയാണ്. ദരൂ ആദ്യം ശ്രദ്ധിച്ചത് തടിച്ച ചുണ്ടുകളാണ്. നീഗ്രോകളുടെ മിനുസമുള്ള വലിയ ചുണ്ടുകൾ, പക്ഷേ നീണ്ടു നിവർന്ന മൂക്ക്, ഇരുണ്ട കണ്ണുകളിൽ പനിയുടെ ലക്ഷണം. ഷേഷേക്കടിയിൽ ഒരു പിടിവാശിക്കാരന്റെ നെറ്റിത്തടം, വെയിലേറ്റു കരിഞ്ഞ ചർമ്മം ഇപ്പോൾ തണുപ്പേറ്റ് വിവർണ്ണമായിരിക്കുന്നു. അറബി തന്റെ നേരെ

തിരിഞ്ഞ് നേർക്കു നേരെ നോക്കിയപ്പോൾ, മുഖത്തിന് ആകപ്പാടെ ഒരു ധിക്കാരിയുടെ, ഇരിക്കപ്പൊറുതിയില്ലാത്ത ഭാവം; ആ ഭാവമാണ് ദരൂവിനെ ആകർഷിച്ചത്. " വരൂ നമുക്ക് മറ്റേ മുറിയിലേക്ക് പോകാം. പുതിന ച്ചായ ഉണ്ടാക്കിത്തരാം." "അതു നന്നായി." ബൽദൂച്ചി പറഞ്ഞു "ഹോ! എന്തൊരു ഡ്യൂട്ടിയാണെന്നു നോക്കൂ. റിട്ടയറായാൽ മതിയെന്നായി." എന്നിട്ട് തടവു പുള്ളിയോട് അറബിയിൽ പറഞ്ഞു " ദേ നടക്ക് ", കൂട്ടിക്കെട്ടിയ കൈകൾ മുന്നിലേക്ക് നീട്ടിപ്പിടിച്ച് അറബി എഴുന്നേറ്റു, ക്ലാസ്റൂമിലേക്കു നടന്നു.

ദരൂ ചായയും ഒരു കസേരയും കൊണ്ടുവന്നു. പക്ഷേ ബൽദൂച്ചി അതിനകം ഒരു വിദ്യാർത്ഥിയുടെ ഡസ്കിൽ സ്ഥാനാരോഹണം നടത്തിക്കഴിഞ്ഞിരുന്നു. അറബി ജനാലയ്ക്കും ഡസ്കിനുമിടയ്ക്ക് അധ്യാപകന്റെ മേശയ്ക്കരികെ തീച്ചൂളയ്ക്ക് അഭിമുഖമായും. തടവുപുള്ളിക്ക് ചായ നീട്ടുമ്പോൾ ദരൂ ഒന്നു പരുങ്ങി; "കൈകൾ കൂട്ടിക്കെട്ടിയിട്ടുണ്ടല്ലോ. അഴിച്ചാലോ?" "തീർച്ചയായും, അതു യാത്രയ്ക്കു മാത്രമായിരുന്നു." ബൽദൂച്ചി സമ്മതിച്ചു. അയാളെഴുന്നേൽക്കാൻ തുടങ്ങുമ്പോഴേക്കും ദരൂ ഗ്ലാസ്സു താഴെ വെച്ച് അറബിക്കടുത്ത് മുട്ടുകുത്തിയിരുന്നു കഴിഞ്ഞിരുന്നു.

യാതൊന്നും ഉരിയാടാതെ അറബിയുടെ ജ്വരം ബാധിച്ചു കലങ്ങിയ കണ്ണുകൾ ദരുവിനെത്തന്നെ നോക്കി. കെട്ടഴിഞ്ഞതും മണിബന്ധങ്ങൾ കൂട്ടിത്തിരുമ്മി, ഗ്ലാസ്സെടുത്ത്, തിളച്ച ചായ അതിവേഗം മൊത്തിക്കുടിച്ചു.

" ശരി എങ്ങോട്ടാ ഈ പോക്ക്?" ദരൂ ചോദിച്ചു.

ചായയിൽ നിന്ന് മീശയടർത്തി ബൽദൂച്ചി "ഇവിടേക്കു തന്നെ മോനെ".

"ഹും! നല്ല വിദ്യാർത്ഥികൾ. രാത്രി ഇവിടെക്കഴിയാനാണോ പ്ലാൻ? "

"അല്ലല്ല ഞാനിതാ എലാമറിലേക്കു തിരിച്ചു പോകും. നീയിവനെ ടിഗിറ്റിലെത്തിക്കും. അവിടത്തെ പോലീസ് സ്റ്റേഷനിൽ."

ബൽദൂച്ചി സൗഹാർദ്ദത്തോടെ ദരൂവിനെ നോക്കി പുഞ്ചിരിച്ചു.

"ഇതെന്തു കഥ?" സ്കൂൾ മാസ്റ്റർ ചോദിച്ചു "നിങ്ങളെന്താ തമാശ പറയുകയാണോ?"

"അല്ല മോനെ, ഇതാണ് എനിക്കു കിട്ടിയ ഉത്തരവ്"

"ഉത്തരവോ? അതിനു ഞാൻ..." ദരൂ ഒന്നു മടിച്ചു, ഈ കോർസിക്കനെ വ്രണപ്പെടുത്തണമെന്ന് അയാൾക്കില്ല, " അതായത് ഇതെന്റെ ജോലിയല്ല".

"ഹേ എന്താ പറഞ്ഞത്? എന്താ ഈ പറഞ്ഞതിനർത്ഥം? യുദ്ധകാലത്ത് എല്ലാവർക്കും എല്ലാ തരത്തിലുമുള്ള ജോലികളും ചെയ്യേണ്ടി വരും."

"അതു യുദ്ധം വരുമ്പോഴല്ലേ"

ബൽദൂച്ചി തലയാട്ടി. "ശരി. പക്ഷേ ഇതാണ് ഓർഡർ, അത് നിങ്ങളെയും ബാധിക്കും. സംഗതികൾ ചൂടു പിടിച്ചു വരികയാണ്. ഒരു പ്രക്ഷോഭത്തിന്റെ

കാര്യവും പറഞ്ഞു കേട്ടു. ഞങ്ങളൊക്കെ ഏതാണ്ട് തയ്യാറെടുത്തു നില്ക്കുകയാണ്."

ദരൂവിന്റെ മുഖത്ത് അപ്പോഴും പിടിവാശി.

"ദാ കേട്ടോ മോനേ, എനിക്ക് നിന്നെ ഇഷ്ടമാണെന്നതു ശരി, പക്ഷേ നീയൊന്നു മനസ്സിലാക്കണം എലാമേറിലെ കൊച്ചു ഓഫീസിൽ ഞങ്ങളൊരു പന്ത്രണ്ടു പേരേയുള്ളൂ, ഈ വിശാലമായ പ്രാന്തത്തിനു മുഴുവൻ കാവൽ നില്ക്കാനായി. എനിക്ക് ഉടനെ തിരിച്ചു പോയേ പറ്റൂ. ഇവനെ നിന്നെ ഏല്പിച്ച് എത്രയും പെട്ടെന്ന് തിരിച്ചെത്താനാണ് എന്നോടു പറഞ്ഞിരിക്കുന്നത്. ഇവനെ അവിടെ നിർത്താൻ പറ്റില്ല. അവന്റെ ഗ്രാമം ഒന്നാകെ ഇളകിയിരിക്കയാണ്. അവർക്കിവനെ വേണം. നാളെത്തന്നെ നീയിവനേയും കൊണ്ട് ടിഗിറ്റിലേക്കു ചെല്ലണം. ഇരുപതു കിലോമീറ്റർ നിന്നെപ്പോലെ തടിമിടുക്കുള്ളവന് വലിയ കാര്യമല്ല. അത്രയേ വേണ്ടൂ. പിന്നെ നിനക്ക് ഇങ്ങോട്ടു തിരിച്ചു വരാം, പിന്നെ നീയും നിന്റെ വിദ്യാർത്ഥികളും, സുഖജീവിതവും."

ചുമരുകൾക്കു പിറകിൽ കുതിര കനച്ചു. കുളമ്പുകൾ മണ്ണു തോണ്ടുന്നു. ദരൂ ജനാലയിലൂടെ പുറത്തേക്കു നോക്കി. കാലാവസ്ഥ മെച്ചപ്പെടുന്നുണ്ട്, മഞ്ഞുമൂടിയ പീഠഭൂമിക്കുമേൽ തെളിച്ചമേറുന്നു. മഞ്ഞെല്ലാം ഉരുകിക്കഴിഞ്ഞാൽ പിന്നെ സൂര്യന്റെ വിളയാട്ടമാവും, പാറക്കല്ലുകൾ നിറഞ്ഞു കിടക്കുന്ന ഈ പ്രദേശമാകെ ചുട്ടുപൊള്ളാൻ തുടങ്ങും. മനുഷ്യസംബന്ധമില്ലാത്ത ഈ വിജന പ്രദേശത്ത് ദിവസങ്ങളോളം യാതൊരു ഭാവഭേദവുമില്ലാതെ ആകാശം വരണ്ട വെളിച്ചം പൊഴിക്കും. ബൽദൂച്ചിയുടെ നേരെ തിരിഞ്ഞ് അയാൾ ചോദിച്ചു. "അതൊക്കെപ്പോട്ടെ, ഇവനെന്താ ചെയ്തത്?" പോലീസുകാരൻ വായ തുറക്കുന്നതിനു മുമ്പ് മറ്റൊന്നുകൂടി ചോദിച്ചു.

"ഇവന് ഫ്രഞ്ച് അറിയാമോ?"

"ഇല്ല ഒരക്ഷരം മനസ്സിലാവില്ല. ഒരു മാസമായി ഞങ്ങളിവനെ തിരയാൻ തുടങ്ങീട്ട്, പക്ഷേ അവരവനെ ഒളിപ്പിച്ചു വെച്ചു. ഒരു ബന്ധുവിനെ കൊന്നതാണ് കുറ്റം."

"നമുക്ക് എതിരാണോ?"

"അങ്ങനെ തോന്നുന്നില്ല. പക്ഷേ ഉറപ്പിച്ചങ്ങ് പറയാനാവില്ല."

"എന്തിനാണത്രെ കൊന്നത്?"

"കുടുംബവഴക്കാണെന്ന് തോന്നുന്നു. നെല്ലു കൊടുക്കാനുണ്ടായിരുന്നത്രെ. മുഴുവനായങ്ങു വ്യക്തമല്ല. ചുരുക്കത്തിൽ ഇവൻ മറ്റവനെ വെട്ടുകത്തികൊണ്ട് കൊന്നു. ആടിനെ വെട്ടുമ്പോലെ കിർർർർ....."

ബൽദൂച്ചി കഴുത്തു വെട്ടുന്ന ആഗ്യം കാട്ടി. അറബിക്കും കൗതുകം തോന്നിയതു കൊണ്ടാവാം ഉദ്വേഗത്തോടെ മിഴിച്ചു നോക്കുകയാണ്. ദരൂവിന് അവനോട് കഠിനമായ രോഷം തോന്നി. അവനോടെന്നല്ല,

അവസാനിക്കാത്ത പകയും വിദ്വേഷവും രക്തക്കൊതിയുമായി നടക്കുന്ന എല്ലാ മനുഷ്യരോടും.

സ്റ്റൗവിനു മുകളിലിരിക്കുന്ന ചായക്കെറ്റിലിൽ നിന്ന് സംഗീതതരംഗങ്ങൾ. ബൽദൂച്ചിക്ക് വീണ്ടും ചായ പകർന്നു കൊടുത്തു. ഒന്നു മടിച്ചു നിന്നശേഷം അറബിക്കും. അവനത് ആർത്തിയോടെ കുടിച്ചു. കൈകളുയർത്തിയതു കാരണം ജെല്ലാബാ അഴിഞ്ഞു വീണു. മെലിഞ്ഞതെങ്കിലും ദൃഢമാംസപേശികളുള്ള നെഞ്ച് അനാവൃതമായി.

"ശരി, മോനെ, ഇനി ഞാനിറങ്ങട്ടെ." ബൽദൂച്ചി പറഞ്ഞു.

അയാളെഴുന്നേറ്റ് പോക്കറ്റിൽ നിന്ന് കയറെടുത്ത് അറബിയെ സമീപിച്ചു.

"നിങ്ങളിതെന്താ ചെയ്യുന്നത്?" ദരൂ വരണ്ട ശബ്ദത്തിൽ ചോദിച്ചു.

ബൽദൂച്ചി കയറു കാണിച്ചു.

"അത്രയ്ക്കു ബുദ്ധിമുട്ടണമെന്നില്ല".

പോലീസുകാരൻ ഒന്നു മടിച്ചു. " നിന്റെ ഇഷ്ടം. കൈയ്യിൽ ആയുധം വല്ലതും?"

"ഉവ്വ് എന്റെ തോക്കുണ്ട്."

"എവിടെ?"

"ട്രങ്കു പെട്ടിയിൽ"

"അതെടുത്ത് കിടക്കയ്ക്കരികിൽ വെക്കണം."

"എന്തിന്? എനിക്ക് ഒന്നും പേടിക്കാനില്ല"

"നിനക്ക് തലക്ക് വട്ടാണ് മോനെ. പ്രക്ഷോഭമുണ്ടായാൽ ആർക്കും രക്ഷയുണ്ടാവില്ല. നമുക്കൊക്കെ ഒരേ ഗതിയാണ്."

"എനിക്ക് എന്നെ സംരക്ഷിക്കാനാകും. അതിനുള്ള സമയവും കിട്ടും, അവരു വരുന്നത് എനിക്ക് കാണാനാകും."

ബൽദൂച്ചി ചിരിക്കാൻ തുടങ്ങി. മീശ പല്ലുകളെ മറച്ചു.

"നിനക്കു സമയം കിട്ടുമെന്നോ? ശരി, അതാണ് ഞാൻ പറഞ്ഞത്. നിന്റെ തലയ്ക്ക് അല്പം വട്ടുണ്ടെന്ന്, അതുകൊണ്ടാ എനിക്ക് നിന്നോട് ഇത്രയ്ക്കിഷ്ടം. എന്റെ മോനും ഇത്തരക്കാരനായിരുന്നു."

അയാൾ തന്റെ റിവോൾവറെടുത്ത് മേശപ്പുറത്തുവെച്ചു.

"ഇതു വെച്ചോളൂ, ഇവിടന്ന് എലാമെറു വരെ പോകാൻ എനിക്ക് രണ്ടെണ്ണം ആവശ്യമില്ല."

കറുത്ത പെയിന്റടിച്ച മേശപ്പുറത്ത് റിവോൾവർ മിന്നിത്തിളങ്ങി. പോലീസുകാരൻ തന്റെ നേരെ തിരിഞ്ഞപ്പോൾ കുതിരയുടേയും തുകലിന്റേയും മണം സ്കൂൾമാസ്റ്റർ പിടിച്ചെടുക്കാനായി.

"ബൽദൂച്ചി, ദേ ഇതു കേൾക്കൂ. ഇതൊക്കെ എന്നെ വല്ലാതെ അസ്വസ്ഥ നാക്കുന്നു. നിങ്ങളുടെ ഈ പുള്ളി, എനിക്കവനെ കൊണ്ടു ചെന്നേല്പി ക്കാനാവില്ല. വേണമെങ്കിൽ യുദ്ധം ചെയ്യാം, പക്ഷേ ഇതിനാവില്ല."

വൃദ്ധനായ പോലീസുകാരൻ ദരൂവിന്റെ മുന്നിൽ ചെന്നുനിന്ന് അയാളെ രൂക്ഷമായി നോക്കി. എന്നിട്ട് സാവധാനം പറഞ്ഞു.

"നീയൊരു വിഡ്ഢിയാണ്. എനിക്കും ഇതൊന്നും ഇഷ്ടമുണ്ടായിട്ടല്ല. ഒരുത്തനെ കെട്ടിയിടുക! എത്രയെത്ര കൊല്ലങ്ങൾ കഴിഞ്ഞാലും അതു പഴക്കമാവില്ല. നിനക്ക് ലജ്ജയും തോന്നുണ്ട്. അല്ലേ ലജ്ജ? പക്ഷേ എന്തു ചെയ്യാം അവരെ അവരുടെ പാട്ടിന് വിടാനാവില്ലല്ലോ."

"എന്തായാലും ഞാനിവനെ പോലീസിൽ ഏല്പിക്കില്ല."

"മുകളിൽ നിന്നുള്ള ഓർഡറാണ്. വീണ്ടും പറയുന്നു."

"ശരി, എന്നാലങ്ങനെ. ഞാനീ പറയുന്നത് അതേപടി അവരോട് ആവർത്തിക്കൂ ഞാനിവനെ പോലീസിലേല്പിക്കില്ല."

ബൽദൂച്ചി കാര്യമായി ആലോചിക്കുന്ന മട്ടാണ്. ദരൂവിനേയും അറ ബിയേയും മാറി മാറി നോക്കി. അവസാനം തീരുമാനിച്ചു.

"ഇല്ല ഞാനാരോടും ഒന്നും പറയാൻ പോകുന്നില്ല. ഇഷ്ടം പോലെ ചെയ്യൂ. ഞാൻ നിന്നെ തള്ളിപ്പറയില്ല. എനിക്ക് ഇവനെ ഇവിടെ എത്തി ക്കേണ്ട ചുമതലയേയുള്ളൂ. ഞാനതു ചെയ്യുന്നു. ഇനി നീയീ പേപ്പറിലൊന്ന് ഒപ്പിട്ടാൽ മാത്രം മതി."

"അതിന്റെ ആവശ്യമില്ല. നിങ്ങളിവനെ എന്നെ ഏല്പിച്ച കാര്യം ഞാനൊരിക്കലും നിഷേധിക്കില്ല."

"ദേ എന്നോടു കളിക്കണ്ട. എനിക്കറിയാം നീ സത്യം പറയുമെന്ന്. നീയൊരു മാന്യനാണ്. പക്ഷേ ഒപ്പിട്ടേ പറ്റൂ, അത് നിയമമാണ്."

ദരൂ വലിപ്പു തുറന്ന് ചതുരാകൃതിയിലുള്ള കടും നീല മഷിക്കുപ്പിയും പേനാസ്റ്റാന്റും എടുത്തു. സാർജന്റ് മേജർ പെൻ. വിവിധതരത്തിലുള്ള കൈപ്പടകൾക്കായി ഉപയോഗിക്കുന്ന പേന. ഒപ്പിട്ടു കൊടുത്തു.

"ഞാനും അതുവരെ വരാം"

"വേണ്ട, വല്ല്യ മര്യാദക്കാരനാവാൻ നോക്കണ്ട, നീയെന്നെ അപമാനി ച്ചവനല്ലേ"

ബൽദൂച്ചി അറബിയെ നോക്കി, അനക്കമില്ലാതെ അതേപടി മൂലക്കിരി ക്കുന്നു. മൂക്കു ചെറുതായൊന്നു ചീറ്റി, വാതിലിനു നേരെ തിരിഞ്ഞു. "ശരി വരട്ടെ മോനെ" അയാൾ പറഞ്ഞു. അയാൾക്കു പിന്നിൽ വാതിലടഞ്ഞു. ജനാലയ്ക്കു പുറമേ ക്ഷണനേരത്തേക്ക് അയാളെ കാണാനായി, പിന്നെ അപ്രത്യക്ഷനാവുകയും ചെയ്തു. മഞ്ഞിൽ പുതഞ്ഞു പോകുന്ന കാലടിശബ്ദങ്ങൾ . ചുമരിനപ്പുറത്ത് കുതിരയുടെ അനക്കങ്ങൾ, കോഴി

ഭയം കൊണ്ട് ചിറകടിക്കുന്നു. ഒരു നിമിഷത്തിനു ശേഷം ബൽദൂച്ചി വീണ്ടും ജനാലയിലൂടെ പ്രത്യക്ഷപ്പെട്ടു. കുതിരയുടെ കടിഞ്ഞാണിൽ പിടിച്ച് നടത്തിക്കൊണ്ട് വരികയാണ്. തിരിഞ്ഞു നോക്കാതെ അല്പം ഉയർന്ന സ്ഥലത്തെത്തി പിന്നെ അപ്രത്യക്ഷനായി പിന്നാലെ കുതിരയും. ഒരു വലിയ കല്ല് താഴേക്കു ഉരുണ്ടു വീഴുന്ന ശബ്ദം. ദരൂ തടവുപുള്ളിയുടെ നേർക്കു നടന്നു. അവൻ ഇളകിയതേ ഇല്ല, അയാളിൽ നിന്നു കണ്ണെടുത്തതുമില്ല. "ഇവിടിരിക്ക്" സ്കൂൾ മാസ്റ്റർ അവനോട് അറബിയിൽ പറഞ്ഞു, എന്നിട്ട് കിടപ്പറയിലേക്കു പോയി. പോകുന്ന വഴിക്ക് എന്തോ ഓർത്തപോലെ തിരിച്ചു വന്ന് മേശപ്പുറത്തു കിടന്നിരുന്ന റിവോൾവറെടുത്ത് കീശയിൽ തിരുകി. വീണ്ടും സ്വന്തം മുറിയിലേക്കു പോയി. ആകാശത്തെ നോക്കിക്കൊണ്ട് നിശ്ശബ്ദതയെ ശ്രദ്ധിച്ചുകൊണ്ട് കുറച്ചു നേരം കിടക്കയിൽ കിടന്നു. യുദ്ധത്തിനുശേഷം ഇവിടെയെത്തിയ ആദ്യ ദിവസങ്ങളിൽ ഈ നിശ്ശബ്ദതയാണ് അയാൾക്ക് ഏറ്റവും ദുസ്സഹമായി അനുഭവപ്പെട്ടത്. പീഠഭൂമിയേയും മരുഭൂമിയേയും വേർതിരിക്കുന്ന കുന്നിൻ ചുവട്ടിലെ കൊച്ചുഗ്രാമത്തിലേക്കാണ് അയാൾ നിയമനം ആവശ്യപ്പെട്ടത്. അവിടെ വടക്ക് കരിംപച്ചയും തെക്ക് ഇളംചുവപ്പും നീലലോഹിതവുമായ പാറക്കെട്ടുകൾ നിത്യ ഗ്രീഷ്മത്തിന് അതിരു കുറിച്ചു. പക്ഷേ നിയമനം ലഭിച്ചതോ വടക്ക് കുന്നിൻ പുറത്തുള്ള ഈ പീഠഭൂമിയിലേക്ക്. പാറക്കെട്ടുകൾ മാത്രമുള്ള ഈ വിജനപ്രദേശത്തെ ഏകാന്തതയും നിശ്ശബ്ദതയും അയാളെ വല്ലാതെ കഷ്ടപ്പെടുത്തി. ഇടയ്ക്കിടെ കാണാമായിരുന്ന ഉഴുതു മറിച്ച ഇടങ്ങൾ കൃഷിയെ സൂചിപ്പിച്ചു. പക്ഷേ അതു കല്ലുകൾ കുഴിച്ചെടുക്കാനായി നിലം ഉഴുതു മറിച്ചതായിരുന്നു. അതെ, കല്ലുകൾ, കെട്ടിടം പണിക്കു ഉതകുന്ന പ്രത്യേകതരം കല്ലുകൾ. അതായത് കല്ലുകൊയ്ത്തിനുള്ള ഉഴുതു മറിക്കൽ. കുണ്ടുകളിൽ പറ്റിപ്പിടിച്ചു കിടക്കുന്ന നേർത്ത മൺപൊടി പലരും ചുരണ്ടിക്കൊണ്ടു പോകും, ഗ്രാമത്തിലെ വരണ്ട വിരളമായ പച്ചക്കറിത്തോട്ടങ്ങളെ ഫലവത്താക്കാൻ ഈ പ്രാന്തത്തിന്റെ മൂന്നിലൊരുഭാഗം പാറക്കെട്ടുകളാണ്, കൊച്ചുകൊച്ചു ജനപഥങ്ങളുയരും, വൃദ്ധി പ്രാപിക്കും, പിന്നെ അപ്രത്യക്ഷമാകും. മനുഷ്യന്മാർ പരസ്പരം സ്നേഹിച്ചും കലഹിച്ചും മരിച്ചും വീണു. ഈ ഭൂമിയിൽ താനോ തന്റെ അതിഥിയോ ആരുതന്നെ പ്രധാനമല്ല. എന്നിരുന്നാലും ഈ മരുഭൂമിക്കു പുറമേ തങ്ങൾക്കിരുവർക്കും ജീവിക്കാൻ ആവില്ല.

അയാളെഴുന്നേറ്റു. ക്ലാസ്സുമുറിയിൽ നിന്ന് ശബ്ദമൊന്നും കേൾക്കാനില്ല. അറബി രക്ഷപ്പെട്ടിരിക്കാമെന്നും, തനിക്കൊറ്റയ്ക്ക് തീരുമാനങ്ങളൊന്നും എടുക്കേണ്ടി വരില്ല എന്നുമുള്ള ചിന്ത കലർപ്പില്ലാത്ത ആനന്ദം ഉളവാക്കുന്നതിൽ അയാൾക്ക് ആശ്ചര്യം തോന്നി. പക്ഷേ തടവുപുള്ളി അവിടെത്തന്നെ ഉണ്ടായിരുന്നു. ഡസ്കിനും സ്റ്റൗവിനുമിടയിലായി നിലത്ത് നീണ്ടു നിവർന്നു കിടക്കുന്നു. കണ്ണുകൾ തുറന്ന് മച്ചിലേക്കു നോക്കിയാണ് കിടപ്പ്. ആ കിടപ്പിൽ അവന്റെ തടിച്ച ചുണ്ടുകൾ പ്രത്യേകം

ശ്രദ്ധേയമാണ്, മുഖം ചുളിച്ചപോലെ. "വരൂ" ദരൂ വിളിച്ചു. അറബി എഴുന്നേറ്റ് പിറകെ ചെന്നു. കിടപ്പറയിൽ സ്കൂൾമാസ്റ്റർ ജനാലക്കു കീഴിലായി മേശയ്ക്കടുത്തുള്ള കസേര ചൂണ്ടിക്കാട്ടി. ദരൂവിൽ നിന്ന് കണ്ണെടുക്കാതെ അറബി ആ കസേരയിലിരുന്നു.

"വിശപ്പുണ്ടോ?"

"ഉവ്വ്" തടവുപുള്ളി പറഞ്ഞു.

ദരൂ രണ്ടു പേർക്കു വേണ്ടി മേശയൊരുക്കി. ഗോതമ്പുമാവും എണ്ണയുമെടുത്തു. ഒരു പാത്രത്തിൽ റൊട്ടിയുടെ രൂപത്തിൽ പരത്തി. ഗ്യാസ്സ്റ്റൗ കത്തിച്ച് പാത്രം അതിനു മുകളിലേക്ക് എടുത്തുവെച്ചു. റൊട്ടി വേവാനിട്ട്, ഷെഡ്ഡിലേക്കു പോയി മുട്ടയും ചീസും ഈന്തപ്പഴങ്ങളും ഒരു ടിൻ കുറുക്കിയ പാലും കൊണ്ടു വന്നു. റൊട്ടി വേവായപ്പോൾ അതു ജനാപ്പടിയിലെടുത്തു വെച്ചു. തണുക്കാൻ പാലിൽ വെള്ളം ചേർത്തു നേർപ്പിച്ചു, മുട്ട പതപ്പിച്ച് ഓംലെറ്റുണ്ടാക്കി. പോക്കറ്റിൽ തിരുകി വെച്ചിരുന്ന റിവോൾവറിൽ ഇടയ്ക്കെപ്പോഴോ കൈമുട്ടുകയുണ്ടായി. അപ്പോൾ പാത്രം താഴെ വെച്ച് അയാൾ ക്ലാസ്റൂമിലേക്ക് ചെന്ന് റിവോൾവർ മേശവലിപ്പിലേക്കിട്ട് തിരിച്ചു വന്നു. രാത്രിയായിത്തുടങ്ങുന്നു. വിളക്കു കത്തിച്ച് അറബിക്ക് ഭക്ഷണം വിളമ്പിക്കൊടുത്തു. "കഴിക്കൂ" അറബി ഒരു കഷണം റൊട്ടിയെടുത്തു, വായിലേക്കുയർത്തി, പെട്ടെന്നു തന്നെ കൈകൾ അതേപടി നിന്നു.

"നിങ്ങൾക്ക്?" അയാൾ ചോദിച്ചു.

"നിന്റെ കഴിയട്ടെ, എന്നിട്ടാവാം."

തടിച്ച ചുണ്ടുകൾ അല്പം വിടർന്നു. അറബി കുറച്ചു നേരം മടിച്ചിരുന്നു. എന്നിട്ട് നിശ്ചയദാർഢ്യത്തോടെ കഴിക്കാൻ തുടങ്ങി.

ഭക്ഷണം കഴിഞ്ഞ് അറബി സ്കൂൾമാസ്റ്ററെ സാകൂതം നോക്കി.

"നിങ്ങൾ ജഡ്ജിയാണോ?"

"അല്ല, നാളെ വരെ നിന്നെ ഇവിടെ താമസിപ്പിക്കുന്നുവെന്നു മാത്രം"

"എന്തിനാ എന്നോടൊപ്പം ഭക്ഷണം കഴിച്ചത്?"

"എനിക്കും വിശപ്പുണ്ട്."

അറബി മൂകനായി. ദരൂ എഴുന്നേറ്റ് പുറത്തേക്കു പോയി. ഒരു മടക്കുകട്ടിലുമായി തിരിച്ചു വന്നു. മേശയ്ക്കും സ്റ്റൗവിനും ഇടയ്ക്ക് തന്റെ കിടക്കയ്ക്കു കുറുകെയായി അത് സ്ഥാപിച്ചു. മുറിയുടെ മൂലയ്ക്കു കടലാസുകൾ വെക്കാനുള്ള ഷെൽഫായി പ്രയോജനപ്പെട്ടിരുന്ന ട്രങ്കുപെട്ടി തുറന്ന് രണ്ടു രോമപ്പുതപ്പുകൾ എടുത്തു കൊണ്ടുവന്ന് മടക്കുകട്ടിലിൽ മെത്തയൊരുക്കി. ഇനിയൊന്നും ചെയ്യാനില്ലെന്ന മട്ടിൽ സ്വന്തം കിടക്കയിലിരുന്നു. അതെ ഇതിൽ കൂടുതലൊന്നും ചെയ്യാനോ തയ്യാറെടുക്കാനോ ഇല്ല.

അറബിയെ നോക്കിയേ പറ്റൂ. അവന്റെ രോഷാകുലമായ മുഖം സങ്കല്പിക്കാൻ ശ്രമിച്ചു. ആയില്ല. കറുത്തു തിളങ്ങുന്ന കണ്ണുകളും, മൃഗസദൃശമായ ചുണ്ടുകളും മാത്രമേ അയാൾക്കു കാണാനായുള്ളൂ.

"എന്തിനാ മറ്റവനെ കൊന്നത്?" തന്റെ സ്വരത്തിലെ പാരുഷ്യം അയാളെ അദ്ഭുതപ്പെടുത്തി.

അറബി നോട്ടം തിരിച്ചു.

"അവനോടി, ഞാനവന്റെ പുറകേയും"

അവൻ കണ്ണുകളുയർത്തി ദരൂവിനെ നോക്കി വിഷണ്ണത നിറഞ്ഞ ചോദ്യം. അവരെന്നെ എന്തു ചെയ്യും?"

"നിനക്കു പേടിയുണ്ടോ?"

അവന്റെ ശരീരം മുറുകി, നോട്ടം മാറി

"പശ്ചാത്തപിക്കുന്നുണ്ടോ?"

അറബി വാ പൊളിച്ച് അയാളെ മിഴിച്ചു നോക്കി. അവനു മനസ്സിലായില്ലെന്നതു വ്യക്തം. ദരൂവിന്റെ കോപവും ഇരട്ടിക്കുകയായിരുന്നു. രണ്ടു കിടക്കകൾക്കുമിടയിലായുള്ള തന്റെ ഇരിപ്പ്. ദരൂവിന് അസ്വസ്ഥത തോന്നി.

"കിടന്നോളൂ അത് നിന്റെ കിടക്കയാണ്" അയാൾ അക്ഷമയോടെ പറഞ്ഞു.

അറബി ഇളകിയില്ല. അയാൾ ദരൂവിനെ വിളിച്ചു.

"ഒരു കാര്യം പറയാമോ?"

സ്കൂൾമാസ്റ്ററെ അറബിയെ നോക്കി.

"പോലീസുകാരൻ നാളെ തിരിച്ചു വരുമോ?"

"എനിക്കറിയില്ല."

"നാളെ ഞങ്ങളുടെ കൂടെ നിങ്ങളും വരുമോ?"

"എന്തോ എനിക്കറിഞ്ഞുകൂടാ. എന്തേ?"

തടവുപുള്ളി എഴുന്നേറ്റു, കാലുകൾ ജനാലയുടെ ദിശയിലേക്കു വെച്ച് കട്ടിലിൽ നീണ്ടു നിവർന്നു കിടന്നു. വൈദ്യുതിവിളക്കിൽ നിന്നുള്ള വെളിച്ചം മുഖത്തടിക്കുന്നതു കൊണ്ടാവാം അവൻ കണ്ണുകളടച്ചു.

"എന്തേയെന്ന്," അവന്റെ കിടക്കക്കരികിൽ നിന്നുകൊണ്ട് ദരൂ ചോദ്യം ആവർത്തിച്ചു.

കണ്ണഞ്ചിപ്പിക്കുന്ന വെളിച്ചത്തിൽ കണ്ണുകൾ ചിമ്മാതിരിക്കാൻ പാടുപെട്ടുകൊണ്ട്, അറബി പറഞ്ഞു.

"ഞങ്ങളോടൊപ്പം വരൂ."

അർദ്ധരാത്രിയായിക്കാണും ദരൂ ഇനിയും ഉറങ്ങിയിട്ടില്ല. എല്ലാ വസ്ത്രങ്ങളും ഉരിഞ്ഞെറിഞ്ഞാണ് അയാൾ ഉറങ്ങാൻ കിടന്നത്. അങ്ങനെയാണ്

ഉറങ്ങാറ് പതിവ്. പക്ഷേ താൻ നഗ്നനാണെന്ന ബോധ്യം വന്നപ്പോൾ അല്പം ജാള്യത തോന്നി, വസ്ത്രം ധരിക്കേണ്ടതാണെന്ന് തോന്നിപ്പോയി. പിന്നെ അയാളതു സാരമാക്കിയില്ല. താൻ കൊച്ചുകുട്ടിയൊന്നുമല്ലല്ലോ, മാത്രമല്ല വേണ്ടിവന്നാൽ എതിരാളിയെ രണ്ടായി ഒടിക്കാനുള്ള ദേഹബലം തനിക്കുണ്ട്. കിടക്കയിൽ കിടന്നുകൊണ്ടു തന്നെ അവനെ കാണാം. രൂക്ഷമായ ബൾബിനു താഴെ കണ്ണുകളടച്ച് നിശ്ചലനായി മലർന്നു കിട ക്കുന്നു. ദരൂ ലൈറ്റണച്ചപ്പോൾ മുറിക്കുള്ളിൽ ഇരുട്ടു കട്ടകുത്തി. ജനാല ക്കരികിൽ രാത്രിക്കു അല്പാല്പമായി ജീവൻ വീണു. നക്ഷത്രങ്ങളില്ലാത്ത ആകാശം മൃദുവായി ഇളകുകയാണ്. സ്കൂൾ മാസ്റ്റർക്ക് തന്റെ കാൽ ക്കീഴിലെ കട്ടിലിൽ കിടക്കുന്ന അറബിയുടെ രൂപം ഇരുട്ടിൽ കാണാനായി. അറബിക്ക് അനക്കമില്ല. പക്ഷേ കണ്ണുകൾ തുറന്നിരിക്കുന്നെന്നു തോന്നുന്നു. സ്കൂൾകെട്ടിടത്തിനകത്ത് ഒരിളം കാറ്റ് പതുങ്ങി നടക്കുന്നു. ഒരു വേള അത് മേഘക്കൂട്ടങ്ങളെ തൂത്തുവാരും, സൂര്യൻ വീണ്ടും പ്രത്യ ക്ഷപ്പെടും.

രാത്രിയിൽ കാറ്റിനു ശക്തി കൂടി; കോഴികൾ ഇളകി ശബ്ദമുണ്ടാ ക്കുന്നു. അറബി കിടക്കയിൽ തിരിഞ്ഞു കിടന്നു, ദരൂവിന് പുറം തിരിഞ്ഞ്. അറബി ഒന്നു ഞരങ്ങിയോ ദരൂവിന് തോന്നി. അതിഥിയുടെ ശ്വാസോ ച്ഛ്വാസം അയാൾ ശ്രദ്ധിച്ചു. ഭാരിച്ച ക്രമാനുസൃതമായ പ്രക്രിയ. ഇത്രയും അടുത്ത് മറ്റൊരാളുടെ ശ്വാസോച്ഛ്വാസം ശ്രദ്ധിച്ചുകൊണ്ട് ഉറക്കം വരാതെ കിടന്ന ദരൂ പലതും ഓർത്തു. ഏതാണ്ട് ഒരു കൊല്ലത്തോളമായി താൻ തനിച്ചു കിടക്കാറുള്ള ഈ മുറിയിൽ അപരിചിതന്റെ സാന്നിദ്ധ്യം അയാളെ അലോസരപ്പെടുത്തി. അലോസരപ്പെടുത്താൻ മറ്റൊരു കാരണവും ഉണ്ടാ യിരുന്നു. നിർബന്ധിച്ച് അടിച്ചേൽപ്പിക്കപ്പെട്ട ഈ സാഹോദര്യം, ഇപ്പോഴത്തെ ചുറ്റുപാടുകളിൽ അതിനെ അംഗീകരിക്കാൻ അയാൾ തീർത്തും വിസമ്മതിക്കുന്നു. മുറി പങ്കിടുന്ന മനുഷ്യർ, പട്ടാളക്കാരായാലും, തടവുപുള്ളികളായാലും ഒരു പ്രത്യേകതരം ചങ്ങാത്തം സ്ഥാപിച്ചെടുക്കും, രാത്രികളിൽ പടച്ചട്ടകളും ഉടുവസ്ത്രങ്ങളും ഉരിഞ്ഞെറിഞ്ഞ് എല്ലാ വിഭിന്ന തകൾക്കുമുപരിയായുള്ള കൂട്ടായ്മ സ്വപ്നങ്ങളുടേയും തളർച്ചകളുടേയും അതിപുരാതന കൂട്ടായ്മ. പക്ഷെ ദരൂ ആ ചിന്തകളൊക്കെ കുടഞ്ഞെ റിഞ്ഞു. അയാൾക്കതൊന്നും ഇഷ്ടപ്പെട്ടില്ല, ഉറങ്ങണം, ഉറങ്ങിയേ മതി യാവൂ.

കുറച്ചു കഴിഞ്ഞ് അറബി ഒന്നനങ്ങി, അപ്പോഴും സ്കൂൾമാസ്റ്റർ ഉറങ്ങി യിരുന്നില്ല. വീണ്ടും അനക്കം കേട്ടപ്പോൾ ദരൂ മുറുക്കം പിടിച്ചു, ജാഗരൂക നായി. അറബി പതുക്കെ കൈകൾ കുത്തി എഴുന്നേൽക്കുകയാണ്. സ്വപ്നാടകനെപ്പോലെ. കിടക്കയിൽ നിവർന്നിരുന്ന് ദരൂവിന്റെ നേരെ നോക്കുകപോലും ചെയ്യാതെ എന്തിനോ കാത്തിരിക്കയാണ്. കാതോർ ത്തിരിക്കയാണ്. ദരൂ അനങ്ങിയില്ല റിവോൾവർ ക്ലാസ്റൂമിലെ മേശവലിപ്പി ലാണെന്ന കാര്യം അയാളോർമ്മിച്ചു പോയി. ഉടനെ പ്രതികരിക്കുന്നതാണ്

ഭേദം. അയാൾ തടവുപുള്ളിയെത്തന്നെ നിരീക്ഷിച്ചു. കിടക്കയിൽ നിന്ന് വഴുതിയിറങ്ങി അവൻ കാലുകൾ തറയിൽ പാകി, വീണ്ടും കാത്തുനിന്നു, എന്നിട്ട് പതുക്കെ എഴുന്നേറ്റു നില്ക്കാൻ തുടങ്ങി. ദരൂ അവനെ വിളിക്കാനോങ്ങിയതാണ്, അപ്പോഴേക്കും അറബി നടക്കാൻ തുടങ്ങി, വളരെ സ്വാഭാവികമായി, പക്ഷേ അസാധാരണമാം വിധം നിശ്ശബ്ദമായി. മുറിയുടെ അങ്ങേയറ്റത്തുള്ള, ഷെഡ്ഡിലേക്കു തുറക്കുന്ന വാതിലിനു നേരെയാണ് നടക്കുന്നത് അതീവസൂക്ഷ്മമായി കൊളുത്തൂരി, മുൻകരുതലോടെ പുറത്തേക്കിറങ്ങി, വാതിലടച്ചില്ല, ചാരിയതേയുള്ളൂ. ദരൂ ഇത്രനേരമായിട്ടും ഇളകിയിട്ടില്ല. അവൻ ഓടിപ്പോവുകയാണ്. ഹാവൂ! നല്ലകാലം. എന്നാലും അയാൾ കാതോർത്തു. കോഴികൾ ബഹളം കൂട്ടുന്നില്ല, അതിഥി അവിടെത്തന്നെ കാണും. വെള്ളം വീഴുന്ന വളരെ പതുങ്ങിയ ശബ്ദം, അതെന്താണെന്ന് അറബി വാതില്ക്കലേക്ക് തിരിച്ചുവരും വരെ അയാൾക്കു മനസ്സിലായില്ല. വാതിൽ ശ്രദ്ധയോടെ അടച്ച്, അവൻ വീണ്ടും ശബ്ദമുണ്ടാക്കാതെ കിടക്കയിലെത്തി. ദരൂ തിരിഞ്ഞു കിടന്ന് ഉറങ്ങിപ്പോയി. ഒരുപാടു നേരത്തിനുശേഷം, നിദ്രയുടെ അഗാധതയിൽ ക്ലാസുറൂമിൽ നിന്ന് എന്തൊക്കെയോ അമർത്തിപ്പിടിച്ച ശബ്ദങ്ങൾ കേട്ടതായി അയാൾക്കു തോന്നി. സ്വപ്നമാണ്, സ്വപ്നമാണെന്നു പറഞ്ഞുകൊണ്ട് അയാൾ ഉറക്കം തുടർന്നു.

ഉണർന്നപ്പോൾ ആകാശം തെളിഞ്ഞിരിക്കുന്നു, ചാരിയിരുന്ന ജനാലയിലൂടെ തണുത്ത ശുദ്ധവായു അകത്തേക്കു കടന്നു വന്നു. അറബി ഉറക്കമായിരുന്നു, പുതപ്പുകൾക്കടിയിൽ ചുരുണ്ടുകൂടി. വായ തുറന്ന് നിശ്ചിന്തമായ ഉറക്കം. പക്ഷേ ദരൂ കുലുക്കി വിളിച്ചപ്പോൾ അവൻ ഭയപ്പെട്ട് ഞെട്ടിപ്പോയി. മുമ്പൊരിക്കലും കണ്ടിട്ടില്ലെന്ന മട്ടിൽ ദരുവിനെ തുറിച്ചു നോക്കി. സ്കൂൾമാസ്റ്റർ ഏതാനും ചുവടുകൾ പുറകോട്ടു മാറി. “പേടിക്കേണ്ട. ഇതു ഞാനാണ് എന്തെങ്കിലും കഴിക്കണ്ടേ?”. അറബി തലയാട്ടി വേണമെന്നു പറഞ്ഞു. അവന്റെ മുഖത്തേക്ക് ശാന്തത തിരിച്ചു വന്നെങ്കിലും ശൂന്യവും ചടുലവുമായ ഭാവം.

കോഫി തയ്യാറായിരുന്നു. മടക്കുകട്ടിലിലിരുന്ന് അവരിരുവരും അതു കുടിച്ചു. ഓരോ കഷണം റൊട്ടി ചവച്ചു. ദരൂ അറബിയേയും കൂട്ടി പുറത്തേക്കിറങ്ങി ഷെഡ്ഡിനടിയിലെ കഴുകാനുള്ള ടാപ്പു കാണിച്ചു കൊടുത്തു. മുറിയിലേക്ക് തിരിച്ചു ചെന്ന് പുതപ്പുകളും മടക്കുകട്ടിലും മടക്കി വെച്ചു, സ്വന്തം കിടക്കയും മുറിയും വെടിപ്പാക്കി. ക്ലാസ്സ് റൂമിലൂടെ മുറ്റത്തേക്കു ചെന്നു. നീലാകാശത്ത് സൂര്യൻ ഉദിച്ചുയരുന്നു, വിജനമായ പീഠഭൂമി മൃദുവായ തെളിഞ്ഞ പ്രകാശത്തിൽ കുളിച്ചു നില്ക്കുന്നു. അവിടവിടെയായി മഞ്ഞ് ഉരുകാൻ തുടങ്ങിയിരിക്കുന്നു. പാറക്കല്ലുകൾ തലപൊക്കുന്നു. പീഠഭൂമിയുടെ ഒരറ്റത്ത് നിന്നുകൊണ്ട് സ്കൂൾമാസ്റ്റർ വിജനമായ, വിശാലമായ മരുഭൂമിയെ നോക്കി. ബൽദൂച്ചിയെക്കുറിച്ചോർത്തു. അതെ, താനയാളെ വ്രണപ്പെടുത്തി, താനുമായി ഒരു സമ്പർക്കവും വേണ്ടെന്ന മട്ടിലാണ് അയാളെ യാത്രയാക്കിയത്. ആ യാത്രാമൊഴി അയാൾക്കിപ്പോഴും കേൾക്കാം.

എന്തിനെന്നറിയാതെ വല്ലാത്തൊരു ശൂന്യതയും ബലഹീനതയും അയാൾക്കനുഭവപ്പെട്ടു. സ്കൂൾ കെട്ടിടത്തിന്റെ മറ്റേയറ്റത്തു നിന്ന് തടവുപുള്ളിയുടെ ചുമ. കേൾക്കണമെന്നില്ലായിരുന്നിട്ടും, അയാൾക്കതു കേൾക്കേണ്ടിവന്നിരിക്കുന്നു. രോഷാകുലനായി ഒരു കല്ലു പെറുക്കിയെടുത്ത് ദൂരേക്ക് വീശിയെറിഞ്ഞു. ഒരു നേരിയ ചൂളം വിളിയോടെ അത് അങ്ങു ദൂരെ മഞ്ഞിൽ പൂഴ്ന്നുപോയി. അവന്റെ മൂഢമായ അക്രമ പ്രവൃത്തി അയാളെ ക്ഷുഭിതനാക്കുന്നുണ്ട്. പക്ഷേ അവനെ പോലീസിലേല്പിക്കുക! അതു നിരക്കാത്ത പ്രവൃത്തിയാണ്. അതേക്കുറിച്ച് ആലോചിക്കുമ്പോൾ തന്നെ നാണക്കേടും അപമാനവും കൊണ്ട് അയാൾ ചൂളിപ്പോകുന്നു. ഇവനെ തന്റെയടുക്കലേക്കയച്ച തന്റെ ആൾക്കാരെ അയാൾ മനസാ ശപിച്ചു. കൊല്ലാൻ സാഹസപ്പെട്ടിട്ടും രക്ഷപ്പെടാനൊരുമ്പെടാത്ത അറബിയേയും ശപിച്ചു. ദരൂ എഴുന്നേറ്റു, മുറ്റത്ത് കുറച്ചുനേരം വട്ടം ചുറ്റി എന്നിട്ട് സ്കൂൾ കെട്ടിടത്തിനകത്തേക്ക് കടന്നു.

അറബി ഷെഡ്ഡിലെ സിമന്റു തറയിലേക്കു കുനിഞ്ഞ് രണ്ടു വിരലുകൾ കൊണ്ട് പല്ലു തേക്കുകയാണ്. ദരൂ അവനെ വിളിച്ചു. "വരൂ" എന്നിട്ട് അവനു മുമ്പെ മുറിയിലേക്കു നടന്നു. സ്വെറ്ററിനു പുറമെ നായാട്ടിനു പോകുമ്പോൾ ധരിക്കാറുള്ള കോട്ടും ഷൂസുമിട്ടു. അറബി ഷേഷേയും ചെരിപ്പും അണിയുന്നതു വരെ കാത്തുനിന്നു. ക്ലാസ്റൂമിലെത്തിയപ്പോൾ ദരൂ പുറത്തേക്കുള്ള വാതിൽ ചൂണ്ടിക്കാട്ടിയിട്ടു പറഞ്ഞു - "പൊയ്ക്കൊള്ളു." അറബി അനങ്ങിയില്ല. "ഞാനും വരാം." ദരൂ പറഞ്ഞു. അറബി മുറ്റത്തേക്കിറങ്ങി. ദരൂ മുറിയിലേക്കു പോയി റൊട്ടിയും ഈന്തപ്പഴവും പഞ്ചസാരയും പൊതിഞ്ഞെടുത്തു. പുറത്തേക്കിറങ്ങുന്നതിനുമുമ്പ് ക്ലാസ്സ്റൂമിൽ മേശയ്ക്കു മുന്നിലായി ഒരു നിമിഷം ശങ്കിച്ചു നിന്നു. എന്നിട്ട് ഉമ്മറപ്പടി കടന്ന് വാതിലടച്ചു പൂട്ടി. "അതാ അതാണ് വഴി." എന്നു പറഞ്ഞുകൊണ്ട് കിഴക്കോട്ടു നടന്നു, പുറകെ തടവുപുള്ളിയും. സ്കൂൾ കെട്ടിടത്തിന് അല്പം ദൂരെ എത്തിയതേയുള്ളൂ, എന്തോ ശബ്ദം കേട്ടതായി ദരൂവിന് തോന്നി. തിരിച്ചു ചെന്ന് കെട്ടിടത്തിനു ചുറ്റും നോക്കി, ആരും ഉണ്ടായിരുന്നില്ല. അറബി ഒന്നും മനസ്സിലാകാതെ മിഴിച്ചു നോക്കി. "വരൂ." ദരൂ പറഞ്ഞു.

അവർ ഒരു മണിക്കൂർ നടന്നു കാണും. ശിഖരം കൂർത്ത ഒരു ചുണ്ണാമ്പു കുന്നിനടുത്ത് അവർ നിന്നു. മഞ്ഞ് എത്ര വേഗമാണ് ഉരുകുന്നത്, സൂര്യൻ വെള്ളമൊക്കെ അതിവേഗം കുടിച്ചു തീർത്ത് പീഠഭൂമിയെ വെടിപ്പാക്കുകയാണ്. പീഠഭൂമി പതുക്കെ വരണ്ടുണങ്ങി പ്രകമ്പനം കൊള്ളുന്നു. വായുവിനേപ്പോലെത്തന്നെ. നടത്തം തുടർന്നപ്പോൾ പാദങ്ങൾ ഭൂനിരപ്പിൽ പതിയുന്ന ശബ്ദം. ഇടയ്ക്കൊക്കെ ഒരു കിളി അവരുടെ മുന്നിലൂടെ ആഹ്ലാദത്തോടെ അന്തരീക്ഷത്തെ കീറിമുറിക്കുമ്പോലെ ചീറിവിളിച്ച് പറന്നുപോയി. പ്രഭാതകാലത്തെ ഉന്മേഷദായകമായ ശുദ്ധവായു, ദരൂ അത് അകത്തേക്ക് വലിച്ചെടുത്തു. നീലാകാശത്തിനു കീഴെ മഞ്ഞ നിറം പൂണ്ട ഈ ചിരപരിചിത ഭൂപ്രദേശം അയാളെ മന്ത്രമുഗ്ദ്ധനാക്കുന്നു. വീണ്ടും ഒരു

മണിക്കൂർ നടത്തം അവർ കുന്നിൻ മുകളിലെത്തി. പൊട്ടിപ്പൊടിയുന്ന പാറകൾ വീണു കിടക്കുന്ന ഏതാണ്ട് നിരപ്പായ സ്ഥലം ഇവിടന്ന് കിഴക്കോട്ട് ഉണക്കമരങ്ങൾ നില്ക്കുന്ന സമതലം, തെക്കോട്ടാണെങ്കിൽ അടുക്കും ചിട്ടയുമില്ലാത്ത പാറക്കൂട്ടങ്ങൾ.

ദരൂ രണ്ടു ദിശകളിലേക്കും നോക്കി. ചക്രവാളം വരെ ആകാശമല്ലാതെ മറ്റൊന്നും കാണാനില്ല. ഒരു മനുഷ്യജീവി പോലും ഇല്ല. അയാൾ അറബിയുടെ നേരെ തിരിഞ്ഞ് പൊതി നീട്ടി. “എടുത്തോളൂ, ഈന്തപ്പഴവും, റൊട്ടിയും പഞ്ചസാരയുമുണ്ട്. രണ്ടു ദിവസത്തേക്കു തികയും, ഇതാ ഈ ആയിരം ഫ്രാങ്കും വെച്ചോളൂ.” അറബി പൊതി വാങ്ങി പൈസയും. ഈ കിട്ടിയതുകൊണ്ട് എന്തു ചെയ്യണമെന്നറിയാതെ എല്ലാം നെഞ്ചോടമർത്തിപ്പിടിച്ചു നിന്നു. സ്കൂൾ മാസ്റ്റർ കിഴക്കോട്ടു ചൂണ്ടിക്കാട്ടി അവനോടു പറഞ്ഞു “അതാണ് ടിഗിറ്റിലേക്കുള്ള വഴി. രണ്ടുമണിക്കൂർ നേരത്തെ നടത്തമുണ്ട്. അവിടെ പോലീസുദ്യോഗസ്ഥരെ കാണാം. അവർ നിന്നെ കാത്തിരിക്കയാണ്.” നെഞ്ചോടമർത്തിപ്പിടിച്ച പൊതിയും പൈസയുമായി അറബി കിഴക്കോട്ടു നോക്കി. ദരൂ അവന്റെ കൈമുട്ടിനു പിടിച്ച തെക്കോട്ടു തിരിച്ചു നിർത്തി. അവിടെ അങ്ങു ദൂരെ അവ്യക്തമായ ഒരു ഒറ്റയടിപ്പാത. “അത് പീഠഭൂമിക്ക് കുറുകെയുള്ള പാതയാണ്. ഒരു ദിവസത്തെ നടത്തമേയുള്ളൂ, മേച്ചിൽ പുറങ്ങളുണ്ട്, നാടോടി സംഘങ്ങളേയും കാണാനാകും. അവർ നിന്നെ കൂട്ടത്തിലെടുക്കും, അവരുടേതായ നിയമങ്ങളനുസരിച്ച് നിനക്ക് രക്ഷ നല്കും.” അറബി പ്രകടമായ സംഭ്രമത്തോടെ ദരൂവിന് നേരെ തിരിഞ്ഞു. “നോക്കൂ.” അവനെന്തോ പറയാനുണ്ട്. ദരൂ നിഷേധഭാവത്തിൽ തലയാട്ടി “ഇല്ല ശബ്ദിക്കരുത്, ഞാനിതാ പോവുകയായി.” അയാൾ തിരിഞ്ഞു നിന്നു, സ്കൂളിനു നേരെ രണ്ട് നീണ്ട ചുവടുകൾ വെച്ചു. ശങ്കയോടെ അറബിയുടെ നോക്കി, എന്നിട്ട് നടത്തം തുടർന്നു. നിമിഷങ്ങളോളം, സ്വന്തം പാപതനങ്ങളല്ലാതെ അയാൾക്ക് മറ്റൊന്നും കേൾക്കാനായില്ല. അയാൾ പിന്തിരിഞ്ഞ് നോക്കിയില്ല. പക്ഷേ നിമിഷങ്ങൾക്കുശേഷം അയാൾ തിരിഞ്ഞു നിന്നു. അറബി അവിടെത്തന്നെ നില്പുണ്ട്, കൈകൾ തൂങ്ങിക്കിടക്കുന്നു, അവൻ സ്കൂൾ മാസ്റ്ററെ നോക്കി നില്ക്കയാണ്. ദരൂവിന്റെ തൊണ്ടയ്ക്കകത്ത് എന്തോ ഉരുണ്ടു കൂടുന്നു. അക്ഷമനായി ശാപവചനങ്ങൾ ഉച്ചരിച്ചുകൊണ്ട് അയാൾ കൈവീശി, എന്നിട്ട് വീണ്ടും നടത്തം തുടർന്നു. കുറച്ചുദൂരം പോയശേഷം തിരിഞ്ഞു നോക്കി കുന്നിൻപുറത്ത് ആരുമുണ്ടായിരുന്നില്ല.

ദരൂ ഒന്നു ശങ്കിച്ചു. സൂര്യൻ ഒരുപാട് ഉയരത്തിലെത്തിയിരിക്കുന്നു. ശിരസ്സിൽ വല്ലാതെ വെയിലടിക്കുന്നു. അയാൾ തിരിച്ചു നടന്നു. തുടക്കത്തിൽ ശങ്കയോടെ, പിന്നീട് നിശ്ചയിച്ചുറപ്പിച്ച്, വീണ്ടും ആ കുന്നിനടുത്തേക്ക് എത്തിയപ്പോഴേക്കും അയാൾ വിയർത്ത് കുളിച്ചിരുന്നു. കഴിയുന്നത്ര വേഗത്തിൽ അയാൾ കുന്നു കയറി, വല്ലാതെ കിതച്ചു പോയെങ്കിലും ഉച്ചിയിലെത്തിയപ്പോഴെ നിന്നുള്ളൂ. തെക്കുഭാഗത്തുള്ള പാറക്കൂട്ടങ്ങൾ

നീലാകാശത്തിന്റെ പാശ്ചാത്തലത്തിൽ സ്പഷ്ടമായി കാണാം. പക്ഷേ കിഴക്കുള്ള സമതലത്തിൽ നിന്ന് നീരാവി ഉയരുന്നു. ആ പുകമറയിൽ ജയിലിലേക്കു പതുക്കെ നടന്നു പോകുന്ന അറബിയെ ദരൂവിന്റെ കനത്ത ഹൃദയം കണ്ടെത്തി.

കുറച്ചു നേരത്തിനുശേഷം ക്ലാസ്സ്റൂമിലെ ജനാലക്കടുത്ത് നിന്നുകൊണ്ട് തെളിഞ്ഞ വെളിച്ചത്തിൽ കുളിച്ചു കിടക്കുന്ന പീഠഭൂമിയിലേക്ക് നോക്കിക്കൊണ്ടു നില്ക്കുകയായിരുന്നു സ്കൂൾമാസ്റ്റർ, പക്ഷേ അയാളതൊന്നും കാണുന്നതേയില്ല. മനസ്സിനകത്ത് അല്പം മുമ്പു വായിച്ച വാക്കുകൾ "നിങ്ങൾ ഞങ്ങളുടെ സഹോദരനെയാണ് പോലീസിലേല്പിച്ചത്. ഇതിനുള്ള വില നിങ്ങൾ കൊടുക്കേണ്ടി വരും." അയാൾക്കു പുറകിലെ ബ്ലാക്ക്ബോർഡിൽ കെട്ടുപിണഞ്ഞൊഴുകുന്ന ഫ്രഞ്ചു നദികൾക്കു മീതെ വാരിവലിച്ചെഴുതിയ വാക്കുകൾ. ദരൂ നോക്കി. ആകാശം, പീഠഭൂമി, അതിനപ്പുറമുള്ള അദൃശ്യമായ, സമുദ്രം വരെ പരന്നു കിടക്കുന്ന ഭൂപ്രദേശം. താൻ അത്യധികം സ്നേഹിക്കുന്ന ഈ വിസ്തൃതമായ ഭൂപ്രദേശത്ത് താനൊയ്റ്റക്കാണ്.

ഷോനാസ് അഥവാ കർമ്മനിരതനായ കലാകാരൻ

യോനാ അവരോടു പറഞ്ഞു ഞാൻ തെറ്റുചെയ്തതുകൊണ്ടാണ് കടലിൽ കൊടുങ്കാറ്റുണ്ടായതെന്ന് ഞാനറിയുന്നു. അതിനാലെന്നെ കടലിലേക്കെറിയുക. അതു ശാന്തമായിക്കൊള്ളും.

(യോനാ - 1.12)

ചിത്രകാരൻ ഗിൽബെർട്ട് ഷോനാസ് തന്റെ ഭാഗ്യ നക്ഷത്രത്തിൽ വിശ്വസിച്ചു. നേരു പറഞ്ഞാൽ അതിൽ മാത്രമേ അയാൾക്കു വിശ്വാസമുണ്ടായിരുന്നുള്ളൂ. എന്നാൽ മറ്റു മതങ്ങളോടും, വിശ്വാസങ്ങളോടും ബഹുമാനവും ആരാധ്യമനോഭാവവും അയാൾക്ക് ഉണ്ടായിരുന്നില്ല എന്നല്ല. തന്റെ ഭാഗ്യ നക്ഷത്രത്തിൽ അയാൾക്കുണ്ടായിരുന്ന വിശ്വാസത്തിന് അതിന്റേതായ സവിശേഷതകളും ഉണ്ടായിരുന്നു, ഉദാഹരണത്തിന്, അർഹിക്കുന്നില്ലെങ്കിലും ബഹുവിധ നേട്ടങ്ങൾ തനിക്ക് ലഭ്യമാകുമെന്നുള്ള പരോക്ഷമായ അംഗീകാരം. അതുകൊണ്ടു തന്നെ ഏതാണ്ട് മുപ്പത്തിയഞ്ചാം വയസ്സിൽ അയാളുടെ പ്രതിഭ കണ്ടെത്തിയതാരെന്നതിനെകുറിച്ച് ഒരു ഡസൻ നിരൂപകന്മാർ പൊടുന്നനെ വിവാദത്തിലേർപ്പെട്ടപ്പോൾ അയാൾ തെല്ലും ആശ്ചര്യം പ്രകടിപ്പിച്ചില്ല. അയാളുടെ നിസ്സംഗതയും പ്രശാന്തതയും, ഉൽക്കർഷേച്ഛയില്ലായ്മയാണെന്ന് ചിലർ സൂചിപ്പിച്ചെങ്കിലും, യഥാർത്ഥത്തിൽ സംഗതി മറ്റൊന്നായിരുന്നു വിനയാന്വിതമായ വിശ്വാസത്തിൽ നിന്ന് ഉടലെടുത്തവയായിരുന്നു. സ്വന്തം പ്രതിഭയേക്കാളേറെ ഭാഗ്യനക്ഷത്രത്തിലാണ് അയാൾ വിശ്വസിച്ചത്.

കൂടുതൽ ആശ്ചര്യം തോന്നിയത് ഒരു ആർട്ട് ലീഡർ മാസിക അയാൾക്ക് വേതനം വാഗ്ദാനം ചെയ്തപ്പോഴാണ്; അയാളുടെ എല്ലാ തൊന്തരവുകൾക്കും അത് അറുതി വരുത്തും. ഷോനാസിനെ അത്യന്തം സ്നേഹിച്ചിരുന്ന, അയാളുടെ ഭാഗ്യനക്ഷത്രത്തെക്കുറിച്ച് അറിയാമായിരുന്ന ബാല്യകാലസുഹൃത്തും സഹപാഠിയുമായിരുന്ന ആർക്കിടെക്റ്റ് റാറ്റോ കാര്യങ്ങൾ ചൂണ്ടിക്കാട്ടാൻ വിഫലശ്രമം നടത്തി: വേതനംകൊണ്ട് കഷ്ടിച്ച് ജീവിച്ചുപോകാനേ പറ്റൂ, ദല്ലാളി വലിയ റിസ്കൊന്നും എടുക്കില്ല, എന്നൊക്കെ. "എല്ലാം ഒന്നു തന്നെ......ഷോനാസ് പറഞ്ഞു ജീവിതത്തിൽ

കഠിന പരിശ്രമത്തിലൂടെ മാത്രം വിജയം നേടിയെടുക്കാനായ റാറ്റോ സുഹൃത്തിനെ ഗുണദോഷിച്ചു. "എല്ലാം ഒന്നുതന്നെ എന്നു പറഞ്ഞതി നർത്ഥം?.വില പേശണം." പക്ഷെ ഗുണമുണ്ടായില്ല. ഷോനാസ് ആത്മാർ ത്ഥമായി തന്റെ ഭാഗ്യനക്ഷത്രത്തോട് നന്ദിയും ദല്ലാളിനോട് "നിങ്ങളു പറയുന്നതുപോലെ" എന്നും പറഞ്ഞു. പൈതൃകമായി ലഭിച്ച പബ്ലിഷിംഗ് ഹൗസിൽ തനിക്കുണ്ടായ ജോലി രാജി വെച്ചു, മുഴുവൻ സമയവും ചിത്ര മെഴുത്താവാമല്ലോ. "എന്തൊരു ഭാഗ്യം!" ഷോനാസ് പറഞ്ഞു.

യഥാർത്ഥത്തിൽ അയാൾ വിചാരിച്ചത് ഇതാണ്: "ആ പഴയ ഭാഗ്യം തന്നെ." ഓർമ്മിച്ചെടുക്കാനാകാവുന്നേടത്തോളം കാലം ആ ഭാഗ്യം തന്നെ യാണ് എന്നും കൂടെയുണ്ടായിരുന്നത്. ഉദാഹരണത്തിന് മാതാപിതാക്ക ളോട് അയാൾക്കു തോന്നുന്ന സ്നേഹം നിറഞ്ഞ കൃതജ്ഞത. ഒന്നാമത് യാതൊരുവിധ അല്ലലും അലട്ടുമില്ലാതെ തന്നെ വളരാനനുവദിച്ചതിന് അതുകാരണം സ്വേച്ഛാനുസരണം സ്വപ്നം കണ്ടു നടക്കാനായല്ലോ. രണ്ടാമത് വിവാഹേതരബന്ധത്തിന്റെ പേരിൽ മാതാപിതാക്കൾ വേർപിരി ഞ്ഞതിന്. ആ കാരണമായിരുന്നു അയാളുടെ അച്ഛൻ ചൂണ്ടിക്കാട്ടിയത്, പക്ഷേ വിചിത്രമായൊരു വിവാഹേതരബന്ധമായിരുന്നെന്ന് വിശദമാ ക്കാൻ വിട്ടുപോയെന്നു മാത്രം. അവശർക്കും പീഡിതർക്കും വേണ്ടി ശരീരവും ആത്മാവും ഉഴിഞ്ഞുവെച്ച തികഞ്ഞ പുണ്യവാളത്തിയായ ഭാര്യ യുടെ സദ്പ്രവൃത്തികളിൽ തെറ്റൊന്നും കാണാൻ കഴിഞ്ഞില്ലെങ്കിലും അയാൾക്ക് അത് സഹിക്കാനായില്ല. ഭാര്യടുടെ നന്മകൾക്ക് അവകാശി ഭർത്താവല്ലേ.? "എനിക്കു മടുത്തു. അവളെ പാവപ്പെട്ടവരുമായി പങ്കിട്ട് എനിക്ക് മടുത്തു.." എന്നാണ് ആ ഒഥെല്ലോ പറഞ്ഞത്.

മാതാപിതാക്കൾ തമ്മിലുള്ള പൊരുത്തക്കേട് ഷോനാസിന് വളരെ അനുകൂലമായി ഭവിച്ചു. വിവാഹവിച്ഛേദരായവരുടെ മക്കൾ ക്രൂരന്മാരായ കൊലപാതകികളായിത്തീരുന്ന അനേകം കേസുകൾ വായിക്കുകയും കേൾക്കുകയും ചെയ്തിരുന്ന അയാളുടെ മാതാപിതാക്കൾ തമ്മിൽ മത്സര മായി, മകന് സ്നേഹം വാരിക്കോരിക്കൊടുത്ത് അത്തരം നിർഭാഗ്യകര മായ പ്രവണതകളെ പാടെ ഉന്മൂലനം ചെയ്യാൻ. കുഞ്ഞിന്റെ ആത്മാവിന് അനുഭവിക്കേണ്ടി വരുന്ന പീഡകൾ എത്രത്തോളം പരോക്ഷമായിരി ക്കുന്നുവോ അത്രത്തോളം ആഴത്തിൽ അതവനെ അദൃശ്യമായി മുറിവേ ല്പിക്കുമെന്ന് അവർ ഭയന്നു. തനിക്ക് സന്തോഷമാണെന്നോ അന്നത്തെ ദിവസം സന്തോഷകരമായിരുന്നെന്നോ ഷോനാസ് പറഞ്ഞാൽ മതി, മാതാപിതാക്കളുടെ സാമാന്യമായ ഉദ്വേഗം തീവ്രമായ പരിഭ്രാന്തിയായി പരിണമിക്കും. അങ്ങനെ തങ്ങളുടെ കുഞ്ഞിനെ ചൊല്ലി അവർ സദാ ജാഗരൂകരായി, കുഞ്ഞിന് ഒരിക്കലും ഒരു കുറവും ഇല്ലാതിരിക്കാൻ ശ്രദ്ധിച്ചു.

സ്നേഹധനനായ സഹോദരനില്ലെന്ന നിർഭാഗ്യം- അതിനെ നിർഭാഗ്യമെന്നു പറയാമെങ്കിൽ -സന്തതസുഹൃത്തായ റാറ്റോ നികത്തി

ക്കൊടുത്തു. റാറ്റോയുടെ മാതാപിതാക്കൾ മകന്റെ ബാല്യകാല സുഹൃത്തിനെ പലപ്പോഴും സത്കരിച്ചു. കാരണം അവർക്ക് ഷോനാസിന്റെ ദുരവസ്ഥയിൽ അനുതാപം തോന്നിയിരുന്നു. അവരുടെ സഹതാപ വചനങ്ങൾ ദൃഢമനസ്കനും ഉത്പതിഷ്ണുവുമായ റാറ്റോയേയും സ്വാധീനിച്ചു. സുഹൃത്തിന്റെ രക്ഷകനായി റാറ്റോ മുന്നോട്ടു വന്നു. സ്വന്തം വിജയങ്ങളിൽ ഷോനാസിനുള്ള താത്പര്യക്കുറവ് റാറ്റോയെ ഏറെ ആകർഷിച്ചിരുന്നു. റാറ്റോ ചൊരിഞ്ഞ ആരാധനയും ദാക്ഷിണ്യവും കൂടിക്കലർന്ന സൗഹൃദം ഷോനാസ് അങ്ങേയറ്റത്തെ സാരള്യത്തോടെ സ്വീകരിക്കുകയും ചെയ്തു.

വലിയ അധ്വാനമൊന്നും കൂടാതെ ഷോനാസ് വിദ്യാഭ്യാസം പൂർത്തിയാക്കി, പിന്നെയും ഭാഗ്യം തുണച്ചു. അച്ഛന്റെ പബ്ലിഷിംഗ് ഹൗസിൽ ജോലി കിട്ടി, നേരിട്ടല്ലെങ്കിലും പെയിന്റിംഗ് ചെയ്യാനുള്ള അവസരവും. ഫ്രാൻസിലെ ഏറ്റവും മുന്തിയ പബ്ലിഷർ എന്ന നിലക്ക് ഷോനാസിന്റെ അച്ഛന്റെ അഭിപ്രായം സംസ്കാരികത്തളർച്ചയോടെ പുസ്തകങ്ങൾ ഭാവിയുടെ പ്രതീകങ്ങളായി മാറി എന്നായിരുന്നു. "ചരിത്രം കാണിച്ചു തരുന്നതിതാണ്, വായന എത്രത്തോളം കുറയുന്നോ അത്രത്തോളം കൂടുതൽ പുസ്തകങ്ങൾ ജനങ്ങൾ ചുമ്മാ വാങ്ങിക്കൂട്ടും." അതുകൊണ്ട് തനിക്കു ലഭിച്ച കൈയ്യെഴുത്തു പ്രതികൾ അയാൾ വിരളമായേ വായിച്ചിരുന്നുള്ളൂ. ഗ്രന്ഥകർത്താവിന്റെ വ്യക്തിത്വവും വിഷയത്തിന്റെ ജനപ്രിയതയും (അയാളുടെ വീക്ഷണത്തിൽ ലൈംഗികവിഷയത്തിനു മാത്രമേ സർവ്വകാലീന ജനപ്രിയതയുണ്ടായിരുന്നുള്ളൂ, പബ്ലിഷർ പിന്നീടതിൽ പ്രത്യേക ശ്രദ്ധചെലുത്തി) കണക്കിലെടുത്ത് അതൊക്കെ പ്രസിദ്ധീകരിക്കാൻ തയ്യാറായി. ഉത്തരാധുനിക രൂപഘടനകളും സൗജന്യ പരസ്യങ്ങളും കണ്ടെത്താൻ സമയം ചെലവഴിച്ചു. അങ്ങനെ കൈയ്യെഴുത്തു പ്രതികൾ വായിക്കുന്ന വിഭാഗത്തിന്റെ മേൽനോട്ടത്തോടൊപ്പം ഷോനാസിന് ഒരുപാടു ഒഴിവു സമയവും കിട്ടിത്തുടങ്ങി, അതെങ്ങനേയെങ്കിലും ചെലവഴിക്കണമല്ലോ, അങ്ങനെയാണ് അയാൾ പെയിന്റിംഗുമായി പരിചയപ്പെട്ടത്.

ജീവിതത്തിൽ ഇതാദ്യമായി മുമ്പെങ്ങുമില്ലാത്ത വിധം അക്ഷീണമായ അഭിനിവേശം അയാൾക്ക് അനുഭവപ്പെട്ടു. അധികം താമസിയാതെ ദിവസങ്ങൾ പെയിന്റിംഗിനായി നീക്കിവെച്ചു, വലുതായൊന്നും അധ്വാനിക്കാതെത്തന്നെ അതിൽ പ്രാവീണ്യം നേടുകയും ചെയ്തു. മറ്റൊന്നിലും അയാൾക്ക് താത്പര്യം തോന്നാതായി. ചിത്രകലയിൽ മുഴുകിപ്പോയതു കാരണം വേണ്ടകാലത്ത് വിവാഹം പോലും നടന്നെന്നു വരില്ല എന്ന സ്ഥിതിയായി. സാധാരണ മനുഷ്യജീവികൾക്കും അവരുടെ ജീവിതത്തിലെ അവസ്ഥാന്തരങ്ങൾക്കും നേരെ അയാൾ കരുണയോടെ പുഞ്ചിരിച്ചു, അത്തരം അവസ്ഥാന്തരങ്ങളെ പരിഗണിക്കുന്നതിൽ നിന്നുപോലും ഒഴിഞ്ഞുനിന്നു. അവസാനം ഒരു മോട്ടോർസൈക്കിൾ അപകടമാണ് അയാളെ പ്രണയത്തിൽ കൊണ്ടുചെന്നെത്തിച്ചത്. ഷോനാസിനെ പിൻസീറ്റിലിരുത്തി റാറ്റോ, അതിസാഹസികമായി സവാരി നടത്തവേ

ഉണ്ടായ അപകടം- ഷോനാസിന്റെ വലതുകൈ ബാൻഡേജിലായി, തത്കാലത്തേക്ക് നിഷ്ക്രിയം. ആകപ്പാടെ വിരസത, ബോറടി- പക്ഷേ ആ അപകടത്തിലും തന്റെ ഭാഗ്യനക്ഷത്രത്തെ വീണ്ടുമൊരിക്കൽകൂടി കണ്ടെത്താൻ അയാൾക്കു കഴിഞ്ഞു. അല്ലെങ്കിൽ ഒരു കാലത്തും ലൂയിസ് പൗളിന്റെ നേരെ, അവൾ അർഹിക്കുന്ന രീതിയിൽ അയാൾ നോക്കുക പോലുമില്ലായിരുന്നു.

പക്ഷേ ഇതു പറയാതെ വയ്യ, റാറ്റോവിനെ സംബന്ധിച്ചിടത്തോളം ലൂയിസ് ശ്രദ്ധിക്കപ്പെടേണ്ടവളായിരുന്നില്ല. പൊക്കംകുറഞ്ഞ് തടിച്ച ദേഹ പ്രകൃതിയുള്ള അയാൾക്ക് പൊക്കമുള്ള സ്ത്രീകളെ മാത്രമേ ഇഷ്ടമായിരുന്നുള്ളൂ. “ഛെ! നിനക്ക് ആ അശുവിൽ എന്താണ് കാണാനാവുന്നത്?” റാറ്റോ ചോദിക്കുമായിരുന്നു. നേരുപറഞ്ഞാൽ ലൂയിസിന് പൊക്കം കുറവായിരുന്നു, ഇരുണ്ട ചർമ്മം, കറുത്ത കണ്ണുകളും, തലമുടിയും. പക്ഷേ, ഉറച്ച ദേഹം, ഭംഗിയുള്ള മുഖം. അവളെ കണ്ടമാത്രയിൽ ദീർഘകായനും ദേഹപുഷ്ടിയുമുള്ള ഷോനാസിന്റെ ഹൃദയം ആർദ്രമായി, അവൾ എല്ലായ്പ്പോഴും പണിത്തിരക്കിലായിരുന്നു. ജന്മനിയോഗം തന്നെ പണിയെടുക്കലാണെന്ന മട്ട്. അത്തരമൊരു നിയോഗം ഷോനാസിന്റെ അലസതയും അതിന്റേതായ സവിശേഷതകളുമായി അത്യന്തം പൊരുത്തപ്പെട്ടു. ഷോനാസിന് പബ്ലിഷിംഗിനോടാവും ആഭിമുഖ്യം എന്നു കരുതി ലൂയിസ് ആദ്യം തന്നെ സാഹിത്യത്തിനുവേണ്ടി സ്വയം സമർപ്പണം നടത്തി. അടുക്കും ചിട്ടയുമില്ലാതെ എല്ലാം വാരിവലിച്ചു വായിച്ചു. ഏതാനും ആഴ്ചകൾക്കകം എന്തിനെപ്പറ്റിയും സംസാരിക്കാമെന്ന നിലയിലെത്തി. ഷോനാസിന് അവളോട് ബഹുമാനം തോന്നി, തനിക്കിനി പൂർണ്ണമായും വായനയിൽ നിന്ന് ഒഴിഞ്ഞു നില്ക്കാം, കാരണം ലൂയിസ് സമകാലീന വിഷയങ്ങളെല്ലാം വായിച്ച് സംഗ്രഹിച്ച് വേണ്ട കാര്യങ്ങളെല്ലാം തരുന്നുണ്ടല്ലോ. ലൂയിസ് സമർത്ഥിച്ചു. “ഇന്നയാൾ ക്രൂരനാണെന്നോ വിരൂപനാണെന്നോ പറയരുത്. അയാളങ്ങനെ കാണപ്പെടുന്നു എന്നേ പറയാവൂ.” ആ വ്യത്യാസം അതിപ്രധാനമാണ്, റാറ്റോ, ചൂണ്ടിക്കാട്ടി: പിന്നല്ലേ മനുഷ്യവംശത്തെ അപ്പാടെ ശപിക്കാനും ആ വ്യത്യാസം വഴിയൊരുക്കും. പക്ഷേ ലൂയിസ് തീർപ്പു കല്പിച്ചു വികാരവിവശനായ പത്രക്കാരും ദാർശനികസമീക്ഷകളും ഈ വസ്തുതയെ പിന്താങ്ങുന്നതിനാൽ ഇത് പ്രപഞ്ചസത്യമാണ്, ചർച്ചയ്ക്ക് വിധേയമാക്കുന്ന പ്രശ്നമേയില്ല. “നീ പറയുമ്പോലെ” എന്ന് ഷോനാസ് സമ്മതിച്ചു. എന്നിട്ട് ഈ ക്രൂരസത്യം പാടെ മറന്ന് സ്വന്തം ഭാഗ്യനക്ഷത്രത്തെ സ്വപ്നം കണ്ടു.

ഷോനാസിന് പെയിന്റിംഗിൽ മാത്രമേ താത്പര്യമുള്ളൂവെന്നു മനസ്സിലായതോടെ ലൂയിസ് സാഹിത്യത്തെ കൈവെടിഞ്ഞു. പിന്നെ ദൃശ്യകലകളിലായി അവളുടേയും താത്പര്യം; മ്യൂസിയങ്ങളും കലാപ്രദർശിനികളും സന്ദർശിച്ചു; കൂടെ ഷോനാസിനേയും വലിച്ചിഴച്ചു. തന്റെ സമകാലീനർ എന്തൊക്കെയാണ് വരച്ചുണ്ടാക്കുന്നതെന്ന് അയാൾക്കു മനസ്സിലായില്ല,

സ്വന്തം കലയുടെ ലാളിത്യം അയാളെ വിഷണ്ണനാക്കി. എന്നാലും ദൃശ്യ കലാരംഗത്തെപ്പറ്റിയുള്ള എല്ലാ വിവരങ്ങളും തനിക്കുണ്ടെന്നതിൽ അയാൾ സന്തോഷിച്ചു. പക്ഷേ തലേന്നു പ്രദർശിനി നടത്തിയ ചിത്രകാരന്റെ പേർ അയാൾ പിറ്റേന്ന് മറന്നു പോയെന്നത് സത്യം. എന്നിരിക്കലും ലൂയിസ് പറഞ്ഞതായിരുന്നു ശരി: സാഹിത്യദശയിൽ അവൾ കണ്ടെത്തിയ അലംഘനീയമായ വസ്തുത - അതായത് ആരും ഒന്നും മറക്കുന്നില്ല. അങ്ങനെ ഷോനാസിന്റെ ഭാഗ്യനക്ഷത്രം അയാളെ സംരക്ഷിച്ചു പോന്നു. മാനസിക സംഘർഷങ്ങളില്ലാതെ സ്മൃതിയുടെ നിശ്ചിതത്വത്തോടൊപ്പം വിസ്മൃതിയുടെ സമാശ്വാസവും അയാൾക്കു സംയോജിപ്പിക്കാനായി.

പക്ഷേ ഷോനാസിനുമേൽ ലൂയിസ് വർഷിച്ച സേവനസന്നദ്ധതയുടെ നിധികുംഭങ്ങൾ ഏറ്റവും ഉജ്ജ്വലമായി പ്രകാശിച്ചത് ദൈനംദിന ജീവിതത്തിലാണ്. ഹ്രസ്വമായ ജീവിതത്തെ കൂടുതൽ വെട്ടിച്ചെറുതാക്കുന്ന പ്രവൃത്തികളിൽ നിന്ന് അതായത് പൊതുവെ പുരുഷന്മാർക്ക് ആവശ്യമുള്ള ഷൂസ്, ഷർട്ട, സൂട്ട്, ഇതൊക്കെ വാങ്ങാൻ സമയം, ചെലവഴിക്കുന്നതിൽ നിന്ന്, ആ മാലാഖ അയാളെ പൂർണ്ണമായും ഒഴിവാക്കിക്കൊടുത്തു. സമയം കൊല്ലുന്നതിനായി അവൾ അനേകായിരം ഉപാധികൾ കണ്ടെത്തി, പൊതു സുരക്ഷാ വിഭാഗത്തിന്റെ ദുർജ്ഞേയമായ വിജ്ഞാപനങ്ങൾ മുതൽ നികുതി വിഭാഗത്തിന്റെ നിത്യേനയെന്നോണം മാറിമാറി വരുന്ന ഫോമുകൾ വരെ അവൾ കൈകാര്യ ചെയ്തു. "അതൊക്കെ ശരി" റാറ്റോ പറഞ്ഞു "പക്ഷേ നിനക്കു പകരം ഡെന്റിസ്റ്റിന്റേയടുത്ത് അവൾ പോയാൽ പോരല്ലോ." ശരിയാണ് അവൾ പോയാൽ പോരാ, പക്ഷേ അവൾ ഫോൺ ചെയ്ത് ഏറ്റവും സൗകര്യപ്രദമായ സമയമൊരുക്കി, അവരുടെ കൊച്ചു കാറിലെ എണ്ണ മാറ്റേണ്ട ചുമതല അവളേറ്റെടുത്തു, വിനോദയാത്രകളിൽ ഹോട്ടലുകൾ മുൻകൂട്ടി റിസർവ്വ് ചെയ്തു. അയാളുടെ വീട്ടിലേക്കു വേണ്ടുന്ന കൽക്കരി അവളാണ് വാങ്ങിച്ചത്. അയാളയക്കേണ്ടുന്ന പൂച്ചെണ്ടുകൾ, കൊടുക്കേണ്ടിയിരുന്ന സമ്മാനങ്ങൾ ഒക്കെ അവളാണ് തിരഞ്ഞെടുത്ത് വാങ്ങി അയച്ചത്. ചില സായാഹ്നങ്ങളിൽ, അയാളില്ലാത്തപ്പോൾ അയാളുടെ വീട്ടിലെത്തി കിടക്ക തട്ടിക്കുടഞ്ഞ് വിരിക്കുകയും, ചെയ്തു. അയാൾക്ക് ആ ബുദ്ധിമുട്ടും ഒഴിവായിക്കിട്ടി.

അതേ ഉത്സാഹത്തോടെയാണ് അവൾ അയാളുടെ കിടക്കയിലേക്കും കയറിയത്, എന്നിട്ട് മേയറുമായുള്ള കൂടിക്കാഴ്ച ഒരുക്കി, അയാളേയും കൂട്ടി ടൗൺഹാളിലേക്കു നടന്നു, ഒരൊറ്റ മ്യൂസിയം പോലും വിട്ടുപോകാത്ത മട്ടിൽ മധുവിധു യാത്ര പ്ലാൻ ചെയ്തു. വീടു കണ്ടെത്തുക ദുഃസ്സാദ്ധ്യമായിരുന്നെങ്കിലും മധുവിധുവിന് പോകുന്നതിനു മുമ്പുതന്നെ മൂന്നു മുറിയുള്ള ഒരു ഫ്ളാറ്റും തരപ്പെടുത്തി, തിരിച്ചു വന്ന് നേരെ അങ്ങോട്ടു താമസം മാറ്റുകയും ചെയ്തു. ഷോനാസിന്റെ പ്രതിഭ അവസാനമായി സ്ഥിരീകരിക്കപ്പെട്ടതിന് രണ്ടു കൊല്ലം മുമ്പായിരുന്നു ഇതൊക്കെയും നടന്നത്. പിന്നെ ഒന്നിനു പുറകെ ഒന്നായി രണ്ടു കുട്ടികൾ. ഒരാണും ഒരു

പെണ്ണും. എണ്ണം മൂന്നിലേക്കെത്തിക്കാനുള്ള അവളുടെ ഉദ്ദേശ്യം സഫല മായത്, ഷോനാസ് പബ്ലിഷിംഗ് കമ്പനി വിട്ട് മുഴുനേരം പെയിന്റിംഗിൽ മുഴുകാൻ തുടങ്ങി അല്പം കഴിഞ്ഞ ശേഷം.

ഇതും പറയാതിരിക്കാനാവില്ല. അമ്മയായപ്പോൾ, ആദ്യം കുഞ്ഞിനും പിന്നെ കുഞ്ഞുങ്ങൾക്കും വേണ്ടി ലൂയിസ് സ്വയം സമർപ്പിച്ചു. ഭർത്താ വിനെ സഹായിക്കാൻ ശ്രമിച്ചില്ല എന്നല്ല, പക്ഷേ അതിനു സമയം കിട്ടി യില്ല. ഷോനാസിനെ അവഗണിക്കേണ്ടി വന്നതിൽ അവൾക്ക് അതിയായ ഖേദമുണ്ടായിരുന്നു, പക്ഷേ അവളുടെ സ്വതസിദ്ധമായ ഉറച്ച മനസ്സ് അത്തരം ഖേദങ്ങളിൽ സമയം പാഴാക്കുന്നതിൽ നിന്ന് തടുത്തു നിറുത്തി. “എന്തു ചെയ്യാനാവും ഓരോരുത്തർക്കും അവരവരുടെ പ്രവൃത്തി മണ്ഡല ങ്ങളില്ലേ?” ഷോനാസ് ഇതുകേട്ട് സന്തുഷ്ടനായി, കാരണം എല്ലാ കലാ കാരന്മാരേയും പോലെ താനും കലാകാരനായി കാണപ്പെടണമെന്ന് അയാൾക്കുണ്ടായിരുന്നു. അങ്ങനെ കലാകാരന്മാർ അവഗണിക്കപ്പെട്ടു, സ്വന്തം ഷൂസുകൾ സ്വയം വാങ്ങേണ്ടി വന്നു. ഷോനാസ് വീണ്ടും സന്തുഷ്ടനാവാൻ ശ്രമിച്ചു, ഇതൊക്കെ സ്വാഭാവികമാണ്, കടകളിൽ, ചെല്ലുക വലിയ പാടാണ്, ശരിതന്നെ. പക്ഷേ ആ സമയത്ത് ലഭ്യമാകുന്ന ഏകാന്തത, വൈവാഹിക ജീവിതത്തിന്റെ അമൂല്യ പ്രതിഫലമായി അയാൾക്കനുഭവപ്പെട്ടു.

വീട്ടിലെ സ്ഥലഞെരുക്കമായിരുന്നു അവരുടെ ഏറ്റവും വലിയ പ്രശ്നം, സമയം പോകുന്തോറും സ്ഥലം അവർക്കു ചുറ്റും ചുരുങ്ങിച്ചുരുങ്ങി വന്നു. കുട്ടികളുടെ ജനനം, ഷോനാസിന്റെ പുതിയ അഭിനിവേശം, ഇടുങ്ങിയ ഫ്ളാറ്റ്, വളരെ ചെറിയ മാസികവേതനം- വലിയൊരു സ്ഥലത്തേക്ക് താമസം മാറ്റാനാവാത്ത നില, ഇതൊക്കെയും കൊണ്ട് ലൂയിസിന്റേയും ഷോനാസിന്റേയും പ്രവൃത്തികൾക്ക് സ്ഥലം പോരെന്നായി. നഗരത്തിന്റെ പഴയ പ്രാന്തത്തിൽ പതിനെട്ടാം നൂറ്റാണ്ടിലെ ഒരു സ്വകാര്യ ഭവനത്തിന്റെ രണ്ടാം നിലയിലായിരുന്നു അവരുടെ ഫ്ളാറ്റ്. പല കലാകാരന്മാരും അവിടെയാണ് താമസിച്ചിരുന്നത്, കലാകാരന്മാരുടെ വിശ്വാസം, പഴയ ചുറ്റുപാടുകളിലെ കലയുടെ നവോത്ഥാനം സാധ്യമാകൂ എന്നായിരുന്നു. ഷോനാസും ആ വിശ്വാസം പങ്കിട്ടെടുത്തതിനാൽ അവിടെ താമസിക്കുന്ന തിൽ അയാൾക്കു സന്തോഷമേ തോന്നിയുള്ളൂ.

ഫ്ളാറ്റ് പഴയതാണെന്നതിൽ ഒരു സംശയവുമില്ലായിരുന്നു. പക്ഷേ ചില ആധുനിക സംവിധാനങ്ങൾ അതിന് പുതിയൊരു രൂപം നൽകി, പ്രത്യേകിച്ച് അത്രയും ഇടുങ്ങിയ സ്ഥലത്ത് യഥേഷ്ടം കാറ്റും വെളിച്ചവും ഉണ്ടായിരുന്നതുകൊണ്ട്, മുറികളിലെ ഉയർന്ന മച്ചുകൾ, രാജകീയ പ്രൗഢിയും പ്രതാപവുമുള്ള വലിയ ജനാലകൾ ഇവയൊക്കെ കണ്ടാ ലറിയാം, വിരുന്നുകൾക്കും ആഘോഷങ്ങൾക്കും ഉപയോഗിച്ചിരുന്ന മുറികളാണെന്ന്. പക്ഷേ നഗരത്തിലെ വർദ്ധിച്ചു വരുന്ന ജനസംഖ്യയും, വാട്ടുവാടകയിൽ നിന്നുള്ള വമ്പിച്ച ആദായവും കാരണം ഒന്നിനു പുറകെ

ഒന്നായി വന്ന ഉടമസ്ഥന്മാർ വലിയ തളങ്ങളെ വിഭജിച്ച് കൊച്ചുമുറികളാക്കി തീ പിടിച്ച വിലക്ക് ആവശ്യക്കാർക്ക് വാടകക്കു കൊടുത്തു. ഒരു കാര്യം വീട്ടുടമ എപ്പോഴും പെരുപ്പിച്ചു പറഞ്ഞു. എന്തൊരു വായു സഞ്ചാരം. അതെ, തറയുടെ വിസ്തീർണ്ണത്തിന് ബഹുമടങ്ങ് വായു സഞ്ചാരം. അല്ല അതാർക്കും നിരാകരിക്കാനായതുമില്ല. പക്ഷേ അതിനു കാരണം മറ്റൊന്നായിരുന്നു മുറികളെ തിരശ്ചീനമായി വിഭജിക്കുക അസാധ്യമായതുകൊണ്ട് അതല്ലായിരുന്നെങ്കിൽ വീട്ടുടമസ്ഥന്മാർ അതിനും മടിക്കുമായിരുന്നില്ല. എന്തു ത്യാഗം സഹിച്ചും വളർന്നു വരുന്ന തലമുറക്കായി, പ്രത്യേകിച്ച് അത്തരുണത്തിൽ വിവാഹിതരാകാനും പ്രത്യുല്പാദനം നടത്താനും തത്പരരായവർക്കുവേണ്ടി ഇനിയും കുറെ അഭയ കേന്ദ്രങ്ങളൊരുക്കിയേനെ. മാത്രമല്ല വായു സഞ്ചാരം എല്ലാ വിധത്തിലും നല്ലതാണെന്നും പറയാനാവില്ലായിരുന്നു. തണുപ്പുകാലത്ത് മുറികൾ ചൂടാക്കുക ദുഷ്ക്കരമായി. നിർഭാഗ്യവശാൽ ഇക്കാരണം കൊണ്ടു തന്നെ വീട്ടുടമസ്ഥർ ചൂടിന് വേറെയും വില ഈടാക്കി. വേനൽക്കാലങ്ങളിൽ വലിയ ജനാലകളിലൂടെ അക്ഷരാർത്ഥത്തിൽ വെളിച്ചത്തിന്റെ പ്രളയമായിരുന്നു. കാരണം ജനാലകൾക്ക് മരം കൊണ്ടുള്ള പാളികളില്ലായിരുന്നു. വീട്ടുടമസ്ഥർ മനഃപൂർവ്വം അവഗണിച്ചതാണോ കാരണം? ജനാലകളുടെ വലിപ്പവും അതിനു വേണ്ടി വരുന്ന ആശാരിപ്പണിച്ചെലവും തന്നെ. അതിനെന്താ നല്ല കട്ടിയുള്ള കർട്ടനിട്ടാൽ പോരേ? അതു പിന്നെ താമസക്കാരുടെ ചുമതലയല്ലേ. മാത്രമല്ല, വീട്ടുടമസ്ഥന്മാർ സ്വന്തം ഷോപ്പുകളിൽ നിന്ന് കർട്ടൻതുണി അടിസ്ഥാന വിലക്ക് വില്ക്കാൻ വിസമ്മതിച്ചതുമില്ല. വീട്ടുടമസ്ഥരാണെങ്കിലും മനുഷ്യസേവനം അവരുടെ തൊഴിലല്ലേ. നിത്യ ജീവിതത്തിൽ വെൽവെറ്റും പരുത്തിതുണികളും വില്ക്കുന്നവരായിരുന്നു ഈ ആധുനിക രാജാക്കന്മാർ.

ഫ്ളാറ്റിന്റെ ഗുണഗണങ്ങളെക്കുറിച്ച് ഷോനാസ് ആനന്ദതുന്ദിലനായി, പോരായ്മകളെ വലിയ വിഷമം കൂടാതെ അംഗീകരിക്കയും ചെയ്തു. ശൈത്യകാലത്ത് ചൂടിനുള്ള അധിക നിരക്കിനെപ്പറ്റി കേട്ടപ്പോൾ അയാൾ വീട്ടുടമസ്ഥനോടു പറഞ്ഞു. "നിങ്ങളു പറയുമ്പോലെ." ഇനി കർട്ടന്റെ കാര്യം ലൂയിസിനോട് അയാളും യോജിച്ചു. കിടപ്പറയ്ക്കു മാത്രം മതി. മറ്റതിനൊന്നും വേണ്ട. "നമുക്ക് ഒളിക്കാനൊന്നുമില്ല." ആ വിശുദ്ധ ഹൃദയം മൊഴിഞ്ഞു. ഷോനാസിനെ ഏറ്റവും ആകർഷിച്ചത് ആ വലിയ തളമായിരുന്നു മച്ച് എത്രത്തോളം ഉയരത്തിൽ! സീലിംഗ് ലൈറ്റ് ഘടിപ്പിക്കുന്ന പ്രശ്നമേയില്ല. പ്രവേശന വാതിൽ ആ തളത്തിലേക്കാണ് തുറക്കുന്നത്. പിന്നെ ഒരു ഇടനാഴി അതിനൊരു വശത്ത് നിരനിരയായ് രണ്ടു ചെറിയ മുറികൾ. ഇടനാഴിയുടെ അറ്റത്തായി അടുക്കള. കക്കൂസ് പിന്നെ കുളിമുറിയെന്നു പറയാവുന്ന ഒരിടുക്കും. അതിനെ ഷവർ റൂമെന്നു പറയാനാവില്ലായിരുന്നു, കാരണം ആ സംവിധാനം തത്ക്കാലം ഇല്ല, അഥവാ ചുമരിൽ കുത്തനെ ഘടിപ്പിച്ചാൽ തന്നെ, ഷവറിനടിയിൽ അനങ്ങാതെ നിന്നു കൊടുക്കാൻ തയ്യാറാകണം. വെള്ളം തെറിക്കരുതല്ലോ.

അത്യസാധാരണമായ ഉയരത്തിലുള്ള മച്ച്, ഇടുങ്ങിയ മുറികൾ ആകപ്പാടെ വതിലും ജനലും ചില്ലുഗ്ലാസും കൊണ്ടുണ്ടാക്കിയ ഒരു കൂട്ടം ദീർഘചതുരക്കട്ടകളാണെന്ന പ്രതീതി. മരസ്സാമാനങ്ങൾ ചേർത്തിടാൻ വേണ്ടത്ര ചുമരുകളില്ലാത്ത മുറികളിൽ സ്ഫടികക്കുപ്പിക്കകത്ത് പാവ ക്കുട്ടികളെന്നപോലെ മനുഷ്യ ജീവികൾ പാറി നടന്നു. മാത്രമല്ല, ജാലകങ്ങൾ തുറന്നത് നടുമിറ്റത്തേക്കാണ്. അതായത് അതേ തരത്തി ലുള്ള മറ്റു ജാലകങ്ങളുടെ നേരെ. ആ ജനലകളിലൂടെ അപ്പുറത്തുള്ള മറ്റൊരങ്കണത്തിലേക്കു തുറക്കുന്ന മറ്റൊരു വലിയ ജാലകം കാണാമായി രുന്നു. "ആഹാ! ഹാൾ ഓഫ് മിറേഴ്സ് തന്നെ." ഷോനാസിന് സന്തോഷം അടക്കാനായില്ല. റാറ്റോയുടെ പരാമർശമനുസരിച്ച് രണ്ടു ചെറിയ മുറി കളിൽ ഒന്ന് ദമ്പതികളുടെ കിടപ്പറയും മറ്റേത് വരാനിരിക്കുന്ന കുഞ്ഞിനു മായി നീക്കിവെക്കപ്പെട്ടു. വലിയ തളം രാവിലെ നേരത്ത് ഷോനാസിന്റെ സ്റ്റുഡിയോയും വൈകുന്നേരങ്ങളിൽ ഇരിപ്പുമുറിയും, ഊണുമുറിയുമായി രൂപാന്തരപ്പെട്ടു. അടുക്കളയിലിരുന്നും ആഹാരം കഴിക്കാമായിരുന്നു, പക്ഷേ ഷോനാസോ ലൂയിസോ ഇരുവരിൽ ഒരാൾ നില്ക്കാൻ തയ്യാറാ വണമെന്നു മാത്രം. സ്വന്തം നിലയ്ക്ക് റാറ്റോ പല കൗശലപ്പണികളും സംവിധാനങ്ങളും ചെയ്തു കൊടുത്തു. നിരക്കി മാറ്റാവുന്ന വാതിലുകൾ, മടക്കി വെയ്ക്കാവുന്ന മേശകൾ, കട്ടിലുകൾ ഇതൊക്കക്കൊണ്ട് വീട്ടു സാമാനങ്ങളുടെ അഭാവം നികത്താനായി. പക്ഷേ വീടിന്റെ ആകാര വൈചിത്ര്യം കൂടുകയേ ഉണ്ടായുള്ളൂ.

മുറികൾ നിറച്ച് ചിത്രങ്ങളും കുട്ടികളുമായപ്പോൾ പുതുതായി എന്തെ ങ്കിലുമൊക്കെ ചിന്തിച്ചേ തീരൂവെന്ന നില വന്നു. മൂന്നാമത്തെ കുഞ്ഞ് ജനിക്കുന്നതിനു മുമ്പ് ഷോനാസ് തളത്തിലിരുന്നാണ് വരച്ചിരുന്നത്, ലൂയിസ് കിടപ്പറയിലിരുന്ന് സ്വെറ്ററുകൾ തുന്നി, ഏറ്റവും അറ്റത്തുള്ള മുറി യിൽ മൂത്ത രണ്ടു കുഞ്ഞുങ്ങളും കളിച്ചു തിമർത്തു, ഫ്ളാറ്റിനകത്ത് എല്ലാ യിടത്തും ഓടി നടന്നു. നവാഗതനെ സ്റ്റുഡിയോയുടെ - തളത്തിന്റെ ഒരു മൂലയ്ക്കു കിടത്താൻ അവർ തീരുമാനിച്ചു. ഷോനാസ് ക്യാൻവാസ് തട്ടികപോലെ മറയാക്കി വെച്ച് സൗകര്യമുണ്ടാക്കിക്കൊടുത്തു. ഇതു കൊണ്ടും ഗുണമേയുണ്ടായുള്ളൂ, കുഞ്ഞിനെ ചെവിയോർക്കാം, കര ഞ്ഞാൽ ഉടനടി ശ്രദ്ധിക്കാം. പിന്നെ ഷോനാസിന് സ്വന്തം ഇടത്തു നിന്ന് ഇളകേണ്ട ആവശ്യമേയില്ല, കാരണം ലൂയിസ് മുൻകൂർ നടപടിയെടുത്തു. സ്റ്റുഡിയോയിലേക്കു കടക്കാൻ കുഞ്ഞു കരയുന്നതു വരെ കാത്തു നില്ക്കില്ല, കരുതലോടെ കാൽ വിരലുകൾ മാത്രം നിലത്തൂന്നിക്കൊണ്ട് അവളകത്തു കടക്കും. അവളുടെ ഔചിത്യ ബോധത്തിൽ അത്യന്തം ആർദ്രനായ ഷോനാസ് ഒരു ദിവസം പറഞ്ഞു- തന്റെ ഏകാഗ്രത അത്ര യെളുപ്പം നഷ്ടമാവില്ലെന്നും, അവളുടെ കാലടി ശബ്ദങ്ങൾ കേട്ടാലും ജോലി തുടർന്നുകൊണ്ടു പോകാനാവുമെന്നും. ലൂയിസ് പറഞ്ഞു. "കുഞ്ഞിനേയും ഉണർത്തരുതല്ലോ." അവളുടെ മാതൃ സഹജമായ

ഭാവത്തെ അയാൾ മനസാ പുകഴ്ത്തി, സ്വന്തം തെറ്റിദ്ധാരണയോർത്ത് ആത്മാർത്ഥമായി പൊട്ടിച്ചിരിക്കുകയും, ചെയ്തു. അതുകൊണ്ട് വെട്ടിത്തുറന്ന അക്രമണത്തേക്കാളേറെ മുൻകരുതലോടെയുള്ള പ്രവേശനങ്ങളാണ് തന്നെ കൂടുതൽ അലോസരപ്പെടുത്തുന്നതെന്ന കാര്യം തുറന്നു പറയാനുള്ള ധൈര്യം അയാൾക്കുണ്ടായില്ല. ഒന്നാമത് ലൂയിസിന്റെ അത്തരം മൂകനാടകങ്ങൾ ഏറെ നേരം നീണ്ടു നിന്നു, രണ്ടാമത് കൈകൾ ഇരുവശത്തേക്കും നീട്ടിപ്പിടിച്ച് ചുമലുകൾ പുറകോട്ടുതള്ളി, കാലു പൊക്കി വെച്ചുകൊണ്ടുള്ള പ്രവേശനം ആർക്കും ശ്രദ്ധിക്കാതിരിക്കാൻ ആവുകയില്ല. ഈ പ്രഹസനം ഉദ്ദേശ്യത്തിന് നേരെ വിപരീതമായ ഫലമാണുണ്ടാക്കിയത്, കാരണം ഏതു നിമിഷവും അവൾ മുറിയിൽ ചിതറിക്കിടന്ന ക്യാൻവാസുകളിലൊന്നിൽ തട്ടിമുട്ടി വീണെന്നു വരും. അത്തരം സന്ദർഭങ്ങളിൽ കുഞ്ഞ് ഉണരും, തനിക്കു കഴിയുന്ന വിധത്തിൽ- അതങ്ങനെ അവഗണിക്കാവുന്നതല്ലായിരുന്നു.- സ്വന്തം അതൃപ്തി രേഖപ്പെടുത്തും. കുഞ്ഞിന്റെ ശ്വാസബലത്തിൽ സന്തുഷ്ടനായ പിതാവ് ഓടിച്ചെന്ന് അവനെയെടുക്കും, താലോലിക്കും, താമസിയാതെ ഭാര്യ അയാളെ ഇതിൽ നിന്ന് ഒഴിവാക്കും. ഷോനാസ് വീണുപോയ ക്യാൻവാസുകളെടുത്തു നേരെ വയ്ക്കും, കൈയ്യിൽ ബ്രഷുമായി മകന്റെ വാശിയും അധികാരശക്തിയുമുള്ള സ്വരം മന്ത്രമുഗ്ദ്ധനേപ്പോലെ നോക്കി നില്ക്കും.

ഈ സമയത്താണ് ഷോനാസിന്റെ പ്രതിഭ അയാൾക്ക് നിരവധി സുഹൃത്തുക്കളെ നേടിക്കൊടുത്തത്. സുഹൃത്തുക്കൾ ടെലിഫോണിലൂടെയോ അവിചാരിതമായ സന്ദർശനങ്ങളിലൂടെയോ അയാളെ തേടിയെത്തി. വളരെ ആലോചിച്ചുറപ്പിച്ചശേഷം സ്റ്റുഡിയോയിൽത്തന്നെ സ്ഥാപിക്കപ്പെട്ട ടെലിഫോൺ ഇടയ്ക്കിടെ അടിച്ചു. അപ്പോഴൊക്കെ കുഞ്ഞിന്റെ ഉറക്കം കെടുത്തി, അവന്റെ രോദനങ്ങൾ ഫോണിന്റെ അടിയന്തിര മണിയൊച്ചയുമായി ഇടകലർന്നു മുഴങ്ങി. ഇനിയഥവാ ലൂയിസ് മറ്റു കുട്ടികളെ പരിചരിക്കുകയാണെന്നു വന്നാൽ അവരും അവളോടൊപ്പം ടെലിഫോണെടുക്കാൻ വരും. പക്ഷെ ഏതാണ്ട് എല്ലായ്പോഴും ഒരു കൈയ്യിൽ കുഞ്ഞും മറ്റേ കൈയ്യിൽ മധ്യാഹ്ന ഭക്ഷണത്തിനുള്ള ക്ഷണം ഒഴുകിയെത്തുന്ന റിസീവറുമായി ഷോനാസ് നില്ക്കുന്നതാണ് ലൂയിസ് കാണാറ്. തന്നോടൊപ്പം മദ്ധ്യാഹ്ന ഭക്ഷണം കഴിക്കാൻ ആഗ്രഹിക്കുന്നവരുണ്ടെന്ന കാര്യം ഷോനാസിനെ എന്നും അത്ഭുതപ്പെടുത്തി, കാരണം അയാളുടെ സംഭാഷണങ്ങൾ വിരസമായിരുന്നു, വൈകുന്നേരങ്ങളിൽ പുറത്തിറങ്ങാനാണ് അയാൾ ഇഷ്ടപ്പെട്ടത്. പകൽ നേരത്തെ പണിക്കു തടസ്സം വരില്ലല്ലോ. മിക്കവാറും സമയങ്ങളിൽ സുഹൃത്തിന് ഉച്ചനേരത്തേ ഒഴിവുണ്ടാവൂ. അതും ഈയൊരൊറ്റ ദിവസം മാത്രം, സുഹൃത്ത് വാശിപിടിക്കും, പ്രിയപ്പെട്ട ഷോനാസിനു താൻ നല്കുന്ന വിരുന്നാണെന്ന് നിർബന്ധം പിടിക്കും. അയാളുടെ പ്രിയപ്പെട്ട ഷോനാസ് സമ്മതിക്കും. “നിങ്ങളു പറയുമ്പോലെ” റിസീവർ താഴെ വച്ച്, കുഞ്ഞിനെ ലൂയീസിന്റെ കൈയ്യിൽ

ഏല്പിക്കവേ ഷോനാസ് പറയും. "എന്തൊരു നല്ല മനസ്സ്" എന്നിട്ട് വീണ്ടും പെയിന്റിങ് തുടരും, മധ്യാഹ്ന ഭക്ഷണമോ അത്താഴമോ തടസ്സം കുറിക്കും വരെ, ഭക്ഷണസമയത്ത് ക്യാൻവാസുകൾ നീക്കി വെയ്ക്കണം, പ്രത്യേക തരം മടക്കു മേശ നിവർത്തി വച്ച് കുഞ്ഞുങ്ങളോടൊപ്പം അയാൾ ഭക്ഷണത്തിനിരിക്കും. ഭക്ഷണം കഴിച്ചു കൊണ്ടിരിക്കേ ചിത്രത്തിലേക്കു നോക്കും. കുഞ്ഞുങ്ങൾ ചവക്കുന്നതും വിഴുങ്ങുന്നതും വളരെ പതുക്കെയാണെന്ന് തോന്നും, ഓരോ തവണത്തെ ആഹാരവും ദീർഘനേരം നീണ്ടു നില്ക്കുന്നതായി അനുഭവപ്പെടും പിന്നൊരിക്കൽ അയാൾ പത്രത്തിൽ വായിച്ചു; വളരെ സാവധാനത്തിൽ ഭക്ഷണം കഴിച്ചാലേ ശരീരത്തിന് അത് ആഗിരണം ചെയ്യാനാവൂയെന്ന്. അന്നുമുതൽ ഭക്ഷണസമയങ്ങളും സന്തോഷിക്കാനുള്ള അവസരങ്ങളായി മാറി.

മറ്റു ചില സന്ദർഭങ്ങളിൽ പുതിയ സുഹൃത്തുക്കൾ സന്ദർശനത്തിനായെത്തും. റാറ്റോ എല്ലായ്പോഴും അത്താഴം കഴിഞ്ഞേ വരുമായിരുന്നുള്ളൂ. കാരണം പകൽ സമയത്ത് അയാൾ ജോലിസ്ഥലത്താവും, പിന്നെ ചിത്രകാരന്മാർ പകൽ സമയങ്ങളിലാണ് പണിയെടുക്കാറ് എന്നയാൾക്ക് അറിയുകയും ചെയ്യാമായിരുന്നു. ഷോനാസിന്റെ പുതിയ സുഹൃത്തുക്കൾ ഏറെയും കലാകാരന്മാർ, നിരൂപകർ എന്നീ വർഗ്ഗങ്ങളിൽ പെട്ടവരായിരുന്നു. ചിലർ ഒരു കാലത്ത് പെയിന്റു ചെയ്യുമായിരുന്നു, ചിലർ തുടങ്ങുന്നതേയുള്ളൂ. ബാക്കിയുള്ളവരൊക്കെ എന്തൊക്കെ പെയിന്റു ചെയ്യപ്പെട്ടു. ഇനിയെന്തൊക്കെ ബാക്കി കിടക്കുന്നു എന്നൊക്കെ അഭിപ്രായപ്പെടുന്നവർ. തീർച്ചയായും അവരെല്ലാവരും കലായത്നങ്ങളെ അത്യന്തം ആദരിച്ചു, ബഹുമാനിച്ചു, കലാകാരനെ സംബന്ധിച്ചിടത്തോളം ഇത്തരം യത്നങ്ങളിൽ ഏർപ്പെടുന്നതും അതിന് അത്യന്താപേക്ഷിതമായ ഏകാഗ്രത സ്വരൂപിക്കുന്നതും ദുഷ്കരമാക്കി തീർക്കുന്ന ആധുനിക ലോക വ്യവസ്ഥയെ അപലപിച്ചു. മദ്ധ്യാഹ്നം മുഴുവനും അവർ പരാതിപ്പെട്ടുകൊണ്ടേയിരുന്നു. തങ്ങളെ ശ്രദ്ധിക്കേണ്ടെന്നും, തങ്ങൾ ഫെലിസ്ത്യരല്ലെന്നും കലാകാരന്മാരുടെ സമയത്തിന്റെ വില തങ്ങൾക്കറിയാമെന്നും, പറഞ്ഞു, തങ്ങൾ അവിടെയില്ലെന്ന് സങ്കല്പിച്ച് ഷോനാസിനോട് സ്വന്തം ജോലി തുടരാൻ അഭ്യർത്ഥിച്ചു. തങ്ങളുടെ സാന്നിധ്യത്തിൽ ജോലി തുടരാനനുവദിക്കുന്ന സുഹൃത്തുക്കൾ ഷോനാസിനെ സന്തുഷ്ടചിത്തനാക്കി, അയാൾ പെയിന്റിംഗിൽ മുഴുകി, അവരുടെ ചോദ്യങ്ങൾക്ക് ഉത്തരം പറയാൻ നില്ക്കാതെ അവരുടെ ഫലിതങ്ങൾ കേട്ടു ചിരിക്കാൻ നില്ക്കാതെ.

ഈ സാരള്യം സുഹത്തുക്കൾക്ക് കൂടുതൽ കൂടുതൽ സൗകര്യമായി ഭവിച്ചു. അവരുടെ സൗഹാർദ്ദം അത്രയും ആത്മാർത്ഥമായിരുന്നതിനാൽ, ഭക്ഷണ സമയങ്ങൾ പോലും പാടെ വിസ്മരിക്കപ്പെട്ടു. പക്ഷേ കുഞ്ഞുങ്ങൾക്ക് ഇക്കാര്യത്തിൽ നല്ല ഓർമ്മ ശക്തിയായിരുന്നു. അവരോടിയെത്തും, അതിഥികളുടെ ലാളനയേറ്റു വാങ്ങും, ഒരു മടിത്തട്ടിൽ നിന്ന്

മറ്റൊന്നിലേക്ക് മാറിമാറിയിരിക്കും. അവസാനം നടുമുറ്റത്തിന്റെ മുകളിലായുള്ള ആകാശക്കീറിൽ വെളിച്ചം മങ്ങി മങ്ങി വരും, ഷോനാസ് ബ്രഷുകൾ മാറ്റി വെയ്ക്കും. ഗത്യന്തരമില്ലാതെ അതിഥികളെ, ഉള്ളതു കൊണ്ട് പങ്കിട്ടു കഴിക്കാൻ ക്ഷണിക്കും, രാത്രി വളരെ വൈകും വരെ അവരുമായി സംസാരിച്ചിരിക്കും, തീർച്ചയായും വിഷയം കല തന്നെ, വിശേഷിച്ച് അവിടെ സന്നിഹിതരല്ലാത്ത പ്രതിഭാശൂന്യരായ കലാകാരന്മാരെപ്പറ്റി, അനുകരണം നടത്തുന്നവരെപ്പറ്റി, പ്രഗത്ഭരെന്ന് സ്വയം വീമ്പിളക്കുന്നവരെപ്പറ്റി. ഷോനാസിന് അതി രാവിലെ എഴുന്നേൽക്കുന്നതായിരുന്നു ഇഷ്ടം, എന്നാലേ പ്രഭാതത്തിന്റെ നവോന്മേഷം ഉൾക്കൊള്ളാനാവൂ. ഇത് തരപ്പെടില്ലെന്ന് അയാൾക്കറിയാമായിരുന്നു, പ്രഭാതഭക്ഷണം തയ്യാറായിട്ടുണ്ടാവില്ല, പിന്നെ തനിക്കും ക്ഷീണം തോന്നും. നേരെ മറിച്ച് ഇത്തരം സുദീർഘരാത്രികളിൽ കലാലോകത്തെപ്പറ്റി പരോക്ഷമായെങ്കിലും സഹായകരമായേക്കാവുന്ന പലവിവരങ്ങളും ഗ്രഹിക്കാനായതിൽ അയാൾ സന്തോഷിക്കും. “കലാലോകത്ത്, പ്രകൃതിയിലെന്ന പോലെ ഒന്നും പാഴായ് പോകുന്നില്ല” അയാൾ പറയുമായിരുന്നു. “ഇതൊക്കെ ഭാഗ്യമാണ്.”

സുഹൃത്തുക്കളോടൊപ്പം ചിലപ്പോഴൊക്കെ ശിഷ്യന്മാരും വന്നുചേരുമായിരുന്നു, ഇപ്പോൾ ഷോനാസിന് തികഞ്ഞൊരു ആസ്വാദകസംഘം ഉണ്ടായിരിക്കുന്നു. ആദ്യമൊക്കെ അയാൾക്ക് വല്ലാത്ത ആശ്ചര്യം തോന്നി, തന്നിൽ നിന്ന് ആർക്കെന്ത് പഠിച്ചെടുക്കാനാവും? തനിക്ക് സ്വയം ഇനിയും എത്രയെത്ര കണ്ടെത്താനിരിക്കുന്നു? തന്നിലെ കലാകാരൻ ഇരുട്ടത്ത് മുങ്ങിത്തപ്പുകയാണെന്നിരിക്കേ എങ്ങനെ മറ്റുള്ളവർക്ക് നേർവഴി കാണിച്ചുകൊടുക്കാനാവും? പക്ഷേ അയാൾക്ക് പെട്ടെന്നുതന്നെ മനസ്സിലായി. ശിഷ്യഗണം പഠിക്കാനായി എത്തിയവരല്ല. പലരും ശിഷ്യന്മാരാവുന്നത് ഗുരുനാഥനെ പഠിപ്പിക്കാനുള്ള നിഷ്കാമമായ താത്പര്യത്തോടെയാണ്. അതോടെ അയാൾക്ക് അവരുടെ അമിത ബഹുമാനം വിനയത്തോടെ അംഗീകരിക്കാനായി. ഷോനാസിന്റെ ശിഷ്യന്മാർ അയാൾക്കു വിശദീകരിച്ചുകൊടുത്തു. അയാളെന്തിനാണ് ആലേഖ്യം ചെയ്തതെന്ന്, എന്തുകൊണ്ടാണങ്ങനെ ചെയ്തതെന്ന്. അങ്ങനെ സ്വന്തം സൃഷ്ടികളിൽ താനൊരിക്കലും ഉദ്ദേശിക്കാത്ത ഒട്ടനവധി വിവക്ഷകൾ ഷോനാസ് കണ്ടെത്തി. അതയാളെ ഒട്ടൊന്നുമല്ല അദ്ഭുതപ്പെടുത്തിയത്. ഈ വിഷയത്തിൽ ദരിദ്രനാണ് താൻ എന്നായിരുന്നു അയാളുടെ ധാരണ. ഇപ്പോഴിതാ പൊടുന്നനെ, ശിഷ്യന്മാർ അയാളെ സമ്പന്നനാക്കി തീർത്തിരിക്കുന്നു. ഇന്നേവരേയും ഒരുകാലത്തും സംശയിച്ചിട്ടുപോലുമില്ലാത്ത സമ്പത്ത് ഷോനാസിനെ അഭിമാനപുളകിതനാക്കി. “എന്തൊക്കെയായാലും അതൊക്കെ സത്യമാണ്. അതാ ആ പശ്ചാത്തലത്തിലെ മുഖം തെളിഞ്ഞു നില്ക്കുന്നു. പരോക്ഷമായ മാനവീകരണം എന്നുവച്ചാലെന്തെന്ന് എനിക്കു ശരിക്കങ്ങു മനസ്സിലാവുന്നില്ല. എന്നാലും അത് എന്നെ എവിടെയോ എത്തിച്ചിരിക്കുന്നു.” അസ്വാസ്ഥ്യജനകമായ പ്രാഗത്ഭ്യം അയാൾ ഭാഗ്യ നക്ഷത്രത്തിലേക്കു

പകരും. "അതെന്റെ ഭാഗ്യമാണ്. എന്റെ ഭാഗ്യനക്ഷത്രമാണ് എങ്ങോട്ടൊക്കെയോ പോകുന്നത്, ഞാനിതാ എന്നും ഇവിടെ ലൂയിസിനും മക്കളോടുമൊപ്പം വീട്ടിൽത്തന്നെ."

ശിഷ്യഗണത്തേക്കൊണ്ട് വേറൊരു ഗുണവുമുണ്ടായി. സ്വയം കൂടുതൽ കർക്കശനാവാൻ അവർ ഷോനാസിനെ പരോക്ഷമായി നിർബന്ധിച്ചു. അവരുടെ സംഭാഷണങ്ങളിൽ അയാളായിരുന്നു ഏറ്റവും ഉയർന്ന തലത്തിൽ, പ്രത്യേകിച്ച് പ്രബുദ്ധതയുടേയും പ്രസരിപ്പിന്റേയും കാര്യത്തിൽ. അതുകൊണ്ട് ഇനി മുതൽ അയാൾക്ക് യാതൊരു ദൗർബല്യങ്ങളും ചാപല്യങ്ങളും ഉണ്ടാവാൻ പാടുള്ളതല്ല. ചിത്രത്തിലെ ക്ലേശകരമായ ഒരു ഘട്ടം പൂർത്തിയാക്കി രണ്ടാമതൊന്നു തുടങ്ങുന്നതിനു മുമ്പുള്ള ഇടവേളകളിൽ ചോക്ളേറ്റോ മറ്റെന്തെങ്കിലും മധുരപലഹാരമോ നുണയുമായിരുന്ന ആ പഴയ ശീലം അങ്ങനെ അയാൾക്ക് ഉപേക്ഷിക്കേണ്ടി വന്നു. തനിച്ചായിരുന്നെങ്കിൽ എന്തെങ്കിലും വിധത്തിൽ സൂത്രത്തിൽ അതൊപ്പിച്ചെടുക്കാമായിരുന്നു. പക്ഷേ സുഹൃത്തുക്കളുടേയും ശിഷ്യന്മാരുടേയും നിതാന്ത സാന്നിദ്ധ്യം ഈ ധർമ്മയുദ്ധത്തിൽ അയാളെ സഹായിച്ചു, അവരുടെ മുന്നിൽ വെച്ച് ചോക്ളേറ്റു നുണയുന്നതിൽ അയാൾക്കു വല്ലാത്ത ജാള്യം തോന്നി, മാത്രമല്ല അത്തരമൊരു നിസ്സാരകാര്യത്തിനായി അവരുടെ രസകരമായ സംഭാഷണങ്ങളെ തടസ്സപ്പെടുത്തുകയോ?

അതിലധികമായി സ്വന്തം സൗന്ദര്യബോധത്തോട് വിശ്വസ്തത പുലർത്തണമെന്ന് ശിഷ്യഗണം ശാഠ്യം പിടിച്ചു. ഷോനാസിന് സ്വന്തം സൗന്ദര്യബോധത്തെപ്പറ്റി വളരെ അവ്യക്തമായ ബോധമേ ഉണ്ടായിരുന്നുള്ളൂ. ഒരുപാട് അദ്ധ്വാനിക്കുമ്പോൾ ലഭ്യമാകുന്ന ക്ഷണികമായ ഒരു മിന്നൽ പിണർ, അതോടെ ഉണ്മ ഒരു പുതിയ വെളിച്ചത്തിൽ അയാൾക്കു മുന്നിൽ പ്രത്യക്ഷീഭവിക്കും. അയാളുടെ ശിഷ്യന്മാർക്ക് നേരെമറിച്ച് അനവധി ആശയങ്ങൾ ഉണ്ടായിരുന്നു, മിക്കവയും പരസ്പരവിരുദ്ധവും നിരുപാധികവും. അവയെക്കുറിച്ച് കളിയാക്കി സംസാരിക്കാൻ അവരനുവദിച്ചതേയില്ല. ഷോനാസിന് ഇടയ്ക്കൊക്കെ അങ്ങനെ ചെയ്യാൻ തോന്നും, നർമ്മബോധം കലാകാരന്റെ ഉത്തമ സുഹൃത്താണല്ലോ. പക്ഷേ തങ്ങളുടെ ചിന്താഗതിയിൽ നിന്നും വ്യതിചലിച്ച ചില ചിത്രങ്ങളെ നോക്കി ശിഷ്യന്മാർ മുഖം ചുളിക്കും, സ്വന്തം കലാശൈലിയെപ്പറ്റി ചിന്തിക്കാൻ അയാളെ നിർബന്ധിതനാക്കും, ഇതൊക്കെ അയാളുടെ നന്മക്കു വേണ്ടിയാണല്ലോ.

അവസാനമായി ശിഷ്യന്മാർ അയാളെ മറ്റൊരു വിധത്തിലും സഹായിച്ചു. തങ്ങളുടെ രചനകളെപ്പറ്റി അഭിപ്രായം പറയാൻ കടപ്പെട്ടവനാക്കി. ഒരു ദിവസം പോലും മുടങ്ങാതെ ഓരോരുത്തരായി പൂർത്തിയാകാത്ത ചിത്രവുമായെത്തും,ഏതാനും വരകൾ കോറിയിട്ടേ ഉണ്ടാവൂ. അതിനെ, ഷോനാസിനും ഷോനാസ് വരച്ചുകൊണ്ടിരിക്കുന്ന ക്യാൻവാസിനുമിടയിലായി സ്ഥാപിക്കും, എന്നാലല്ലേ ഏറ്റവും നല്ലരീതിയിൽ വെളിച്ചം വീഴൂ.

അഭിപ്രായം പറഞ്ഞേ പറ്റൂ. ഒരു കലാസൃഷ്ടിയെ വിലയിരുത്താനാവാത്ത സ്വന്തം കഴിവുകേടിനെച്ചൊല്ലി അതുവരേക്കും ഷോനാസിന് നിഗൂഢമായ ഒരു ജാള്യത തോന്നിയിരുന്നു, തന്നെ ആകർഷിച്ച വളരെ കുറച്ചു ചിത്രങ്ങളും പരുക്കൻ മട്ടിലുള്ള വരകളും ഒഴികെ ബാക്കിയെല്ലാത്തിനേയും ഒരേ തരത്തിലുള്ള അനാസ്ഥയോടെ മാത്രമേ അയാൾക്ക് വീക്ഷിക്കാനായുള്ളൂ. അതുകാരണം, അയാൾക്ക് ഒരു പറ്റം പ്രസ്താവങ്ങൾ സമീകരിച്ചു വെയ്ക്കേണ്ടി വന്നു, ശിഷ്യന്മാരുടെ തരാതരമനുസരിച്ച് അവയൊക്കെ പ്രയോജനപ്പെടുത്തി, കാരണം അയാളുടെ ശിഷ്യന്മാർ നഗരത്തിലെ മറ്റെല്ലാ കലാകാരന്മാരേയും പോലെ കുറച്ചൊക്കെ പ്രതിഭയുള്ളവരായിരുന്നു, അവരുടെ സാന്നിധ്യത്തിൽ അവരെ തൃപ്തരാക്കും വിധം സൂക്ഷ്മമായ സവിശേഷതകൾ എടുത്തു പറയേണ്ടിയിരുന്നു. അങ്ങനെ ആ സന്തുഷ്ടമായ കടപ്പാടു കാരണം കലയെപ്പറ്റി ഒരുപാടു വാക്കുകളും അഭിപ്രായങ്ങളും ശേഖരിച്ചു വെക്കാൻ അയാൾ നിർബന്ധിതനായി. പക്ഷേ ഈ ശ്രമം അയാളുടെ സ്വതസിദ്ധമായ കാരുണ്യത്തിന് ഒട്ടും കോട്ടം തട്ടിച്ചില്ല. അധികം താമസിയാതെ അയാൾക്കു മനസ്സിലായി ശിഷ്യന്മാർ വിമർശനമല്ല പ്രതീക്ഷിക്കുന്നത്, വിമർശനം കൊണ്ട് അവർക്കെന്തു ഗുണം, പ്രോത്സാഹനമാണ് അവർക്കു വേണ്ടത്, കഴിയുമെങ്കിൽ അല്പം പുകഴ്ത്തലും. പുകഴ്ത്തലിൽ വൈവിധ്യം വേണമെന്നു മാത്രം. പൊതുവേ സർവ്വസമ്മതനായിരിക്കുന്ന മട്ടുകൊണ്ട് ഷോനാസ് തൃപ്തനായില്ല. അയാളുടെ കല്പനാശക്തിയുടെ വൈഭവം അവിടെയും പ്രകടമായി.

കാലം കടന്നുപോയി. ഈസലിനു ചുറ്റും ഒന്നിനുപുറകെ ഒന്നായി നിരവധി വൃത്തങ്ങളിൽ കസേരകളിലിരിക്കുന്ന സുഹൃത്തുക്കൾക്കും ശിഷ്യന്മാർക്കും നടുവിലിരുന്ന് ഷോനാസ് പെയിന്റു ചെയ്തു. പലപ്പോഴും ജാലകങ്ങളിൽ അയൽക്കാരും പ്രത്യക്ഷപ്പെടാൻ തുടങ്ങി, ഷോനാസിന്റെ പൊതുജീവിതത്തിന് കൊഴുപ്പുകൂടി. ബ്രഷു താഴെ വെക്കാതെ അയാൾ സംവാദത്തിലേർപ്പെടും, നീട്ടിത്തരുന്ന ചിത്രങ്ങൾ പരിശോധിക്കും, ലൂയിസ് അതിലൂടെ കടന്നു പോകുമ്പോൾ അവളെ നോക്കി പുഞ്ചിരിക്കും, കുഞ്ഞുങ്ങളെ സമാധാനിപ്പിക്കും, സോത്സാഹത്തോടെ ഫോണെടുക്കും, ഇടയ്ക്കിടെ കാൻവാസിലെ അപൂർണ്ണ ചിത്രത്തിൽ ബ്രഷുകൊണ്ട് ഒന്നു രണ്ടു സ്പർശങ്ങൾ നടത്തും. ഒരു തരത്തിൽ അയാളുടെ ജീവിതം സമ്പൂർണ്ണമായിരുന്നു, ഒരൊറ്റ മണിക്കൂറു പോലും പാഴായിപ്പോയില്ല, അയാൾ തന്റെ ഭാഗ്യനക്ഷത്രത്തിന് നന്ദി നേർന്നു- വിരസതയിൽ നിന്ന് ഒഴിവായിക്കിട്ടിയല്ലോ. മറിച്ച് ഒരു ചിത്രം പൂർത്തിയാക്കാൻ ബ്രഷിന്റെ അനേകായിരം സ്പർശങ്ങൾ ആവശ്യമായിരുന്നു. അയാൾക്ക് ഇടയ്ക്കിടെ തോന്നും, വിരസത കൊണ്ടും ഗുണം കിട്ടിയിരുന്നേനേ. കഠിനാദ്ധ്വാനം കൊണ്ട് അതിനെ ഒഴിവാക്കാമല്ലോ. സുഹൃത്തുക്കളുടെ താത്പര്യം പെരുകിയതോടെ ഷോനാസിന്റെ സൃഷ്ടി മന്ദഗതിയിലായി. അതി വിരളമായി ലഭ്യമായിരുന്ന ഏകാന്ത നിമിഷങ്ങളിൽ ഒന്നും ചെയ്യാനാകാത്ത വിധം അയാൾ വല്ലാതെ

ക്ഷീണിതനായിരുന്നു. അത്തരം നിമിഷങ്ങളിൽ അയാൾ കിനാവു കാണും- ഒരു പുതിയ ലോകം പുതിയ വ്യവസ്ഥ അവിടെ സൗഹൃദത്തിന്റെ സുഖങ്ങളോടൊപ്പം വിരസതയുടെ നന്മകളേയും അനുരഞ്ജിപ്പിക്കാനാകും.

അയാൾ ലൂയിസിനോട് ഇക്കാര്യത്തെപ്പറ്റി സംസാരിച്ചു, അവൾ സ്വന്തം നിലയ്ക്ക് വേവലാതിപ്പെട്ടുകൊണ്ടിരിക്കയായിരുന്നു കുട്ടികൾ വളർന്നു വരുന്നു, അവരുടെ കുടുസ്സു മുറികൾ പോരാതെ വരും. ഒരു തട്ടിക കൊണ്ട് തങ്ങളുടെ കിടക്ക മറച്ച് മൂത്ത രണ്ടുപേരേയും വലിയ കിടപ്പറയിലേക്കു മാറ്റാം, ഇളയ കുഞ്ഞിനെ ഏറ്റവും അറ്റത്തെ മുറിയിലേക്കും. അവിടെയാവുമ്പോൾ ഫോണും അവനെ ശല്യപ്പെടുത്തില്ല. കുഞ്ഞിന് അധികം സ്ഥലമൊന്നും വേണ്ടാത്തതുകൊണ്ട് ഷോനാസിന്റെ സ്റ്റുഡിയോയും ആ മുറിയിലാക്കാം. അപ്പോൾ പിന്നെ വലിയ തളം പകൽ നേരത്തെ സുഹൃത്ത് വൃന്ദത്തിന് മാറ്റിവെയ്ക്കാം. ഷോനാസിന് അറ്റത്തെ മുറിയിലിരുന്ന് പണിയെടുക്കുകയോ ഇടയ്ക്കിടെ തളത്തിലേക്കു വന്ന് കൂട്ടുകാരോട് സംസാരിക്കയോ ആവാം. അയാൾക്ക് ഏകാന്തത ആവശ്യമാണെന്ന കാര്യം എന്തായാലും കൂട്ടുകാർക്ക് ബോധ്യമാവും. മാത്രമല്ല മൂത്ത കുട്ടികളെ കിടത്തിയുറക്കേണ്ടതു കൊണ്ട്, സായാഹ്നങ്ങളുടെ ദൈർഘ്യം വെട്ടിച്ചുരുക്കാനും സഹായിക്കും. ക്ഷണനേരം ആലോചിച്ച ശേഷം ഷോനാസ് പറഞ്ഞു “ഉഗ്രൻ പ്ലാൻ” മാത്രമല്ല, നിങ്ങളുടെ സുഹൃത്തുക്കൾ നേരത്തേ സ്ഥലം വിട്ടാൽ നമുക്കു രണ്ടുപേർക്കും മാത്രമായി കുറച്ചു സമയം കിട്ടും. ഷോനാസ് അവളെ നോക്കി. അവളുടെ മുഖത്തു കൂടി വിഷാദത്തിന്റെ നിഴൽ കടന്നു പോയോ? ആർദ്രനായി അയാൾ അവളെ അണച്ചു പിടിച്ചു, സ്നേഹപുരസ്സരം ചുംബിച്ചു. അവളുടെ പിരിമുറുക്കം നീങ്ങി, വിവാഹത്തിന്റെ ആദ്യ നാളുകളിലെന്നപോലെ അവർ സന്തുഷ്ടരായി. നിമിഷനേരത്തേക്കു മാത്രം. പൊടുന്നനെ അവൾ കുതറി മാറി, അറ്റത്തെ മുറി വളരെ ചെറുതാവില്ലേയെന്നൊരു സംശയം. ലൂയിസ് ഒരു മടക്കു ടേപ്പെടുത്ത് അളന്നു നോക്കി, ഇല്ല അപ്പോഴുള്ള സ്ഥലം തന്നെ വളരെ കുറവാണ്, ക്യാൻവാസുകളും ചങ്ങാതിമാരും. (ചങ്ങാതിമാരായിരുന്നു അധികം) കാരണം ഷോനാസിന് പണിയെടുക്കാൻ ലഭിച്ചിരുന്ന സ്ഥലം കൊച്ചുമുറിയിൽ ലഭിക്കുമായിരുന്നതിനോളമേ ഉണ്ടായിരുന്നുള്ളൂ. ഷോനാസ് സാമാനങ്ങൾ നീക്കാൻ ധൃതികൂട്ടി.

ഭാഗ്യമെന്നു പറയട്ടെ, എത്ര കുറച്ച് പണിയെടുത്തോ അതിലേറെ അയാളുടെ പ്രശസ്തി വളർന്നു. ഓരോ ചിത്രത്തിന്റേയും പ്രദർശനത്തിനു വേണ്ടിയുള്ള പ്രതീക്ഷാനിർഭരമായ കാത്തിരിപ്പ്, മുൻകൂറായുള്ള പ്രശംസ. വളരെ ചുരുക്കം ചില നിരൂപകന്മാർ -അതിൽ രണ്ടു പേർ അയാളുടെ സ്റ്റുഡിയോയിലെ നിത്യ സന്ദർശകരായിരുന്നു- തങ്ങളുടെ സമീക്ഷകളിൽ ഊഷ്മളതയോടൊപ്പം അല്പം ചില ആശങ്കകളും ചേർത്ത് പതം വരുത്തി. പക്ഷെ. ശിഷ്യന്മാരുടെ ധാർമ്മിക രോഷം ഈ കൊച്ചു തിരിച്ചടികൾക്ക്

ചുട്ട മറുപടി കൊടുത്തു. അവർ ശക്തിയായി വാദിച്ചു-ശരിയാണ് ആദ്യ കാലത്തെ ചിത്രങ്ങളാണ് ഏറ്റവും ഉത്കൃഷ്ടമായവ, പക്ഷേ ഇപ്പോൾ കാണുന്ന പരീക്ഷണങ്ങൾ വരാനിരിക്കുന്ന വിപ്ലവത്തിന്റെ മുന്നോടി യാണ്. തന്റെ ആദ്യ കാലത്തെ ചിത്രങ്ങളെ ഇത്തരത്തിൽ മഹാസൃഷ്ടി കളായി ഉയർത്തിക്കാട്ടുന്നത് ഷോനാസിനെ അല്പം നീരസപ്പെടുത്തി യെങ്കിലും തന്നെത്തന്നെ ഗുണദോഷിച്ച് അവരോട് അനർഗളം നന്ദി രേഖപ്പെടുത്തി. റാറ്റോ മാത്രമാണ് മുറുമുറുത്തത്. "ഹാ വിചിത്ര ജീവി കൾ.... നീ ജീവസ്സില്ലാതെ ഒരു പ്രതിമ കണക്കിരിക്കുന്നതാണ് അവർക്കിഷ്ടം ജീവിക്കാനുള്ള നിന്റെ അവകാശത്തെ അവർ നിഷേധി ക്കുന്നു." പക്ഷേ ഷോനാസ് ശിഷ്യന്മാർക്ക് രക്ഷയായി നില്ക്കും. "നിനക്കു മനസ്സിലാവില്ല, കാരണം നിനക്ക് ഞാൻ ചെയ്യുന്നതൊക്കെ ഇഷ്ടമാണ്." റാറ്റോ ചിരിക്കും "പിന്നല്ലാതെ. നിന്റെ ചിത്രമെഴുത്തല്ല എനിക്കിഷ്ടം, നിന്റെ ചിത്രങ്ങളാണ്."

ചിത്രങ്ങൾ എന്തായാലും ജനപ്രിയമായിത്തീർന്നു, അത്യുത്സാഹ ത്തോടെ സ്വീകരിക്കപ്പെട്ട ഒരു പ്രദർശനത്തിനു ശേഷം ഡീലർ സ്വമേ ധയാ മുന്നോട്ടു വന്ന് മാസിക വേതനത്തിൽ വർദ്ധനവ് പ്രഖ്യാപിച്ചു, താനെന്തു മാത്രം കൃതജ്ഞനാണെന്നു പറഞ്ഞ് ഷോനാസ് അതു സ്വീക രിച്ചു. "നിങ്ങളീ പറയുന്നത് ആരെങ്കിലും കേട്ടാൽ അവരു വിചാരിക്കും നിങ്ങൾ പൈസക്കൊതിയനാണെന്ന്" ഡീലർ പറഞ്ഞു. ആ സഹൃദയത ഷോനാസിനെ നിരായുധനാക്കി. പക്ഷെ തന്റെ ഒരു ചിത്രം ചാരിറ്റി വില്പനക്കു വെക്കാൻ അനുവാദം ചോദിച്ചപ്പോൾ ഡീലർക്കറിയണം അത് അത് പൈസ തരുന്ന ചാരിറ്റിയാണോ. അല്ലയോ എന്ന്. ഷോനാസിന് ആ വിവരം അറിയില്ലായിരുന്നു. ഡീലറു പറഞ്ഞു നമുക്ക് കോൺട്രാക്ട്അനു സരിച്ചുള്ള ഏർപ്പാടുകൾ മതി. കോൺട്രാക്ട് പ്രകാരം വില്പനക്കുള്ള അവകാശം ഡീലറിൽ മാത്രം നിക്ഷിപ്തമായിരുന്നു. "കോൺട്രാക്ട് എന്നു വച്ചാൽ കോൺട്രാക്ട് അതിൽ ചാരിറ്റിക്ക് ഇടമില്ല." ഷോനാസ് സമ്മതിച്ചു കൊടുത്തു. "നിങ്ങളു പറയുമ്പോലെ."

പുതിയ ഏർപ്പാട് ഷോനാസിനെ നിതാന്ത സന്തുഷ്ടനാക്കി. തനിക്കു ലഭിച്ചിരുന്ന കത്തുകൾക്ക് മറുപടിയെഴുതാനുള്ള സമയം കിട്ടിത്തുടങ്ങി, മറുപടി എഴുതാതിരിക്കാൻ അയാളുടെ മര്യാദ അനുവദിച്ചില്ല. ചിലവ ഷോനാസിന്റെ കലയെപ്പറ്റിയായിരുന്നു, മറ്റു ചിലവ സ്വന്തം കലാപരമായ ഉദ്യമങ്ങളിൽ പ്രോത്സാഹനമോ ഉപദേശമോ, ധനസഹായമോ തേടുന്ന വയും ഇത്തരത്തിലുള്ളവയായിരുന്നു ഭൂരിഭാഗവും. ഷോനാസിന്റെ പേർ പത്രങ്ങളിൽ അടിക്കടി പ്രത്യക്ഷപ്പെടാൻ തുടങ്ങിയതോടെ സമൂഹത്തിൽ നടക്കുന്ന എല്ലാവിധ അക്രമങ്ങളും അനീതികളും വെളിച്ചത്തു കൊണ്ടു വരാനുള്ള പ്രയത്നങ്ങളിൽ സജീവമായി പങ്കെടുക്കാനുള്ള ക്ഷണങ്ങളും കൂടിക്കൂടി വന്നു. ഷോനാസ് മറുപടിയെഴുതും, കലയെപ്പറ്റിയെഴുതും, നന്ദി രേഖപ്പെടുത്തും, ഉപദേശം കൊടുക്കും, ഒരു ചെറിയ ധനസഹായം

ചെയ്യാനായി സ്വകാര്യച്ചെലവ് മാറ്റിവെയ്ക്കും. ന്യായമായ പ്രതിഷേധ പത്രങ്ങളിൽ ഒപ്പു വെക്കും.

"നീയെന്താ രാഷ്ട്രീയത്തിലിറങ്ങാനാണോ ഭാവം? അതങ്ങ് മാറ്റി വച്ചേക്ക് ചിന്തകന്മാർക്കും വേറെ പണിയില്ലാത്ത പെണ്ണുങ്ങൾക്കും വേണ്ടി." റാറ്റോ പറഞ്ഞു. അല്ലല്ല, രാഷ്ട്രീയ ചായ്‌വുകളൊന്നും ഇല്ലെന്നു തീർത്തു പറയുന്ന നിവേദനങ്ങളിലേ അയാൾ ഒപ്പുവെക്കുന്നുള്ളൂ. പക്ഷേ അവരെല്ലാവരും അത്തരം ചേതോഹരമായ നിഷ്പക്ഷതയുടെ അവകാശവാദം ഉന്നയിച്ചു. ആഴ്ചകളോളം പോക്കറ്റു നിറയെ അവഗണിക്കപ്പെട്ടതും, പുനരുദ്ധരിക്കപ്പെട്ടതുമായ കത്തുകളുമായി അയാൾ കഴിച്ചു കൂട്ടി. ഏറ്റവും അടിയന്തിരമായവക്ക്- അജ്ഞാതരിൽ നിന്നുള്ളവക്ക്- ഉടൻ മറുപടി നൽകും, കൂടുതൽ സാവകാശമായി എഴുതേണ്ടുന്നവ, -അതായത് സുഹൃത്തുക്കൾക്കുള്ളവ- മറ്റൊരു നല്ല മുഹൂർത്തത്തിനായി മാറ്റി വെക്കും. എന്തോക്കെ കടപ്പാടുകളാണ്, ആലസ്യസുഖം അനുഭവിക്കാനോ സ്വതന്ത്രചേതനയ്ക്കു വഴങ്ങിക്കൊടുക്കാനോ സമയമില്ലാത്ത അവസ്ഥ. സദാസമയവും, ഇടയ്ക്കൊക്കെ പ്രവൃത്തിയിൽ മുഴുകിയിരിക്കുമ്പോൾ പോലും താൻ പിന്നിലായിപ്പോയെന്ന തോന്നൽ, കുറ്റബോധം.

കുട്ടികൾ ലൂയിസിന് പിടിപ്പതു പണിയുണ്ടാക്കിക്കൊടുത്തു. വീട്ടിലേക്കു വേണ്ടതൊക്കെ, സാധാരണ ഗതിയിൽ അയാൾ ചെയ്യേണ്ടിയിരുന്നതു കൂടി ചെയ്തുചെയ്ത് അവൾ തേഞ്ഞരഞ്ഞു പോയി. ഇതയാളെ വല്ലാതെ വിഷമിപ്പിച്ചു. താൻ ആത്മസംതൃപ്തിക്കു വേണ്ടിയാണ് പണിയെടുക്കുന്നത് അവളോ? ഈ കച്ചവടത്തിൽ അവൾക്കല്ലേ ഭീമമായ നഷ്ടം? അവൾ മാർക്കറ്റിൽ പോയിരുന്ന അവസരങ്ങളിലാണ് അയാൾക്ക് ഇത് ഏറെ ബോധ്യമായത്. "ഫോൺ!" മൂത്ത പയ്യൻ വിളിച്ചു കൂവും, ഷോനാസ് ബ്രഷ് അതേപടിയിട്ട് അങ്ങോട്ടോടും. തിരിച്ചെത്തിയതും മറ്റൊരു വിളിയുണ്ടാകും "ഗാസുകാരൻ." വാതില്ക്കൽ നിന്നൊരു വിളി, "ദാ വരുന്നു, ദാ വരുന്നു." അയാൾ ചെല്ലുന്നതിനു മുമ്പ് ഒരു കുഞ്ഞ് വാതിൽ തുറന്നു കൊടുത്തു കാണും. വാതിലും, ഫോണും കഴിഞ്ഞിട്ടേയുണ്ടാവൂ, ഒരു സുഹൃത്തോ, ശിഷ്യനോ അതോ രണ്ടുപേരുമോ ചെറിയ മുറിയിലേക്ക് അയാളെ അനുഗമിക്കും, മുറിഞ്ഞു പോയ സംഭാഷണം തുടരാൻ. ക്രമേണ അവരൊക്കെ ഇടനാഴിയിലെ നിത്യ സന്ദർശകരായി. അവരവിടെ നിന്ന് പരസ്പരം സൗഹൃദസംഭാഷണം നടത്തും, ദൂരെ നിന്നുകൊണ്ട് തന്നെ ഷോനാസിന്റെ അഭിപ്രായം ചോദിക്കും, അല്ലെങ്കിൽ കുറച്ചു നേരത്തേക്ക് ചെറിയ മുറിയിലേക്ക് ഒഴുകിയെത്തും. അകത്തേക്കു കടന്ന് അദ്ഭുതം കൂറും "ഹോ! അവസാനം എത്തിപ്പെട്ടു. നിങ്ങളെ കാണാനായല്ലോ മറ്റു തടസ്സങ്ങളൊന്നുമില്ലാതെ." ഇത് ഷോനാസിനെ സ്പർശിക്കും. "ശരിയാണ്, നമുക്ക് കാണാൻ അവസരം കിട്ടാറേയില്ല." കാണാൻ തരപ്പെടാത്തവരെ താൻ നിരാശപ്പെടുത്തിയെന്ന കാര്യത്തെക്കുറിച്ചും ആയാൾ ബോധവാനായിരുന്നു, അതയാളെ സങ്കടപ്പെടുത്തുകയും ചെയ്തു. അയാൾ

കാണാനാഗ്രഹിച്ച സുഹൃത്തുക്കളുണ്ടായിരുന്നു. പക്ഷേ സമയമില്ല, അതു കാരണം എല്ലാ ക്ഷണങ്ങളും സ്വീകരിക്കാനാവുന്നില്ല, അതയാളുടെ സൽപേരിന് കളങ്കം തട്ടിച്ചു. "ഭയങ്കര തലക്കനമല്ലേ," പലരും പറഞ്ഞു, "പ്രശസ്തി നേടിയില്ലേ ഇനിയാരേയും കാണാൻ കൂട്ടാക്കില്ല." അതല്ലെങ്കിൽ "തന്നോടല്ലാതെ മറ്റാരോടും അയാൾക്കു സ്നേഹമില്ല", അല്ല, അങ്ങനെ ആയിരുന്നില്ല അയാൾക്ക് ലൂയിസിനോട് സ്നേഹമുണ്ടായിരുന്നു, കുട്ടികളോട് സ്നേഹമുണ്ടായിരുന്നു, റാറ്റോവിനോടും മറ്റു ചിലരോടും. ബാക്കിയുള്ളവരെയൊക്കെ പൊതുവേ ഇഷ്ടമായിരുന്നു. പക്ഷേ ജീവിതം ഹ്രസ്വമാണ്, സമയം കുതിച്ചു പായുകയാണ്. അയാളുടെ ശക്തിക്കും അതിരുകളില്ലേ? ലോകത്തേയും വ്യക്തികളേയും പെയിന്റു ചെയ്യുക അതേസമയം അവരോടൊന്നിച്ചു ജീവിക്കുക ഇതൊരു കഠിന പരീക്ഷയാണ്. മറിച്ച് അയാൾക്ക് പരാതിപ്പെടാനായില്ല, മാർഗ്ഗതടസ്സങ്ങളെന്തെന്ന് വിശദീകരിക്കാനായില്ല. കാരണം അങ്ങനെ ചെയ്തിരുന്നെങ്കിൽ ആളുകൾ അയാളെ പുറത്തു തട്ടി അനുമോദിച്ചിരുന്നേനെ "ഭാഗ്യവാൻ! ഇതാണ് പ്രശസ്തിയുടെ വില!"

കത്തുകൾ കെട്ടിക്കിടന്നു, ശിഷ്യന്മാർ യാതൊരുവിധ വീഴ്ചയും അനുവദിച്ചില്ല, സമൂഹത്തിലെ മേലേക്കിടയ്ക്കാർ അയാൾക്കു ചുറ്റും തിങ്ങിക്കൂടി നിന്നു. അല്ല, ഒരു കാര്യം പറയണമല്ലോ ഷോനാസിന് അവരോട് ബഹുമാനം തോന്നി, കാരണം മറ്റുള്ളവരെപ്പോലെ ഇംഗ്ലണ്ടിലെ രാജാക്കന്മാരുടെ വംശചരിത്രത്തിലോ ഭക്ഷണപ്രധാനമായ വിനോദയാത്രകളിലോ താത്പര്യം കാണിക്കാതെ ചിത്രകലയിലാണല്ലോ ഇവരൊക്കെ ആകൃഷ്ടരാകുന്നത്. നേരു പറഞ്ഞാൽ അവരൊക്കെ സരളമായ സമൂഹവനിതകളായിരുന്നു. അവർ ചിത്രങ്ങളൊന്നും വാങ്ങിച്ചില്ല, പക്ഷേ തങ്ങളുടെ സുഹൃത്തുക്കളെ ചിത്രകാരനു പരിചയപ്പെടുത്തിക്കൊടുത്തു, അവർ വാങ്ങിക്കുമെന്ന, അടിസ്ഥാനരഹിതമായ പ്രതീക്ഷയിൽ. പക്ഷേ അവർ ലൂയിസിനെ സഹായിച്ചു, ചായ വിതരണം ചെയ്യാൻ. അടുക്കളയിൽ നിന്ന് കപ്പുകൾ കൈമാറിക്കൈമാറി ഇടനാഴി വഴി തളത്തിലെത്തി, പിന്നെ തിരിച്ച് അതേ വഴി സ്റ്റുഡിയോയിലേക്ക്, അവിടെ ഷോനാസ് ഒരു പിടി സുഹൃത്തുക്കൾക്കും സന്ദർശകർക്കുമിടയിൽ നിന്നുകൊണ്ട് പെയിന്റു ചെയ്തുകൊണ്ടേയിരുന്നു, ഒരു മഹിളാമണി അയാൾക്കുവേണ്ടി പ്രത്യേകം പകർന്നു നീട്ടിയ ചായക്കപ്പ് നന്ദിപൂർവ്വം സ്വീകരിക്കാനായി ബ്രഷു താഴെ വെക്കും വരെ.

ചായ കുടിച്ചു കൊണ്ട്, ശിഷ്യനൊരുത്തൻ ഈസലിലേക്കെടുത്തു വച്ച സ്കെച്ച് വീക്ഷിക്കും, സുഹൃത്തുക്കളോടൊപ്പം ചിരിക്കും, തലേന്നു രാത്രി താനെഴുതി വച്ച കത്തുകൾ പോസ്റ്റു ചെയ്യാൻ ഇനിയൊരുത്തനു നിർദ്ദേശം കൊടുക്കും, കാൽക്കൽ ഉരുണ്ടു പിരണ്ടെത്തിയ രണ്ടാമത്തെ കുഞ്ഞിനെയെടുത്ത് പൊക്കും, ഫോട്ടോയ്ക്കു നിന്നു കൊടുക്കും, "ഷോനാസ്, ഫോൺ!" എന്നു കേൾക്കുമ്പോൾ ചായക്കപ്പ്

വായുവിലുയർത്തി, ഇടനാഴിയിലെ തിരക്കിനിടയിലൂടെ വഴിയുണ്ടാക്കി, തളത്തിലെത്തും, അതും കഴിഞ്ഞ് തിരിച്ചെത്തി ചിത്രത്തിന്റെ ഒരു കോണിൽ വർണ്ണം നിറക്കും, അതു നിർത്തി, മഹിളാമണിയോട് അവളുടെ ചിത്രം വരക്കാമെന്ന് ഉറപ്പു കൊടുക്കും, വീണ്ടും സ്വന്തം പെയിന്റിംഗിൽ മുഴുകും, പക്ഷേ "ഷോനാസ്! ഒരൊപ്പ്" "ഓ! റെജിസ്റ്റേഡ് കത്താണോ?" "അല്ലല്ല, കാഷ്മീർ തടവുപുള്ളികൾ" "ദാ വരുന്നു". അയാൾ വാതില്ക്കലേക്കോടും, തടവുപുള്ളികളുടെ സുഹൃത്തിനെ സ്വീകരിക്കാൻ, നിവേദനത്തിലെ പ്രതിഷേധങ്ങൾ കേൾക്കും, ഇതിൽ രാഷ്ട്രീയമുണ്ടോ എന്നു ക്ഷണനേരത്തേക്കു പരിഭ്രമിക്കും, ഇല്ലെന്ന നിരുപാധികമായ ഉറപ്പും, ഒരു കലാകാരനെന്ന നിലക്ക് അയാൾക്കുള്ള പ്രത്യേകാനുകൂല്യങ്ങളിൽ നിന്ന് കടപ്പാടുകളെ വേർതിരിക്കാനാവില്ലെന്ന ഗുണദോഷവും കേട്ട് നിവേദനത്തിൽ കൈയൊപ്പു വെക്കും, പോകും, വീണ്ടും തിരിച്ചെത്തും, വിജയശ്രീലാളിതനായ മുഷ്ടി യുദ്ധക്കാരനേയോ ഏതോ വിദേശ രാജ്യത്തെ പേരുകേട്ട നാടകകൃത്തിനേയോ കാണാനായി, ഫ്രഞ്ചുഭാഷ അറിയാത്തതു കാരണം സ്പഷ്ടമായി പറഞ്ഞറിയിക്കാനാവാത്തത് കണ്ണുകളിലെ വികാരങ്ങളിലൂടെ പ്രകടിപ്പിച്ചു കൊണ്ട് നാടകകൃത്ത് അഞ്ചു മിനിറ്റ് ഷോനാസിന് അഭിമുഖമായി നില്ക്കും, ഷോനാസ് ആത്മാർത്ഥമായ സൗഹൃദബോധത്തോടെ തലയാട്ടും. ഭാഗ്യവശാൽ ഈ ജഡാവസ്ഥയിൽ നിന്ന് അയാളെ രക്ഷപ്പെടുത്താനെന്നോണം പുതിയൊരുത്തൻ ചാടിവീഴും, അയാൾക്ക് മഹാനായ കലാകാരനെ പരിചയപ്പെട്ടേ തീരു. ഷോനാസ് സന്തോഷം പ്രകടിപ്പിക്കും, അതും ആത്മാർത്ഥമായിരുന്നു, പോക്കറ്റിലെ മറുപടിയെഴുതിയിട്ടില്ലാത്ത കത്തുകൾ തടവി നോക്കും, ബ്രഷുമായി ഇടനാഴിയിലൂടെ പോകാനൊരുങ്ങും, പക്ഷേ അതിനുമുമ്പ് ആരോ സമ്മാനമായി നൽകിയ ഒരു ജോടി നായ്ക്കുട്ടികളെ അവരുടെ കിടപ്പറയിലാക്കി വാതിലടച്ച് തിരിച്ചു വന്ന് നന്ദി പറയേണ്ടിയിരിക്കുന്നു, സമ്മാനദാതാവിന്റെ മധ്യാഹ്നഭക്ഷണത്തിനുള്ള ക്ഷണം സ്വീകരിച്ച് തിരിച്ചെത്തുമ്പോഴേക്കും ലൂയിസിന്റെ മുറവിളി - നായ്ക്കുട്ടികൾക്ക് ഫ്ളാറ്റിലെ "ഠ" വട്ടത്തിൽ താമസിച്ചു പരിചയമില്ലെന്നും കുളിമുറിക്കകത്ത് അവയെ അടച്ചിടണമെന്നും. നായ്ക്കുട്ടികൾ രണ്ടും അവിടെക്കിടന്ന് കുരച്ചു ബഹളം വെക്കും. ക്രമേണ ആരും അവക്കു ചെവി കൊടുക്കാതാകും. ഇടയ്ക്കൊക്കെ സന്ദർശകരുടെ ശിരസ്സിനു മീതെയായി ഷോനാസിന് ലൂയിസിന്റെ കണ്ണുകളിലെ ഭാവം പിടിച്ചെടുക്കാനാവും അത് വിഷാദഭാവമാണെന്ന് അയാൾ വായിച്ചെടുത്തു. അങ്ങനെ അന്നത്തെ ദിവസം അവസാനിക്കും, ചില സന്ദർശകർ വിട പറഞ്ഞു പിരിയും, മറ്റുള്ളവർ തളത്തിലിരുന്ന് വാചാലമായി പ്രസംഗിക്കും, അല്ലെങ്കിൽ ലൂയിസ് കുട്ടികളെ കിടത്തിയുറക്കുന്നതു നോക്കിക്കൊണ്ടിരിക്കും, മോടിയായി വസ്ത്രധാരണം ചെയ്ത സ്ത്രീകളാരെങ്കിലും അവളെ സഹായിച്ചെന്നു വരും, രണ്ടു നിലകളായി പരന്നു കിടക്കുന്ന തന്റെ ആർഭാടപൂർണ്ണമായ വീട്ടിൽ ഷോനാസിന്റെ വീട്ടിലുള്ളത്ര ചങ്ങാത്തവും കൂട്ടായ്മയും ഇല്ലെന്ന് പരാതിപ്പെട്ടുകൊണ്ട്.

ഒരു ശനിയാഴ്ച റാറ്റോ വന്നു, കൂടെ അതിവിദഗ്ദമായി രൂപപ്പെടുത്തിയ ഒരു സ്റ്റാൻഡ്, കഴുകിയ തുണികൾ ഉണക്കാനിടാനാണ്. അടുക്കളയുടെ മച്ചിൽ ഫിറ്റു ചെയ്യാം. ഫ്ളാറ്റു നിറഞ്ഞു കവിയുന്നു, ചെറിയ മുറിയിൽ കലാസ്നേഹികളുടെ നടുവിലിരുന്ന്, നായ്ക്കുട്ടികളെ സമ്മാനിച്ച മഹിളയുടെ പടം വരക്കുകയാണ്. ഷോനാസ്; ആ നിലയിലുള്ള ഷോനാസിനെ വരച്ചുകൊണ്ട് ഒരു ഔദ്യോഗിക ചിത്രകാരൻ സമീപത്ത്. ലൂയിസ് പറഞ്ഞത് ഇത് സർക്കാരിന്റെ ഉത്തരവാണെന്നാണ്. അതിന്റെ പേര് "കർമ്മനിരതനായ കലാകാരൻ" എന്നായിരിക്കുമത്രെ.റാറ്റോ ഒരു കോണിലേക്ക് ഒഴിഞ്ഞു മാറി നിന്ന് സുഹൃത്തിനെ നോക്കി- ശരിയാണ് ഷോനാസ് പ്രവൃത്തിയിൽ നിമഗ്നനാണ്. റാറ്റോക്കു മുൻ പരിചയമില്ലാതിരുന്ന ഒരു കലാസ്നേഹി അയാളോടു ചോദിച്ചു.

"ആളു കാണാൻ കൊള്ളാം അല്ലേ?" റാറ്റോ മറുപടി പറഞ്ഞില്ല.

അപരിചിതൻ വിട്ടില്ല "നിങ്ങളും പെയിന്റു ചെയ്യുമെന്ന് തോന്നുന്നു? ഞാനും പെയിന്ററാണ് പക്ഷേ ദേ ഞാനിതാ എഴുതി ഒപ്പിട്ടു തരാം. ഇയാളുടെ അധോഗതി തുടങ്ങി."

"ഇത്ര പെട്ടെന്നോ?" റാറ്റോ ചോദിച്ചു.

"അതെ അതാണു വിജയം. വിജയത്തെ ചെറുത്തു നിൽക്കാനാവില്ല. ഇയാളുടെ കാര്യം കഴിഞ്ഞു."

"ഇയാളുടെ കാലം കഴിഞ്ഞെന്നാണോ അതോ ഇയാൾ അധോഗതിയിലാണെന്നാണോ?"

"അധോഗതിയാവുന്ന കലാകാരന്റെ കാര്യം കഴിഞ്ഞതു തന്നെ. ദേ കണ്ടില്ലേ, അയാൾക്ക് ഇനിയൊന്നും വരയ്ക്കാനില്ല. അയാളെ മറ്റൊരുത്തൻ വരച്ചുണ്ടാക്കുന്നു. അതു മ്യൂസിയത്തിൽ തൂങ്ങിക്കിടക്കും."

അന്നു രാത്രി - കട്ടിലിന്റെ ഒരു കോണിൽ ലൂയിസും റാറ്റോയും അവർക്കരികെ ഷോനാസ്. മൂവരും നിശ്ശബ്ദരായിരുന്നു. കുട്ടികൾ ഉറങ്ങിക്കഴിഞ്ഞു, നായ്ക്കുട്ടികളെ നാട്ടിൻപുറത്ത് അവയ്ക്കായുള്ള പ്രത്യേക സ്ഥലത്തേക്ക് മാറ്റിത്താമസിപ്പിച്ചു കഴിഞ്ഞിരുന്നു. മൂവരുടേയും ക്ഷീണം മാറി വരുന്നതേയുള്ളൂ. അല്പം മുമ്പ് ലൂയിസ് ഒരുപാടു പാത്രങ്ങൾ കഴുകിയെടുത്തു, റാറ്റോയും ഷോനാസും കൂടി അതൊക്കെ വൃത്തിയാക്കി തുടച്ചു വച്ചു. പാത്രങ്ങളുടേയും പ്ലേറ്റുകളുടേയും കൂമ്പാരം കണ്ടപ്പോൾ റാറ്റോ ചോദിച്ചു. "ഒരു പണിക്കാരത്തിയെ നിർത്തിയാലെന്താ?" ലൂയിസ് വിഷാദഭാവത്തിൽ മറുചോദ്യമെറിഞ്ഞു. "അവൾക്കും കൂടി സ്ഥലം വേണ്ടേ?" അവർ നിശ്ശബ്ദരായി. "നിങ്ങൾ സന്തുഷ്ടരാണോ?" റാറ്റോ പൊടുന്നനെ ചോദിച്ചു. ഷോനാസ് പുഞ്ചിരിച്ചെങ്കിലും മുഖത്ത് വിഷാദഭാവം.

"അതെ എല്ലാവരും എന്നോട് ദയ കാട്ടുന്നു.""അല്ല, അങ്ങനെയല്ല. സൂക്ഷിക്കണം. അവരെല്ലാവരും നല്ലവരല്ല." റാറ്റോ പറഞ്ഞു. "അതെന്താ, ആരാ നല്ലവരല്ലാത്തത്?" "ചിത്രകാരന്മാരായ സുഹൃത്തുക്കൾ."

“എനിക്കറിയാം” ഷോനാസ് പറഞ്ഞു. “പല കലാകാരന്മാരും അങ്ങനെയാണ്. അവർക്ക് സ്വന്തം അസ്തിത്വത്തെക്കുറിച്ച് ഉറപ്പില്ല, ഏറ്റവും പ്രഗത്ഭനായവനുപോലും. അതുകൊണ്ട് അവർ തെളിവുകൾ തേടി നടക്കും, വിലയിരുത്തും, അപലപിക്കും. അത് അവർക്കു ശക്തി നൽകും. അതാണ് അവരുടെ അസ്തിത്വത്തിന്റെ തുടക്കം. അവരെന്തു മാത്രം ഏകാകികളാണെന്നോ?”

റാറ്റോ നിഷേധാർഥത്തിൽ തലയാട്ടി. ഷോനാസ് തുടർന്നു “ദേ ഞാൻ പറയുന്നതു വിശ്വസിക്കൂ. എനിക്ക് അവരെ അറിയാം. നിങ്ങളവരെ ഇഷ്ടപ്പെടണം.”

“അപ്പോൾ നിന്റെ കാര്യം?” നിനക്ക് അസ്തിത്വം വേണ്ടേ? നീ ആരേപ്പറ്റിയും ദോഷം പറയുന്നില്ലല്ലോ?”

ഷോനാസ് ചിരിക്കാൻ തുടങ്ങി. “ഓ ഞാൻ പലപ്പോഴും അവരെപ്പറ്റി മോശമായി ചിന്തിക്കാറുണ്ട്. പക്ഷേ പിന്നെ അതൊക്കെ മറന്നു പോകും.” അയാൾ ഗൗരവം പൂണ്ടു “ഇല്ല എനിക്കും എന്റെ അസ്തിത്വത്തെക്കുറിച്ച് ഉറപ്പില്ല പക്ഷേ എന്നെങ്കിലുമൊരിക്കൽ എനിക്കും അസ്തിത്വമുണ്ടാകും, അതുറപ്പ്.”

റാറ്റോ ലൂയിസിന്റെ അഭിപ്രായമാരാഞ്ഞു. തളർച്ച കുടഞ്ഞു കളയാൻ ശ്രമിച്ചു കൊണ്ട് അവൾ പറഞ്ഞതു ശരിവെച്ചു. സന്ദർശകരുടെ അഭിപ്രായം മുഖ്യമല്ല. ഷോനാസിന്റെ പെയിന്റിംഗാണ് പ്രധാനം, അവൾക്കറിയാം കുഞ്ഞ് തടസ്സമാവുന്നുണ്ടെന്ന്. അവൻ വളരുകയാണ്. താമസിയാതെ അവനുവേണ്ടിയും ഒരു കൊച്ചു കട്ടിൽ വാങ്ങേണ്ടി വരും, അതിനും സ്ഥലം വേണം. വലിയൊരു ഫ്ളാറ്റിലേക്കു മാറാവുന്നതു വരെ എന്തു ചെയ്യാനൊക്കും? ഷോനാസ് അവരുടെ വലിയ കിടപ്പറയെ ഒന്നവലോകനം ചെയ്തു. ശരിയാണ്. ഏറ്റവും മികച്ച മുറിയെന്നു പറയാനാവില്ല. കട്ടിലിന് വല്ലാത്ത വീതിയുണ്ട്. പക്ഷേ പകൽ നേരം മുഴുവനും ഇത് ഒഴിഞ്ഞു കിടക്കുകയല്ലേ. അയാൾ ലൂയിസിനോടു പറഞ്ഞു. അവൾ ചിന്തിച്ചു നോക്കി. ശരിയാണ് കിടപ്പു മുറിയിലേക്ക് വന്ന് ആരും ഷോനാസിനെ ശല്യം ചെയ്യില്ല. എന്തായാലും ആരും അവരുടെ കിടക്കയിൽ കിടക്കാൻ ധൈര്യപ്പെടില്ല. “എന്തു പറയുന്നു?” ലൂയിസ് റാറ്റോയോടു ചോദിച്ചു. അയാൾ ഷോനാസിനെ നോക്കി. ഷോനാസ് ജനാലയിലൂടെ പുറത്തേക്കു നോക്കുകയായിരുന്നു. നക്ഷത്രങ്ങളില്ലാത്ത ആകാശത്തേക്ക് അയാൾ കണ്ണുകളുയർത്തി, എന്നിട്ട് എഴുന്നേറ്റ് ചെന്ന് കർട്ടൻ വിടർത്തിയിട്ടു. തിരിച്ചു വന്ന് റാറ്റോയെ നോക്കി പുഞ്ചിരിച്ചുകൊണ്ട് കട്ടിലിൽ ഇരുന്നു, ഒരക്ഷരം മിണ്ടിയില്ല. ലൂയിസിന് കിടന്നാൽ മതിയെന്നായിരിക്കുന്നു, കുളിക്കാൻ പോകുന്നെന്ന് പ്രഖ്യാപിച്ചു കൊണ്ട് അവൾ പോയി. സുഹൃത്തുക്കൾ ഇരുവരും തനിച്ചായപ്പോൾ റാറ്റോയുടെ ചുമലുകൾ തന്നെ സ്പർശിക്കുന്നത് ഷോനാസ് അറിഞ്ഞു. റാറ്റോയുടെ നേരെ നോക്കാതെ പറഞ്ഞു. “എനിക്ക് പെയിന്റിംഗ് വളരെ

ഇഷ്ടമാണ്. ആജീവനാന്തം പെയിന്റു ചെയ്യാൻ ഞാനാഗ്രഹിക്കുന്നു. രാവും പകലും. അതൊരു ഭാഗ്യമല്ലേ?" റാറ്റോ സ്നേഹപുരസ്സരം അയാളെ നോക്കി. "അതെ ഭാഗ്യമാണ്."

കുട്ടികൾ വളരുകയായിരുന്നു. ആരോഗ്യവും പ്രസന്നതയുമുള്ള കുട്ടികൾ ഷോനാസിനേയും ആഹ്ലാദചിത്തനാക്കി. അവർ സ്കൂളിൽ പോകാൻ തുടങ്ങിയിരിക്കുന്നു. വൈകീട്ട് നാലു മണിക്കേ തിരിച്ചു വരൂ. ശനിയാഴ്ച ഉച്ചതിരിഞ്ഞും, വ്യാഴാഴ്ചകളിലും പിന്നെ നീണ്ട ഒഴിവുകാലത്തും ഷോനാസിന് അവരുമായി കളിച്ചു രസിക്കാം. ശബ്ദമുണ്ടാക്കാതെ കളിക്കാനുള്ള പ്രായമായിട്ടില്ല. ഫ്ളാറ്റിനകത്തു മുഴുവനും അവരുടെ ചിരിയും കളിയും നിറഞ്ഞു നിന്നു. അയാൾ അവരെ ശാന്തരാക്കാൻ പാടുപെട്ടു, ഇടയ്ക്ക് അടി കിട്ടുമെന്ന് കളിയാക്കി ഭീഷണിപ്പെടുത്തും. ലൂയിസിന് പിടിപ്പതു പണിയുണ്ട്. വസ്ത്രങ്ങൾ കഴുകിയിടാനുണ്ട്, ബട്ടനുകൾ തുന്നിപ്പിടിപ്പിക്കാനുണ്ട്, ഒറ്റയ്ക്ക് എല്ലാം ചെയ്യാനാവുന്നില്ല. പണിക്കാരിയെ പാർപ്പിക്കാനുള്ള സ്ഥലമില്ല, മാത്രമല്ല അവരുടെ സ്വകാര്യതയിലേക്ക് ഒരപരിചിതയെ കൊണ്ടു വരാനും വയ്യ. ഷോനാസാണ് പരിഹാരം നിർദ്ദേശിച്ചത്. ലൂയിസിന്റെ സഹോദരി റോസായാലോ? വിധവയാണ്, മകളും വളർന്നു വലുതായിരിക്കുന്നു. "അതെയതെ റോസാവുമ്പോൾ നമുക്ക് ഔപചാരികതകളൊന്നുമില്ലല്ലോ." ആവശ്യമില്ലെങ്കിൽ വേണ്ടെന്നു പറയുകയുമാവാം. ഷോനാസിനും സന്തോഷമായി.ലൂയിസിന് കുറച്ചെങ്കിലും വിശ്രമം കിട്ടും. ഭാര്യയുടെ ക്ഷീണവും തളർച്ചയും അയാളുടെ മനഃസ്സാക്ഷിയെ വല്ലാതെ ലജ്ജിപ്പിച്ചിരുന്നു. അതിൽ നിന്ന് അല്പമെങ്കിലും ആശ്വാസം കിട്ടുമല്ലോ. വിചാരിച്ചതിനേക്കാളേറെ ആശ്വാസമാണ് ലഭിച്ചത്, കാരണം റോസ് പലപ്പോഴും മകളേയും സഹായത്തിന് കൂടെ കൊണ്ടു വന്നു. അമ്മയും മകളും രണ്ടുപേരും തങ്കക്കട്ടികൾ, നന്മയും നിസ്വാർത്ഥയും നിറഞ്ഞ സത്യസന്ധമായ പെരുമാറ്റം. തങ്ങളാൽ കഴിയുന്ന സഹായങ്ങളെല്ലാം ചെയ്തു. സമയത്തെ ചൊല്ലി പിശുക്കു കാട്ടിയില്ല. സ്വന്തം ജീവിതത്തിലെ ഏകാന്തതയും വിരസതയും മാറ്റാൻ ഈ ഏർപ്പാട് അവർക്ക് സഹായകരമായി, ലൂയിസിന്റെ വീട്ടിലെ തുലോം സൗഹാർദ്ദപരമായ അന്തരീക്ഷം അവരെ സന്തുഷ്ടരാക്കി. ആർക്കും ആരുമായും ഔപചാരികതയുടെ ആവശ്യമില്ലായിരുന്നു.റോസിനും മകൾക്കും തുടക്കം മുതലേ സ്വന്തം വീടു പോലെയേ തോന്നിയുള്ളൂ. വലിയ തളം എല്ലാവർക്കും പൊതുവായുള്ള മുറിയായി, ഭക്ഷണത്തിനും കുഞ്ഞുങ്ങൾക്കു കളിക്കാനും തുണികൾ മടക്കി സൂക്ഷിച്ചുവെക്കാനും ഒക്കെ. ചെറിയ മുറിയിൽ ഇളയ കുട്ടി കിടന്നുറങ്ങി, മാത്രമല്ല പെയിന്റിംഗുകൾ അടുക്കി വെക്കപ്പെട്ടു, ഇടക്കൊക്കെ ഇവിടെ ഒരു മടക്കു കട്ടിൽ നിവർത്തിയിട്ട് റോസും കിടന്നുറങ്ങി, മകൾ കൂടെയില്ലാത്ത ദിവസങ്ങളിൽ.

ഷോനാസ് അവരുടെ കിടപ്പറയിൽ കട്ടിലിനും ജനാലയ്ക്കുമിടയിലുള്ള സ്ഥലത്തു നിന്നുകൊണ്ട് പെയിന്റു ചെയ്തു. രാവിലെ ഉറങ്ങി

യെഴുന്നേറ്റ് ആ മുറി ചിട്ടപ്പെടുത്തുന്നതു വരെ കാത്തുനില്ക്കേണ്ട ആവശ്യമേ ഉണ്ടായിരുന്നുള്ളൂ. പിന്നെ ആരും അയാളെ ശല്യം ചെയ്തില്ല. ഇടയ്ക്ക് തോർത്തോ വിരിപ്പോ എടുക്കാനായി ആരെങ്കിലും വന്നതൊഴിച്ചാൽ, കാരണം ആ വീട്ടിലെ ഒരേയൊരു അലമാര ആ മുറിയിലായിരുന്നു. സന്ദർശകരുടെ കാര്യം - അവരുടെ എണ്ണം കുറഞ്ഞെങ്കിലും ചില കാര്യങ്ങൾ അവർക്കു പഴക്കമായി തീർന്നിരുന്നു, ലൂയിസിന്റെ സങ്കല്പത്തിനു വിപരീതമായി അവരുടെ ഇരട്ടക്കട്ടിലിൽ കേറിക്കിടക്കാൻ ചിലർ മടിച്ചതേയില്ല, എന്നാലല്ലേ കൂടുതൽ സൗകര്യമായി ഷോനാസിനോട് വർത്തമാനം പറയാനാകൂ? കുട്ടികളും ഇടയ്ക്കൊക്കെ അച്ഛനെ കാണാനെത്തും. “കാണട്ടെ ചിത്രം കാണട്ടെ” അവരു പറയും. ഷോനാസ് താൻ പെയിന്റു ചെയ്തു കൊണ്ടിരുന്ന ചിത്രം അവർക്കു കാണിച്ചു കൊടുക്കും, സ്നേഹപൂർവ്വം അവരെ ചുംബിക്കും. അവരെ തിരിച്ചയക്കുമ്പോൾ അയാൾക്കു തോന്നും യാതൊരു ഉപാധികളുമില്ലാതെ അവർ തന്റെ ഹൃദയത്തിൽ നിറഞ്ഞു കവിയുന്നുവെന്ന്, അവരില്ലായിരുന്നെങ്കിൽ ശൂന്യത നിറഞ്ഞ ഏകാന്തത മാത്രം. തന്റെ പെയിന്റിംഗുകളോടുള്ളത്രയും സ്നേഹം അയാൾക്ക് കുട്ടികളോടും ഉണ്ടായിരുന്നു. കാരണം ഈ ലോകത്ത് പെയിന്റിംഗുകളോളം ചൈതന്യവത്തായിരുന്നത് കുട്ടികൾ മാത്രമായിരുന്നു.

അതെന്തൊക്കെയായാലും, എന്തുകൊണ്ടാണെന്നറിയില്ല പണിക്ക് മാന്ദ്യം സംഭവിച്ചു. അയാൾ ശുഷ്കാന്തിയുള്ളവനായിരുന്നു, പക്ഷേ ഈയിടെയായി പെയിന്റു ചെയ്യാനൊരു ബുദ്ധിമുട്ട്, തനിച്ചാണെങ്കിൽ പോലും. അത്തരം സമയങ്ങളിൽ അയാൾ ആകാശം നോക്കിയിരിക്കും. അയാളെപ്പോഴും മറവിക്കാരനായിരുന്നു, എളുപ്പത്തിൽ ചിന്തയിലാണ്ടു പോകും, പക്ഷെ, ഈയിടെയായി അയാൾ കിനാവു കാണാൻ തുടങ്ങിയിരിക്കുന്നു. പെയിന്റ് ചെയ്യാതെ അയാൾ പെയിന്റിംഗിനെപ്പറ്റി ചിന്തിക്കും, തന്റെ തൊഴിലിനെപ്പറ്റി. എനിക്ക് പെയിന്റു ചെയ്യാൻ ഇഷ്ടമാണ്. അയാൾ ആത്മഗതം ചെയ്യും, കൈയ്യിൽ ബ്രഷുമായി ചെവിയോർക്കും ദൂരെ റേഡിയോവിൽ നിന്ന് ഒഴുകിയെത്തുന്ന ശബ്ദങ്ങൾക്കായി.

അയാളുടെ പ്രശസ്തിക്ക് കോട്ടം തട്ടാൻ തുടങ്ങി. തന്നെ വിമർശിക്കുന്ന ലേഖനങ്ങൾ കിട്ടിത്തുടങ്ങി, ചിലർ ആശങ്ക സൂചിപ്പിച്ചു. ചിലർ അനിഷ്ടം തുറന്നെഴുതി, മറ്റു ചിലരുടേത് മുഖത്തടിച്ചപോലെ അരോചകം, ഇതൊക്കെ അയാളെ വല്ലാതെ പീഡിപ്പിച്ചു. പക്ഷേ അയാൾ സമാധാനിച്ചു- ഇത്തരം ആക്രമണങ്ങളിൽ നന്മയുണ്ട്, ഇത് കൂടുതൽ മെച്ചപ്പെട്ട കലാസൃഷ്ടി ചെയ്യാൻ തന്നെ നിർബന്ധിതനാക്കും. തുടർന്നും സന്ദർശിച്ചിരുന്നവർ അയാളെ സാമാന്യനായി കണ്ടു, ആ മട്ടിൽ പെരുമാറി. ഒരു പഴയ സ്നേഹിതനെപ്പോലെ, വലിയ ബഹുമാനമൊന്നും കാട്ടേണ്ട ആവശ്യമില്ലല്ലോ. പെയിന്റിംഗ് തുടരട്ടെയെന്ന് അയാൾ പറയുമ്പോൾ അവർ പ്രതിവചിക്കും “ആങ്, പോട്ടെന്നേ ഇനിയെത്രകാലം

കിടക്കുന്നു." ഷോനാസിന് ബോധ്യമായി ഒരു വിധത്തിൽ അവർ സ്വന്തം പരാജയങ്ങളുമായി തന്നെ താദാത്മ്യം ചെയ്യുകയാണെന്ന്. പക്ഷേ വേറൊരു വിധത്തിൽ നോക്കിയാൽ ഈ പുതിയ ഐക്യമനോഭാവത്തിന് ഒരുതരം ബഹുമാന്യം ഉള്ളതുപോലെ. റാറ്റോക്ക് മടുത്തു "നീയൊരു വിഡ്ഢിയാണ്. അവർക്ക് നിന്നെപ്പറ്റി ഒരു വിചാരവുമില്ല." ഷോനാസ് പറഞ്ഞു "ഉവ്വുവ്വ് ഈയ്യിടെയായി അവർക്ക് എന്നോട് സ്നേഹമുണ്ട്, ഒരിറ്റു സ്നേഹം! അതെത്ര വിസ്മയകരമാണെന്നോ! അതെങ്ങനെ ലഭിക്കുന്നു വെന്ന് എന്തിനു ചുഴിഞ്ഞു നോക്കണം?" അതുകൊണ്ട് അയാൾ ചർച്ച ചെയ്തു, കത്തുകളെഴുതി, കഴിയുന്നത്ര മെച്ചമായി പെയിന്റിംഗ് ചെയ്തു. ഇടയ്ക്കൊക്കെ അയാൾ സാഫല്യം നേടി, പ്രത്യേകിച്ച് ഞായറാഴ്ചകളിൽ ഉച്ചതിരിഞ്ഞ്, കുട്ടികൾ ലൂയിസിനും റോസിനുമൊപ്പം വെളിയിലേക്കു പോയ സന്ദർഭങ്ങളിൽ, സന്ധ്യ മയങ്ങുമ്പോൾ അയാൾ സന്തോഷിക്കും ചെയ്തു കൊണ്ടിരിക്കുന്ന പെയിന്റിംഗ് കുറച്ചെങ്കിലും പുരോഗതി ഉണ്ടാ യല്ലോ. അക്കാലത്ത് അയാൾ പെയിന്റു ചെയ്തിരുന്നത് ആകാശമായിരുന്നു.

വില്പനയ്ക്ക് ഗണ്യമായ കുറവു വന്നതു കാരണം ഖേദപൂർവ്വമാണെ ങ്കിലും മാസികവേതനം വെട്ടിച്ചുരുക്കേണ്ടി വരുമെന്ന് ഡീലർ പറഞ്ഞ പ്പോൾ ഷോനാസ് സമ്മതിച്ചു, പക്ഷേ ലൂയിസിന് വേവലാതിയായി. സെപ്റ്റംബർ മാസമായിരുന്നു, കുട്ടികളെ സ്കൂളിൽ ചേർക്കാനുള്ള തയ്യാ റെടുപ്പു വേണം. സ്വതസിദ്ധമായ ധൈര്യത്തോടെ അവൾ പണി തുടങ്ങി, പക്ഷെ ആകെ ആണ്ടുപോയി. റോസിന് ബട്ടണുകൾ തുന്നിച്ചേർക്കാനറി യുമായിരുന്നു, പക്ഷെ ഉടുപ്പ് തയ്ക്കാനറിയില്ല. അവളുടെ ഭർത്താവിന്റെ ഒരു ബന്ധുവിന് അറിയാം, അവരെത്തി, ലൂയിസിനെ സഹായിക്കാൻ. ഷോനാസിന്റെ മുറിയിലെ ഒരു കോണിൽ നിശ്ശബ്ദയായി ഒരു കസേര യിൽ മണിക്കൂറുകളോളം തയ്ച്ചു കൊണ്ടേയിരുന്നു. ഒരനക്കവുമില്ലാതെ ഇരിക്കുന്ന അവരെചൂണ്ടി അവസാനം ലൂയിസ് പറഞ്ഞു "തയ്യൽക്കാരി" എന്നൊരു പെയ്ന്റിംഗ് ചെയ്യാൻ "നല്ല ആശയം തന്നെ." ഷോനാസ് പറഞ്ഞു, ശ്രമിച്ചു രണ്ടു ക്യാൻവാസുകൾ ചീത്തയായി, വീണ്ടും അപൂർണ്ണ മായ ആകാശങ്ങളിലേക്ക് അയാൾ മടങ്ങിച്ചെന്നു. അടുത്ത ദിവസം പെയിന്റു ചെയ്യാതെ അയാൾ ഫ്ളാറ്റിനകത്ത് കുറച്ചു നേരെ അങ്ങോട്ടുമിങ്ങോട്ടും നടന്നു. ഒരു ശിഷ്യൻ ആവേശഭരിതനായി ഓടിക്കിതച്ചെത്തി. ഒരു നീണ്ട ലേഖനം കാണിക്കാൻ; അല്ലെങ്കിൽ അയാളതു കാണുമായിരുന്നില്ല. അയാ ളുടെ പെയിന്റിംഗുകൾക്ക് അമിത വിലയാണെന്നു മാത്രമല്ല കാലഹരണ പ്പെട്ടിരിക്കുന്നു എന്നു കൂടിഎഴുതിയിരിക്കുന്നു. വീണ്ടും വന്നു ഡീലറുടെ ഫോൺ വില്പന ഇടിഞ്ഞതു കാരണം താൻ വല്ലാതെ അസ്വസ്ഥ നാണെന്ന് അറിയിക്കാൻ. എന്നിട്ടും ഷോനാസ് സ്വപ്നം കണ്ടുകൊണ്ടേ യിരുന്നു, ധ്യാനിച്ചു കൊണ്ടേയിരുന്നു. അയാൾ ശിഷ്യനോടു പറഞ്ഞു ആ ലേഖനത്തിൽ സത്യാംശമുണ്ടെന്ന്, ഇനിയും ഫലപ്രദമായ എത്രയോ വർഷങ്ങൾ തനിക്കു മുമ്പിലുണ്ടെന്ന്. ഡീലറോടു പറഞ്ഞു, അയാൾ

പറയാതെ തന്നെ ആ അസ്വസ്ഥത തനിക്കു മനസ്സിലാകുന്നുണ്ടെന്ന്. താൻ മഹത്തായ ഒരു സൃഷ്ടി നടത്താൻ പോകയാണ്, തികച്ചും നൂതനം എല്ലാം പുതുതായി തുടങ്ങും. അങ്ങനെ സംസാരിച്ചു കൊണ്ടിരിക്കെ അയാൾക്കു തോന്നി താൻ പറയുന്നതു മുഴുവൻ സത്യമാണെന്ന്, ഭാഗ്യനക്ഷത്രം തന്റെ കൂടെയുണ്ടെന്ന്. വീട്ടുകാര്യങ്ങളൊക്കെ ഒന്നൊതുക്കിത്തീർക്കാനാവണം, അത്രയേ വേണ്ടൂ.

തുടർന്നുള്ള ദിവസങ്ങളിൽ അയാൾ തളത്തിലിരുന്നു ജോലിചെയ്യാൻ ശ്രമിച്ചു, രണ്ടു ദിവസം കഴിഞ്ഞ് ഇലക്ട്രിക് ലൈറ്റിട്ട് കുളിമുറിയിലിരുന്ന്, അതിനടുത്ത ദിവസം അടുക്കളയിലിരുന്ന്. പക്ഷേ ഇതാദ്യമായി വീടു നിറച്ചുമുള്ള, തനിക്കും തന്റെ പ്രിയപ്പെട്ട കുടുംബത്തിനും അപരിചിതരായ ആളുകൾ അയാളെ അലോസരപ്പെടുത്തി. പെയിന്റിംഗ് നിർത്തി അയാൾ ചിന്തയിലാണ്ടു. കാലാവസ്ഥ അനുകൂലമായിരുന്നെങ്കിൽ വാതിൽപ്പുറദൃശ്യങ്ങൾ പെയിന്റു ചെയ്യാമായിരുന്നു. നിർഭാഗ്യവശാൽ ശീതകാലം തുടങ്ങിക്കഴിഞ്ഞു, ഇനി വസന്തം ഇങ്ങെത്തുന്നതു വരെ പ്രകൃതി ദൃശ്യങ്ങൾ വരക്കാനാവില്ല. ശ്രമിച്ചില്ലെന്നല്ല, പക്ഷേ എല്ലു മരവിപ്പിക്കുന്ന തണുപ്പു കാരണം വേണ്ടെന്നു വയ്ക്കേണ്ടി വന്നു. ഒരുപാടു ദിവസങ്ങളിൽ ക്യാൻവാസുകൾ തനിക്കരികിലോ ജനാലയ്ക്കു മുന്നിലോ വെച്ച് അയാൾ വെറുതെ സമയം തള്ളി നീക്കി. ഒന്നും വരയ്ക്കാനായില്ല. പിന്നെ രാവിലെ നേരങ്ങളിൽ പുറത്തേക്കിറങ്ങി നടക്കുന്ന പതിവു തുടങ്ങി. നടന്നു പോകുമ്പോൾ കാണുന്ന മരമോ വീടോ ഒരു മുഖമോ പെയിന്റു ചെയ്യുന്ന കാര്യം മനസ്സിൽ കുറിച്ചിടും, പക്ഷേ ഒന്നും ചെയ്യാനായില്ല. കൊച്ചു പ്രലോഭനങ്ങൾ - പത്രങ്ങൾ, ഷോപ്പുകളുടെ ജാലകങ്ങൾ, കോഫീഷോപ്പ്- ഇതൊക്കെ അയാളെ വഴിതെറ്റിക്കും. ഓരോ രാത്രികളിലും അയാളെ വിടാതെ പിടികൂടിയ അസ്വസ്ഥമായ മനസ്സാക്ഷിക്കു മുന്നിൽ ഉചിതമായ കാരണങ്ങൾ നിരത്തിവെക്കും. എന്തായാലും പെയിന്റു ചെയ്യും. അതു തീർച്ചയാണ്, മുമ്പത്തേക്കാളും കേമമായി, ഈ പാഴ്സമയമൊന്നു കഴിയട്ടെ. എല്ലാം അന്തരാളത്തിൽ രൂപം കൊള്ളുന്നുണ്ട്. കറുത്ത മേഘക്കൂട്ടത്തിനു പിന്നിൽ നിന്ന് കഴുകി വെടിപ്പാക്കിയ ഭാഗ്യനക്ഷത്രം തെളിയും, കൂടുതൽ ഉജ്ജ്വലമായി പ്രകാശിക്കും. ഇതിനിടയ്ക്ക് അയാൾ മദ്യശാലകളിൽ സ്ഥലം പിടിക്കാൻ തുടങ്ങി. തന്റെ സന്താനങ്ങളോടല്ലാതെ മറ്റാരോടും തോന്നാത്തത്ര സ്നേഹവും ഊഷ്മളതയും തന്റെ പെയ്ന്റിംഗുകളോട് തോന്നിയിരുന്ന കാലത്ത് ഒരു ദിവസത്തെ ഫലപ്രദവും സംതൃപ്തവുമായ ജോലി നൽകിയിരുന്നിടത്തോളം ആനന്ദലഹരി മദ്യത്തിനും നൽകാനാവുമെന്ന് അയാൾ കണ്ടെത്തി. രണ്ടാമത്തെ കോപ്പ കോണ്യാക്കിനോടൊപ്പം അയാൾ ഹൃദയസ്പൃക്കായ ആ വികാരം വീണ്ടെടുത്തു, ഒരേ സമയം താൻ ഈ ലോകത്തിന്റെ ഉടമയാണെന്നും അടിമയാണെന്നുമുള്ള പ്രതീതി ഉളവാക്കിയ വികാരം. ഒരൊറ്റ വ്യത്യാസമേ ഉണ്ടായിരുന്നുള്ളൂ. ഇപ്പോഴത്തെ ഈ വികാരം അയാൾ ആസ്വദിച്ചനുഭവിക്കുന്നത്

ശൂന്യതയിലായിരുന്നു, ആ വികാരത്തെ സൃഷ്ടിയിലേക്കു പകർത്താനാവാത്ത, ക്യാൻവാസുമായി സംവദിക്കാത്ത അലസമായ കൈകളുമായി അയാൾ നിന്നു. എന്നാലും അയാളേതു ആനന്ദനിർവൃതിക്കു വേണ്ടി കൊതിച്ചുവോ അതിനോട് ഏറ്റവും അടുത്തു നില്ക്കുന്ന ദിവ്യാനുഭൂതിയായിരുന്നു ഇത് പുക നിറഞ്ഞ ശബ്ദായമാനമായ ഇടങ്ങളിൽ അയാൾ നീണ്ട നീണ്ട മണിക്കൂറുകൾ ചെലവിടാൻ തുടങ്ങി.

കലാകാരന്മാരുടെ സാന്നിദ്ധ്യം സഹജമായിരുന്ന സ്ഥലങ്ങളിൽ നിന്ന് അയാൾ ഓടിയൊളിച്ചു, പരിചയക്കാരെ ആരെങ്കിലും കണ്ടുമുട്ടിയാൽ, അവർ അയാളുടെ പെയിന്റിംഗിനെപ്പറ്റി സംസാരിക്കാൻ തുടങ്ങിയാൽ അയാൾക്ക് സംഭ്രമമാകും. അവിടന്ന് രക്ഷപ്പെടണമെന്ന ഉദ്യോഗം പ്രകടമാവും, രക്ഷപ്പെടുകയും ചെയ്തു. അവരെന്താണ് തന്നെപ്പറ്റി പറയുന്നതെന്ന് അയാൾക്കറിയാമായിരുന്നു "റെബ്രാൻഡ്ഡാണെന്നാണ് വിചാരം." അതോടെ അയാളുടെ അസ്വാസ്ഥ്യം ഇരട്ടിച്ചു. അയാൾ ചിരിക്കാതായി. അയാളുടെ പഴയ സ്നേഹിതർ വിചിത്രവും അനിവാര്യവുമായ നിഗമനങ്ങളിലെത്തി- "പുഞ്ചിരി വേണ്ടെന്നു വച്ചെന്നോ? കൊള്ളാം, ആത്മസംതൃപ്തി കൊണ്ടാവാം." ഇതറിഞ്ഞപ്പോൾ അയാൾ കൂടുതൽ ദുർഗ്രാഹ്യനും ചപലനുമായി. മദ്യശാലയിലേക്കു കയറുമ്പോൾ ആരെങ്കിലും തിരിച്ചറിഞ്ഞെന്ന നേരിയ സംശയമുണ്ടായാൽ മതി, അയാളുടെ മാനസിക നിലയാകെ തകരാറിലാകും. ക്ഷണനേരം അയാളവിടെ പിടിച്ചു നില്ക്കും, ബലഹീനനായി, വിവരിക്കാനാവാത്ത വിഷാദം ഉള്ളിലടക്കി, ദുർഗ്രാഹ്യമായ മുഖം എല്ലാം മറച്ചു പിടിക്കും - അന്തരാളത്തിലെ അസ്വസ്ഥതയും തത്ക്ഷണം സൗഹൃദത്തിനു വേണ്ടിയുള്ള തീവ്രമായ ദാഹവും. റാറ്റോയുടെ പ്രോത്സാഹജനകമായ നോട്ടം മനസ്സിലോർത്ത് അയാൾ അതിവേഗം അവിടം വിടും. "കണ്ടില്ലേ പുള്ളിയുടെ ലഹരി മുഴുവനങ്ങ് വിട്ടില്ലെന്നു തോന്നുന്നു." അത്തരത്തിൽ ഓടിപ്പോകുന്ന നേരത്ത് ആരോ ഒരാൾ പറയുന്നത് അയാൾ കേട്ടു.

പിന്നെ അയാൾ നഗരത്തിനു പുറത്തുള്ള സ്ഥലങ്ങളിലേക്കു മാത്രം പോകാൻ തുടങ്ങി. അവിടെ ആരും അയാളെ തിരിച്ചറിഞ്ഞില്ല. അവിടെ അയാൾക്ക് സ്വേച്ഛാനുസാരം സംസാരിക്കാം, ചിരിക്കാം, ദയാദാക്ഷിണ്യമനോഭാവം തിരിച്ചു കിട്ടി, കാരണം ആരും അയാളിൽ നിന്ന് ഒന്നും പ്രതീക്ഷിച്ചില്ല. അയാൾക്ക് സുഹൃത്തുക്കളുണ്ടായി, അവരെ സന്തോഷിപ്പിക്കുക ഒട്ടും ബുദ്ധിമുട്ടുള്ള കാര്യമായിരുന്നില്ല. പ്രത്യേകിച്ച് സ്റ്റേഷനടുത്തുള്ള ഭക്ഷണശാലയിൽ അയാളെ നിത്യേന പരിചരിച്ചിരുന്നയാൾ. അയാൾ ഷോനാസിനോടു ചോദിച്ചു "ഉപജീവനത്തിന് എന്തു ചെയ്യുന്നു?" "പെയിന്ററാണ്" ഷോനാസ് മറുപടി പറഞ്ഞു. "പടങ്ങളോ, വീടുകളോ?" "പടങ്ങൾ". "കൊള്ളാം അതത്ര എളുപ്പപ്പണിയല്ല." പിന്നെ അവരതേപ്പറ്റി സംസാരിച്ചതേയില്ല. അല്ല, അതെളുപ്പപ്പണിയല്ല, പക്ഷേ ഷോനാസ് എല്ലാം ശരിയാക്കിയെടുക്കും, പണിയൊക്കെ ഒന്നു ശരിപ്പെട്ടു കിട്ടിയാൽ മതി.

അനുദിനം ഒന്നിനുപുറകെ ഒന്നായി മദ്യക്കോപ്പകൾ, ഒരുപാടുപേരെ കണ്ടുമുട്ടി, സ്ത്രീകൾ അയാളെ സഹായിച്ചു. അയാൾക്ക് അവരോട് തുറന്നു സംസാരിക്കാനായി, ശാരീരികവേഴ്ചക്ക് മുമ്പോ പിമ്പോ, കുറ ച്ചൊക്കെ വീമ്പിളക്കാമെന്നായി, വിശ്വാസം വന്നില്ലെങ്കിലും അവർക്ക് അയാളെ മനസ്സിലാക്കാനായി. ഇടയ്ക്കൊക്കെ അയാൾക്കു തോന്നും തന്റെ പഴയ ഊർജ്ജസ്വലത തിരിച്ചു കിട്ടുന്നുണ്ടെന്ന്. ഒരിക്കൽ ഒരു സ്നേഹിതയുടെ പ്രോത്സാഹനം അയാൾക്കു മനോദാർഢ്യം നല്കി. അയാൾ വീട്ടിലേക്കു തിരിച്ചെത്തി, കിടപ്പറയിലിരുന്ന് പണി പുനരാരംഭിച്ചു, തയ്യൽക്കാരി ഇല്ലായിരുന്നു. പക്ഷെ ഒരു മണിക്കൂർ കഴിഞ്ഞില്ല അയാൾ ക്യാൻവാസ് മാറ്റിവെച്ചു, ലൂയിസിനെ കാണാതെ കണ്ട് അവളുടെ നേരെ നോക്കി ചിരിച്ചു, എന്നിട്ട് വെളിയിലേക്കിറങ്ങിപ്പോയി. അന്നു മുഴുവനും അയാൾ മദ്യപിച്ചു, പരിചയക്കാരിയുടെ കൂടെ രാത്രി കഴിച്ചു കൂട്ടി, അവ ളോട് യാതൊരുവിധ ആകർഷണവും തോന്നിയില്ലെങ്കിലും. രാവിലെ തീവ്രമായ മാനസികപീഡയുടെ പ്രതീകം ലൂയിസിന്റെ മുഖവുമേന്തി മുന്നിൽ പ്രത്യക്ഷമായി. അവൾക്കറിയണം ഇന്നലെ രാത്രി ആ സ്ത്രീയെ ഭോഗിച്ചോ എന്ന്. മദ്യപിച്ചു ലക്കു കെട്ട തനിക്ക് അതിനായില്ലെന്നും എന്നാൽ അതിനു മുമ്പ് പലരേയും ഭോഗിച്ചിട്ടുണ്ടെന്നും അയാൾ സമ്മ തിച്ചു. അന്നാദ്യമായി അയാളുടെ ഹൃദയം വിണ്ടുകീറി. മുങ്ങിത്താഴുന്ന സ്ത്രീയുടെ ഭാവമാണ് ലൂയിസിന്റെ മുഖത്തിന്, വിസ്മയവും അദമ്യമായ വേദനയും പ്രകടമാക്കുന്ന ഭാവം. ഇത്രയും കാലം താൻ ലൂയിസിനെ ക്കുറിച്ച് ഓർത്തതേയില്ലെന്ന കാര്യം അയാൾക്ക് പൊടുന്നനെ ബോധ്യ മായി, അതയാളെ വല്ലാതെ ലജ്ജിതനാക്കി. അവളോട് മാപ്പിരന്നു"തീർന്നു, ഒക്കെ കഴിഞ്ഞു, ഇനിയില്ല, നാളെ മുതൽ താൻ പണ്ടത്തെ ഷോനാസാ യിരിക്കും" ലൂയിസിന് ഒന്നും മിണ്ടാനായില്ല കണ്ണുനീർ മറക്കാനായി അവൾ മുഖം തിരിച്ചു.

അടുത്ത ദിവസം ഷോനാസ് വളരെ നേരത്തെ എഴുന്നേറ്റ് പുറത്ത് പോയി. മഴ പെയ്യുന്നുണ്ടായിരുന്നു. തിരിച്ചു വന്നപ്പോൾ ആകെ നനഞ്ഞു കുതിർന്നിരുന്നു. ഒരു പാടു മരപ്പലകകളും കൂടെ കൊണ്ടു വന്നിരുന്നു. രണ്ടു പഴയ ചങ്ങാതികളെത്തിയിരുന്നു. തളത്തിലിരുന്ന് കോഫി കുടി ക്കുകയാണ്. "ഷോനാസ്, എന്താ ടെക്നിക് മാറ്റുകയാണോ, ഇനി മുതൽ മരപ്പലകകളിലാണോ ചിത്രമെഴുതാൻ പോകുന്നത്?" ഷോനാസ് പുഞ്ചി രിച്ചു. "അല്ലല്ല, ഞാൻ പുതിയതൊന്ന് തുടങ്ങാൻ പോവുകയാണ്." തള ത്തിൽ നിന്ന് മറ്റേയറ്റത്തുള്ള അടുക്കളയിലേക്കും, കുളിമുറിയിലേക്കും കക്കൂസിലേക്കും നയിക്കുന്ന ഇടനാഴിയിലേക്കു നടന്ന്, തളവും ഇട നാഴിയും സമകോണിൽ യോജിക്കുന്നേടത്ത് അയാൾ നിന്നു, ഇരുണ്ട മച്ചിലേക്ക് ഉയർന്നു നില്ക്കുന്ന ചുമരുകളെ സശ്രദ്ധം വീക്ഷിച്ചു. ഒരു ഏണിയുടെ ആവശ്യമുണ്ടായിരുന്നു, താഴെച്ചെന്ന് അയാളതും സംഘടി പ്പിച്ചു.

തിരിച്ചു വന്നപ്പോൾ ഫ്ളാറ്റിനകത്ത് വേറെയും ചിലരെത്തിയിരിക്കുന്നു, അയാളെ വീണ്ടും കാണാനായതിൽ സന്തുഷ്ടരായ സന്ദർശകരുടെ സ്നേഹവാത്സല്യങ്ങളേയും, കുടുംബാംഗങ്ങളുടെ ചോദ്യങ്ങളേയും ഒരു വിധത്തിൽ ചെറുത്തു നിന്നുകൊണ്ട് തളം കടന്ന് അയാൾ ഇടനാഴിയിലെത്തിയതും മറ്റേയറ്റത്തുള്ള അടുക്കളയിൽ നിന്ന് ലൂയിസുമെത്തി. ഷോനാസ് അവളെ മാറോടണച്ചു. ലൂയിസ് അയാളെ നോക്കി "ഇനിയൊരിക്കലും ഇതാവർത്തിക്കരുത്" അവൾ പറഞ്ഞു. "ഇല്ല, ഒരിക്കലുമില്ല, ഞാൻ പെയിന്റിംഗ് തുടങ്ങാൻ പോകയാണ്. പെയിന്റിംഗ് ചെയ്തേ തീരൂ." അയാളുടെ നോട്ടം മറ്റെങ്ങോ ആയിരുന്നു, ആത്മഗതമെന്നോണമാണ് അത്രയും പറഞ്ഞത്. അയാൾ പണി തുടങ്ങി. ചുമരിന് ഏതാണ്ട് പാതിയോളം ഉയരത്തിൽ മരപ്പലക ആണിയടിച്ചുറപ്പിച്ച് ഒരു മേലറ പണിതു, വീതി കുറഞ്ഞതെങ്കിലും നീളവും ഉയരവുമുള്ള മേലറ. ഉച്ചയോടെ എല്ലാം മുഴുവനായി. ഏണിയുടെ സഹായത്തോടെ തട്ടിൽ പലയിടത്തുമായി തൂങ്ങിക്കിടന്നും അമർത്തിച്ചവുട്ടിയും ഷോനാസ് പലതവണ ബലപരീക്ഷണം നടത്തി. പിന്നെ താഴേക്കിറങ്ങിവന്ന് മറ്റുള്ളവരുമായി ഇടകലർന്നു, അയാളുടെ സൗഹൃദഭാവം എല്ലാവരേയും സന്തോഷിപ്പിച്ചു. വൈകുന്നേരമായപ്പോൾ ഫ്ളാറ്റിൽ ആളൊഴിഞ്ഞപ്പോൾ ഒരെണ്ണ വിളക്കും, കസേരയും ഫ്രെയിമും സ്റ്റൂളുമായി ഷോനാസ് മേലറയിലേക്കു കയറി. താഴെ നില്ക്കുന്ന മൂന്നു സ്ത്രീകളുടേയും കുട്ടികളുടേയും മുഖത്ത് അന്ധാളിപ്പ്. മേലറയിൽ കുന്തിച്ചിരുന്നുകൊണ്ട് അയാൾ പറഞ്ഞു "ഇനി ആർക്കും തടസ്സമാകാതെ എനിക്ക് സ്വൈരമായിരുന്ന് പണിയെടുക്കാം." "ഇതു വേണോ?" ലൂയിസിന് സംശയം. "തീർച്ചയായും" അയാൾ മറുപടി പറഞ്ഞു. "എനിക്കധികം സ്ഥലമൊന്നും വേണ്ട എനിക്കിവിടെ കൂടുതൽ സ്വാതന്ത്ര്യമുണ്ടാവും. എത്രയോ വലിയ കലാകാരന്മാർ മെഴുകുതിരി വെളിച്ചത്തിലല്ലേ വർണ്ണചിത്രങ്ങളെഴുതിയത്. പിന്നെ....." "തട്ടിനു വേണ്ടത്ര ബലമുണ്ടോ?" "ഉവ്വ് പരിഭ്രമിക്കേണ്ട. ഇതൊരു നല്ല പരിഹാരമാണ്." പിന്നീടയാൾ താഴേക്ക് ഇറങ്ങി വന്നു.

അടുത്ത ദിവസം അതിരാവിലെ അയാൾ മേലറയിലേക്കു കയറി. ഫ്രെയിം സ്റ്റൂളിൽ കയറ്റി ചുമരിനോടു ചേർത്തുവെച്ച് വിളക്കു കത്തിക്കാതെ കാത്തിരുന്നു. നേരിട്ടു വന്ന ശബ്ദങ്ങൾ അടുക്കളയിൽ നിന്നും കക്കൂസിൽ നിന്നും മാത്രമായിരുന്നു. മറ്റു ശബ്ദങ്ങൾ അങ്ങു വിദൂരതയിൽ നിന്നു വരുന്നപോലെ. കോളിംഗ് ബെൽ, ഫോൺ, സന്ദർശകരുടെ വരവും പോക്കും ഇതൊക്കെ അമർത്തിപ്പിടിച്ച ശബ്ദങ്ങളായേ കാതിൽ വീണുള്ളൂ, അങ്ങ് താഴെ റോഡിൽ നിന്നോ അതോ മറ്റേ നടുമുറ്റത്തു നിന്നോ വരുമ്പോലെ. ഫ്ളാറ്റിനകത്ത് കണ്ണഞ്ചിക്കുന്ന സൂര്യപ്രകാശത്തിന്റെ പ്രളയമായിരുന്നെങ്കിലും മേലറയിലെ ഇരുട്ടിന് സ്വസ്ഥതയുണ്ടായിരുന്നു. ഇടയ്ക്കൊക്കെ ഏതെങ്കിലുമൊരു സുഹൃത്ത് മേലറക്കു താഴെ നിന്നുകൊണ്ട് വിളിച്ചു ചോദിക്കും "എന്താ ഷോനാസ് എന്തെടുക്കുന്നു?"

“പണിയെടുക്കുന്നു”, “വിളക്കില്ലാതേയോ?” “അതെ തൽക്കാലം അങ്ങനെ”. അയാൾ പെയിന്റു ചെയ്യുകയായിരുന്നില്ല, ധ്യാനത്തിലായിരുന്നു. ഈ ഇരുട്ടിൽ താൻ മുമ്പ് അനുഭവിച്ചതറിഞ്ഞതിനു നേർവിരുദ്ധമായുള്ള ഭാഗികമായ നിശ്ശബ്ദത, മരുഭൂമിയിലേയോ ശവപ്പറമ്പിലേയോ നിശ്ശബ്ദതയാണെന്ന് അയാൾക്കു തോന്നിപ്പോയി. സ്വന്തം ഹൃദയമിടിപ്പ് കേൾക്കാം. പിന്നെപ്പിന്നെ മേലറയിലേക്കെത്തിയ ശബ്ദങ്ങൾ അയാളെ ശല്യപ്പെടുത്താതായി, നേരിട്ടു സംബോധന ചെയ്താൽ പോലും. ഏകാന്തജീവിതം നയിക്കുന്ന ഒരാൾ ഉറക്കത്തിനിടയിൽ വീട്ടിനകത്ത് മരിച്ചുപോയാൽ? എന്നെന്നേക്കുമായി ബധിരനായിപ്പോയ ഒരു ജഡത്തിനു സമീപം പിറ്റേന്ന് രാവിലെ ഫോണടിച്ചെന്നു വരും, തുടരെത്തുടരെ, വാശിയോടെ. പക്ഷേ ഷോനാസ് മരിച്ചിട്ടില്ല. അയാൾ അന്തരാളത്തിലെ നിശ്ശബ്ദതയെ കാതോർത്തിരുന്നു, മറഞ്ഞു കിടക്കുന്ന ഭാഗ്യനക്ഷത്രം ഉദിച്ചുയരുന്നതിനായി കാത്തിരുന്നു. അടുക്കും ചിട്ടയുമില്ലാത്ത ശൂന്യദിവസങ്ങളിലേക്ക് അചലമായി, അവിചലിതമായി പ്രഭാപൂരം ചൊരിയാനായി കാത്തിരുന്നു. “തെളിയൂ, തെളിയൂ, നിന്റെ വെളിച്ചം എനിക്കു നഷ്ടമാകരുതേ!” തെളിയും, വീണ്ടും തെളിയും അയാൾക്ക് ഉറപ്പുണ്ടായിരുന്നു. ഇനിയും കുറേ നേരം കൂടി ധ്യാനിക്കണമെന്നു മാത്രം, കുടുംബത്തിൽ നിന്ന് വേറിട്ടു നില്ക്കാതെത്തന്നെ ഏകാന്തതയ്ക്കുള്ള അവസരം കിട്ടിയല്ലോ. അതു കണ്ടെത്തേണ്ടിയിരിക്കുന്നു, എന്താണെന്ന് വ്യക്തമായി മനസ്സിലായിട്ടില്ല, പക്ഷെ ബോധ്യമായിട്ടുണ്ട്, ആ ബോധത്തോടെയാണ് എന്നും പെയിന്റിംഗ് ചെയ്തിട്ടുള്ളത്. പരമമായ ആ നിഗൂഢരഹസ്യം കണ്ടെത്തണം, അത് കലയുടെ മാത്രം രഹസ്യമല്ല, അത് ഇപ്പോഴയാൾക്ക് ബോധ്യമാവുന്നുണ്ട്. അതുകൊണ്ടാണ് അയാൾ വിളക്കു തെളിയിക്കാതിരുന്നത്.

ഈയിടെയായി നിത്യവും ഷോനാസ് മേലറയിലേക്കു കയറും. സന്ദർശകരുടെ സംഖ്യ കുറഞ്ഞു കുറഞ്ഞു വന്നു, കാരണം ലൂയിസിന് ഒരു പാടു തിരക്കുകളുണ്ട്, സംഭാഷണത്തിൽ ശ്രദ്ധിക്കാനായില്ല. ഷോനാസ് ഭക്ഷണസമയങ്ങളിൽ ഇറങ്ങി വരും വീണ്ടും കയറിപ്പോകും, പകൽ മുഴുവനും അനങ്ങാതെ ഇരുട്ടത്തിരിക്കും. രാത്രിയാകുമ്പോൾ ഭാര്യയോടൊപ്പം ഉറങ്ങാനെത്തും, അവൾ കിടന്നു കാണും. കുറച്ചു ദിവസങ്ങൾക്കു ശേഷം ഒരു നാൾ അയാൾ ലൂയിസിനോടു പറഞ്ഞു മധ്യാഹ്നഭക്ഷണം മുകളിലോട്ട് തരാൻ, വല്ലാതെ കഷ്ടപ്പെട്ട് ലൂയിസ് അപ്രകാരം ചെയ്തത് ഷോനാസിനെ വല്ലാതെ സ്പർശിച്ചു. അവളെ ബുദ്ധിമുട്ടിക്കാതിരിക്കാനായി മേലറയിൽ കരുതിവെക്കാവുന്ന തരം ഭക്ഷണസാധനങ്ങൾ തയ്യാറാക്കിത്തരാൻ അയാൾ ആവശ്യപ്പെട്ടു. പിന്നെപ്പിന്നെ അയാൾ പകൽനേരങ്ങളിൽ താഴേക്ക് ഇറങ്ങി വരാതായി, പക്ഷേ ഭക്ഷണസാധനങ്ങൾ തൊട്ടു നോക്കിയതു പോലുമില്ല.

ഒരു സായാഹ്നത്തിൽ അയാൾ ലൂയിസിനെ വിളിച്ച് ഒന്നു രണ്ടു കമ്പിളികൾ ആവശ്യപ്പെട്ടു. “ഇന്നു രാത്രി ഇവിടെ കഴിയട്ടെ”. ലൂയിസ് തല

പിന്നോട്ടു ചെരിച്ച് അയാളെ നോക്കി. വാ തുറന്നെങ്കിലും ഒന്നും പറഞ്ഞില്ല. പ്രകടമായ വേവലാതിയോടെ, ദുഃഖത്തോടെ അവൾ ഷോനാസിനെ നിരീക്ഷിക്കുകയായിരുന്നു. പൊടുന്നനെ അയാൾ കണ്ടു, അവൾക്ക് പ്രായമേറിയിരിക്കുന്നു, അവരുടെ ജീവിതസംഘർഷങ്ങൾ അവളുടെ മുഖത്ത് ആഴമേറിയ അടയാളങ്ങൾ പതിപ്പിച്ചിരിക്കുന്നു. താനവളെ ഒരിക്കലും ഒരു വിധത്തിലും സഹായിച്ചിട്ടില്ലെന്ന വസ്തുത അയാളുടെ മനസ്സിലേക്കോടിയെത്തി. അയാൾക്ക് എന്തെങ്കിലും പറയാനാകുന്നതിനു മുമ്പ് അവൾ സ്നേഹപൂർവ്വം നല്കിയ പുഞ്ചിരി, അയാളുടെ ഹൃദയത്തെ ഞെക്കിപ്പിഴിഞ്ഞു. "നിങ്ങളു പറയുമ്പോലെ, പൊന്നേ" അവൾ പറഞ്ഞു.

അതിൽപിന്നെ അയാൾ രാത്രികൾ മേലറയിൽ കഴിച്ചു കൂട്ടി, താഴേക്ക് ഇറങ്ങി വരുന്നത് വളരെ വിരളമായി. പകലായാലും രാത്രിയായാലും ഷോനാസിനെ കാണാനാകില്ലെന്നു വന്നപ്പോൾ സന്ദർശകരുടെ തിരക്കും ഒഴിഞ്ഞു. ചിലരോടു പറഞ്ഞു അയാൾ നാട്ടിൻ പുറത്തേക്ക് പോയെന്ന്, നുണ പറയുക അസാധ്യമാണെന്ന് വന്നപ്പോൾ പുതിയ സ്റ്റുഡിയോയിലേക്ക് മാറിയെന്നു പറഞ്ഞു. റ്റാറ്റോ മാത്രം വിശ്വസ്തയോടെ സന്ദർശനം തുടർന്നു. അയാൾ കോണി കയറും. തല മേലറയുടെ നിരപ്പിലെത്തുന്നവരെ. "എങ്ങനെയുണ്ട്?"എന്നന്വേഷിക്കും."ഒന്നാന്തരം" "പെയിന്റിംഗാണോ?" "എല്ലാം ഒന്നു തന്നെ." "പക്ഷേ ക്യാൻവാസൊന്നുമില്ലല്ലോ" "അതുകൊണ്ടെന്താ, എല്ലാം പണി തന്നെ." കോണിയിൽനിന്നുകൊണ്ട് മേലറയുമായി സംവദിക്കുന്നത് അത്ര സുഖമുള്ള കാര്യമല്ലാത്തതുകൊണ്ട് റാറ്റോ സംഭാഷണം നീട്ടില്ല. തലയാട്ടിക്കൊണ്ട് താഴേക്ക് ഇറങ്ങി വരും, ഫ്യൂസ് മാറ്റാനോ പൂട്ടു നന്നാക്കാനോ ലൂയിസിനെ സഹായിക്കും, കോണിയിലേക്കു കയറാതെ താഴെ നിന്നുകൊണ്ട് ഷോനാസിനു വിടപറയും, ഇരുട്ടിൽ നിന്ന് മറുപടി വരും "ശരി അങ്ങനെയാവട്ടെ." ഒരു രാത്രിയിൽ ഷോനാസ് ഇതിനോടൊപ്പം "നന്ദി" എന്നു കൂടി കൂട്ടിച്ചേർത്തു. "എന്തിനു നന്ദി?" "നിങ്ങൾക്ക് എന്നോടുള്ള സ്നേഹത്തിന്". "ഹാ! അതൊരു പുതിയ വാർത്തയാണല്ലോ" എന്നു പറഞ്ഞുകൊണ്ട് റാറ്റോ പോയി.

മറ്റൊരു സായാഹ്നത്തിൽ ഷോനാസ് റാറ്റോയെ വിളിച്ചു അയാൾ ഓടിയെത്തി. ആദ്യമായി വിളക്ക് തെളിയിച്ചിരിക്കുന്നു. ഷോനാസ് മേലറയിൽ നിന്ന് താഴോട്ട് ഏന്തി വലിഞ്ഞു നോക്കുന്നു, മുഖത്ത് പിരിമുറുക്കം. "ഒരു ക്യാൻവാസ് എടുത്തു തരൂ." "പക്ഷെ നിനക്കിതെന്തു പറ്റീ? ആകെ മെലിഞ്ഞ് പ്രേതത്തെപ്പോലുണ്ടല്ലോ." "കഴിഞ്ഞ രണ്ടു ദിവസമായി കാര്യമായൊന്നും കഴിച്ചിട്ടില്ല, അതു സാരമില്ല. എനിക്ക് പെയിന്റു ചെയ്യണം." "ആദ്യം എന്തെങ്കിലും കഴിക്കൂ." "ഇല്ല വേണ്ട എനിക്ക് വിശപ്പില്ല." റാറ്റോ ക്യാൻവാസുമായി വന്നു. അതുമായി മേലറയിലേക്ക് മറയുന്നതിനു മുമ്പ് ഷോനാസ് ചോദിച്ചു. "അവരെങ്ങനെയുണ്ട്?" "ആര്?" "ലൂയിസും കുഞ്ഞുങ്ങളും?" "അവർക്ക് സുഖം തന്നെ നീയും കൂടിയുണ്ടായിരുന്നെങ്കിൽ കൂടുതൽ സുഖമായിരുന്നേനെ." "ഞാനിപ്പോഴും അവരുടെ കൂടെ

ത്തന്നെയാണല്ലോ." അയാൾ മേലറയിലേക്കു മറഞ്ഞു. തന്റെ മനഃക്ലേശം റാറ്റോ ലൂയിസിനെ അറിയിച്ചു. തനിക്കും കുറെ ദിവസമായി വല്ലാത്ത ആധിയാണെന്ന് ലൂയിസ് സമ്മതിച്ചു. "നമുക്ക് പക്ഷെ എന്തു ചെയ്യാനാകും? അയാൾക്കു പകരം എനിക്ക് ഈ പണി ചെയ്യാനായിരുന്നെങ്കിൽ" ഹതാശയായി അവൾ റാറ്റോയെ നോക്കി. "എനിക്ക് അയാളെ കൂടാതെ ജീവിക്കാനാവില്ല." അവളുടെ മുഖത്ത് പണ്ടത്തെ സ്കൂൾകുട്ടിയുടെ ഭാവം റാറ്റോ പകച്ചു പോയി. അവളുടെ മുഖം തുടുത്തിരിക്കുന്നു, അയാൾക്ക് അവളുടെ മനോനില മനസ്സിലായി.

രാത്രി മുഴുവനും വിളക്കു കത്തിക്കൊണ്ടിരുന്നു, അടുത്ത പകലും. വന്നവരോട്, ലൂയിസാണെങ്കിലും റാറ്റോയാണെങ്കിലും ഷോനാസ് പറഞ്ഞു "അതു വിട്ടുകള. ഞാൻ പണിയെടുക്കുകയാണ്." ഉച്ചയ്ക്ക് അയാൾ അല്പം മണ്ണെണ്ണ ആവശ്യപ്പെട്ടു. പുകയാൻ തുടങ്ങിയിരുന്ന വിളക്ക് വീണ്ടും തെളിഞ്ഞു കത്താൻ തുടങ്ങി. അന്ന് റാറ്റോ ലൂയിസിനും കുട്ടികൾക്കുമൊപ്പമിരുന്ന് അത്താഴം കഴിച്ചു. അർദ്ധരാത്രിയോടെ ലൂയിസിനോട് യാത്ര പറയാൻ ചെന്നു. പ്രകാശമാനമായ മേലറക്കു കീഴിൽ ഒരു നിമിഷം നിന്ന് ഒന്നും പറയാതെ തിരിച്ചു പോയി. രണ്ടാമത്തെ ദിവസം രാവിലെ ലൂയിസ് എഴുന്നേറ്റപ്പോഴും വിളക്കു കത്തുന്നുണ്ടായിരുന്നു.

അതിമനോഹരമായ ഒരു ദിവസം വിടരുകയായിരുന്നു, പക്ഷേ ഷോനാസ് അതൊന്നും അറിഞ്ഞതേയില്ല. അയാൾ ക്യാൻവാസ് ചുമരിനു നേരെ തിരിച്ചു വെച്ചു. തളർന്ന് അവശനായ അയാൾ കാത്തിരിക്കയാണ്. കാൽമുട്ടുകളിൽ കൈപ്പടങ്ങൾ മലർക്കെ തുറന്നുവെച്ച്, ഇല്ല തനിക്കിനി പെയിന്റു ചെയ്യാനാവില്ല. അയാൾ തന്നോടു തന്നെ പറഞ്ഞു, എങ്കിലും അയാൾ സന്തുഷ്ടനായിരുന്നു. കുട്ടികൾ ചിണുങ്ങുന്നത് അയാൾ കേട്ടു, വെള്ളം ഒഴുകി വീഴുന്നുണ്ട്, പാത്രങ്ങൾ കൂട്ടിമുട്ടുന്നു. ലൂയിസ് എന്തോ പറയുന്നു. നിരത്തിലൂടെ ഒരു ട്രക്ക് കടന്നുപോയി. അപ്പോൾ വലിയ ജനാലകൾ വിറകൊണ്ടു. അതേ തരുണവും പ്രിയങ്കരവുമായ ലോകം അതേപടി അവിടേത്തന്നെയുണ്ട്. ഷോനാസ് കാതോർത്തു മാനവരാശിയിൽ നിന്ന് ഉയർന്നു പൊങ്ങുന്ന സ്വാഗതോക്തികൾ. എത്രയോ വിദൂരതയിൽനിന്ന് . പക്ഷേ തന്റെ അന്താരാളത്തിലെ ആഹ്ലാദഭരിതമായ ശക്തിക്ക്, സർഗ്ഗശക്തിക്ക് വിരുദ്ധമായിട്ടല്ല അതുയരുന്നത്, ശാശ്വതവും നിശ്ശബ്ദവുമായ ഈ ചിന്തകളെ അയാൾക്ക് പ്രകടിപ്പിക്കാനായില്ല, പക്ഷേ അവ അയാളെ അത്യുന്നതങ്ങളിലേക്ക് ഉയർത്തിയിരിക്കുന്നു, സ്വാതന്ത്ര്യവും ഉന്മേഷദായകവുമായ അന്തരീക്ഷത്തിലേക്ക്. കുട്ടികൾ ഫ്ളാറ്റിലൂടെ ഓടിനടക്കുന്നു, ചെറിയ പെൺകുട്ടി ചിരിക്കുന്നു, കൂടെ ലൂയിസും, ഹോ! എത്ര നാളായി ലൂയിസ് ഇങ്ങനെ ചിരിക്കുന്നതു കേട്ടിട്ട്. അയാൾക്ക് അവരോടൊക്കെ ഏറെ സ്നേഹമുണ്ട്, ഒരുപാടൊരുപാട് സ്നേഹമുണ്ട്. അയാൾ വിളക്കണച്ചു, ഇരുട്ടിൽ അതു തിരിച്ചെത്തിയിരിക്കുന്നു, അതാ അവിടെ. തന്റെ ഭാഗ്യനക്ഷത്രമല്ലേ മിന്നിത്തിളങ്ങുന്നത്? അതെ ഭാഗ്യനക്ഷത്രമാണ്,

ഹൃദയം നിറഞ്ഞു കവിയുന്ന കൃതജ്ഞതയോടെ അയാൾ അതിനെ തിരിച്ചറിഞ്ഞു, ഉറ്റു നോക്കിക്കൊണ്ടു നില്ക്കേ അയാൾ മറിഞ്ഞു വീണു, ശബ്ദമില്ലാതെ.

"ഹേയ് കാര്യമായിട്ട് ഒന്നുമില്ല." ഡോക്ടർ കുറച്ചു കഴിഞ്ഞ് പറഞ്ഞു. "പണിക്കൂടുതലുകൊണ്ടാണ്, ഒരാഴ്ച കൊണ്ട് എഴുന്നേല്ക്കാറാകും." ആധിപൂണ്ട് വികൃതമായ മുഖവുമായി ലൂയിസ് ആശങ്കപ്പെട്ടു "തീർച്ചയാണോ? സുഖപ്പെടുമെന്ന് തീർച്ചയാണോ?" "ഉവ്വ്, അയാൾക്കു ഭേദമാകും." അടുത്ത മുറിയിൽ റാറ്റോ ശൂന്യമായ ക്യാൻവാസിലേക്കു നോക്കി മിഴിച്ചിരിക്കയാണ് ഒത്ത നടുവിൽ കുനുകുനെ എന്തോ എഴുതിയിട്ടുണ്ട് **ഒറ്റയ്ക്ക്** എന്നാണോ **ഒരുമിച്ച്** എന്നാണോ? ഉറപ്പിച്ചു പറയാനാവില്ല.

ദിവ്യശില

വനാന്തരത്തിലൂടെയുള്ള ചെങ്കല്ലുപാത, അതിപ്പോഴൊരു മൺകൂന യായിരിക്കുന്നു. കാറ് അലസമായി വളവുതിരിഞ്ഞു. പാതയുടെ ഇരു വശങ്ങളിലുമായി തകരഷീറ്റുകൊണ്ട് മേൽക്കൂരയിട്ട രണ്ടു മരക്കുടിലുകൾ. ഹെഡ്‌ലൈറ്റുകളുടെ വെളിച്ചം അവയെ ഒന്നിനു പുറകെ ഒന്നായി എടുത്തുകാട്ടി. വലതുഭാഗത്ത് രണ്ടാമത് കണ്ട കുടിലിനു സമീപം പരു പരുത്ത തുലാങ്ങളിൽ കെട്ടിയുയർത്തിയ ഗോപുരം മൂടൽമഞ്ഞിലൂടെ അവ്യക്തമായി കാണാം. ഗോപുരത്തിന്റെ തലപ്പത്തു നിന്ന് തൂങ്ങിക്കിട ക്കുന്ന ലോഹക്കയറിന്റെ മേലറ്റം ഇരുട്ടു കാരണം അദൃശ്യമാണ്, ഹെഡ്‌ലൈറ്റിന്റെ വെളിച്ചത്തിൽ ഇടയ്ക്കുള്ള കുറച്ചുഭാഗം തെളിഞ്ഞു കാണാം, ബാക്കിയുള്ളത് പാതയ്ക്കു തടസ്സമായി നിന്ന ചിറയ്ക്കു പിന്നിൽ അപ്രത്യക്ഷമായിരിക്കുന്നു. കാറിന്റെ വേഗത കുറഞ്ഞു, കുടിലുകൾക്ക് ഏതാനും വാര ദൂരത്തായി അത് നില്ക്കുകയും ചെയ്തു.

ഡ്രൈവറുടെ വലതുഭാഗത്തിരുന്നിരുന്ന യാത്രക്കാരൻ പണിപ്പെട്ട് കാറിനകത്തു നിന്ന് തന്റെ ദേഹം വലിച്ചൂരി വന്നു. നിലത്ത് കാലു ഉറപ്പി ച്ചപ്പോൾ ആ വലിയ ശരീരം അല്പമൊന്ന് പതറി. തളർച്ചകൊണ്ട് ഭാര വത്തായ ദേഹം. കാറിന്റെ നിഴലിൽ അമർന്നു നിന്നുകൊണ്ട് അയാൾ എഞ്ചിന്റെ മുരളിച്ച ശ്രദ്ധിക്കുകയാണെന്നു തോന്നി. പിന്നീട് ഹെഡ്‌ലൈറ്റ് വീശിയ പ്രകാശകോണിലൂടെ ചിറയിലേക്കു നടന്ന് അതിന്റെ വരമ്പത്ത് കയറിനിന്നു. അയാളുടെ ബൃഹത്തായ തോളുകളുടെ നിഴൽച്ചിത്രത്തിന് അന്ധകാരം പശ്ചാത്തലമായി. ഏതാനും നിമിഷത്തിനുശേഷം അയാൾ തിരിഞ്ഞു നിന്നു. വാഹനത്തിന്റെ ഡാഷ്ബോർഡിൽ നിന്നുള്ള വെളിച്ച ത്തിൽ ഡ്രൈവറുടെ കറുത്ത പ്രസന്നമായ മുഖം കാണാമായിരുന്നു. യാത്രികൻ അടയാളം നല്കിയതും ഡ്രൈവർ എഞ്ചിൻ ഓഫു ചെയ്തു. പാതയേയും കാടിനേയും കുളിർമ്മയുള്ള നിശ്ശബ്ദത ആവരണം ചെയ്തു. ഇപ്പോൾ വെള്ളമൊഴുകുന്ന ശബ്ദം കേൾക്കാമെന്നായി.

യാത്രികൻ താഴേക്ക് ഒഴുകുന്ന നദിയിലേക്കു നോക്കി, ഇരുട്ടത്ത് വീതി യുള്ള എന്തോ ചലിക്കുന്ന പോലേയെ തോന്നുന്നുള്ളൂ, ഇടയ്ക്കെന്തോ മിന്നിത്തിളങ്ങും, നദിക്കപ്പുറം അങ്ങു വിദൂരതയിൽ മറുകര അവിടെ

സാന്ദ്രവും നിശ്ചലവുമായ അന്ധകാരം. ഉറ്റുനോക്കിയാൽ എണ്ണവിളക്കിന്റേതാവണം, വിളറിയ മഞ്ഞ വെളിച്ചം കാണാമായിരുന്നു. യാത്രക്കാരൻ വീണ്ടും കാറിലേക്കു നോക്കി തലയാട്ടി. ഡ്രൈവർ ഹെഡ്‌ലൈറ്റണച്ചു. വീണ്ടും തെളിയിച്ചു. അങ്ങനെ തുടരെത്തുടരെ ക്രമത്തിൽ പലതവണ കണ്ണു ചിമ്മി. ചിറയ്ക്കു മുകളിൽ നിന്നിരുന്ന യാത്രികൻ തെളിയുകയും മറയുകയും ചെയ്തു, ഓരോ തവണ തെളിയുമ്പോഴും മുമ്പത്തേക്കാൾ പൊക്കവും വണ്ണവുമുണ്ടെന്നു തോന്നിച്ചു. പൊടുന്നനെ അക്കരെ അദൃശ്യമായ അദൃശ്യമായ കരങ്ങളുയർത്തിപ്പിടിച്ച ഒരു വിളക്ക് പല തവണ ഊഞ്ഞാലാടി. അവസാന അടയാളം കിട്ടിയതോടെ ഡ്രൈവർ ലൈറ്റണച്ചു. കാറും വ്യക്തിയും ഇരുളിൽ മറഞ്ഞു. ലൈറ്റ് അണഞ്ഞതോടെ നദി ഏതാണ്ട് കാണാമെന്നായി- അതായത് നദിയുടെ ദ്രവസമാനമായ നീണ്ട പേശികൾ ഇടയ്ക്കിടെ തിളങ്ങി. പാതയുടെ ഇരുവശത്തുമായി ആകാശത്തിലേക്ക് ഉയർന്നു നിന്നിരുന്ന ഇരുണ്ടു കറുത്ത കാട്ടുചെടിക്കൂട്ടം തൊട്ടടുത്താണെന്ന പ്രതീതിയുണർത്തി. ഒരു മണിക്കൂറുമുമ്പ് കാട്ടുപാതയെ ആകെ നനച്ചു കുതിർത്ത മഴ ഇപ്പോഴും ഊഷ്മളമായ അന്തരീക്ഷത്തിൽ തങ്ങിനിന്നു. അത് കന്യാവനത്തിന്റെ നടുവിലായി വെട്ടിത്തെളിയിക്കപ്പെട്ട ഈ സ്ഥലത്തെ നിശ്ശബ്ദതയ്ക്കും നിശ്ചലതക്കും തീക്ഷ്ണത കൂട്ടി. കറുത്ത ആകാശത്ത് മൂടൽമഞ്ഞിലൂടെ നക്ഷത്രങ്ങൾ മിന്നി.

അക്കരെനിന്ന് ഇരുമ്പു ചങ്ങലകളുടേയും വെള്ളം അടിച്ചു തെറിപ്പിക്കുന്നതിന്റെയും ശബ്ദങ്ങൾ ഉയർന്നു. യാത്രക്കാരൻ നിന്നിരുന്നതിനടുത്തുള്ള ഗോപുരത്തിനു മുകളിൽ തൂങ്ങിക്കിടന്നിരുന്ന ഇരുമ്പു കയർ കിറുകിറു ശബ്ദത്തോടെ വലിഞ്ഞു മുറുകി, ഉടനീളം എന്തോ ഞെരിഞ്ഞമരുന്ന ശബ്ദവും, അതോടൊപ്പം വെള്ളം ഇളക്കപ്പെടുന്ന പതിഞ്ഞതെങ്കിലും വ്യക്തമായ ശബ്ദവും ഉയർന്നു. ഞെരിഞ്ഞമരുന്ന ശബ്ദം ക്രമാനുഗതമായി, വെള്ളത്തിന്റെ ശബ്ദം കൂടുതൽ ദൂരത്തേക്കു വ്യാപിച്ചു, പിന്നെ ഒരിടത്ത് ഉറച്ചു നിന്നു, മറുകരയിലെ വിളക്ക് വലുതായി വന്നു. ഇപ്പോൾ അതിന്റെ മഞ്ഞ നിറമുള്ള പരിവേഷം സ്പഷ്ടമായിക്കാണാം. അത് പതുക്കെ വളർന്നു വലുതായി, പിന്നേയും ചുരുങ്ങി. മൂടൽമഞ്ഞിലൂടെ വിളക്ക് തെളിഞ്ഞു വന്നതോടൊപ്പം വിളക്കിനു മുകളിലായുള്ള മുളങ്കമ്പുകൾ താങ്ങിനിർത്തിയ ചതുരാകൃതിയിലുള്ള പനയോല മേഞ്ഞ മേൽക്കൂരയിലേക്കും വെളിച്ചം വീശി. പ്രാകൃതമായ കുടിൽ, ചുറ്റും അവ്യക്തമായ നിഴലുകൾ, പതുക്കെ ഇക്കരയ്ക്ക് അടുക്കുകയാണ്. നദിയുടെ ഏതാണ്ട് നടുക്ക് എത്തിയപ്പോൾ മഞ്ഞവെളിച്ചത്തിൽ മൂന്നുപേരുടെ നിഴൽച്ചിത്രങ്ങൾ കൂടുതൽ സ്പഷ്ടമായി, കൂർത്ത തൊപ്പിയണിഞ്ഞ് അരയ്ക്കു മുകളിൽ നഗ്നരായ കുറിയ, മിക്കവാറും കറുത്ത മൂന്നു പേർ. മുളാറ്റോകളാവണം. അവർ കാലുകൾ പരത്തി നിശ്ചലരായി അല്പം ചെരിഞ്ഞ് നില്ക്കയാണ്. അന്ധകാരത്തിൽ നിന്ന് പതുക്കെ തെളിഞ്ഞു വന്ന പ്രാകൃതമായ ആ ചങ്ങാടത്തെ ഉന്തിത്തള്ളുന്ന ചെരിഞ്ഞുള്ള ആ

നില്പ്, നദിയുടെ അദൃശ്യവും ശക്തവുമായ പ്രവാഹത്തെ തടുക്കാനെന്ന മട്ടിൽ. ചങ്ങാടം അടുത്തു വന്നപ്പോൾ കരക്കു നിന്നിരുന്ന യാത്രികന് മറ്റേയറ്റത്തു നില്ക്കുന്ന ദീർഘകായന്മാരായ രണ്ടു നീഗ്രോകളെ കാണാനായി. അവരും പരുത്തികൊണ്ടുള്ള കാലുറകളും വീതിയുള്ള വൈക്കോൽത്തൊപ്പിയും മാത്രമേ ധരിച്ചിട്ടുള്ളൂ. അടുത്തടുത്തു നിന്നുകൊണ്ട് ശരീരഭാരം പൂർണ്ണമായി ചെലുത്തി നീണ്ട കോലുകൾ പതുക്കെ വെള്ളത്തിലാഴ്ത്തി, അത്രയും സാവധാനത്തിൽ, സമനില തെറ്റാതെ ജലനിരപ്പിലേക്ക് കുനിഞ്ഞു നിവരുകയാണവർ. അണിയത്ത് മൂന്നു മുളാറ്റോകൾ വള്ളം കരക്കണയുന്നതും നോക്കി നിശ്ചലം, നിശ്ശബ്ദം നിന്നു, കരയ്ക്കു നില്ക്കുന്ന വ്യക്തിയെ അവർ കണ്ണുയർത്തി നോക്കിയതേയില്ല.

ചങ്ങാടം പൊടുന്നനെ എന്തിലോ തട്ടി. ആ ആഘാതത്തിൽ ആടിക്കളിച്ച വിളക്ക് വെള്ളത്തിലേക്ക് നീണ്ടുകിടന്ന കടപ്പാലത്തിന്മേൽ പ്രകാശം വിതറി. ദീർഘകായന്മാരായ നീഗ്രോകൾ തുഴയുന്നത് നിർത്തി, തലയ്ക്കു മീതെ കോലിനെ മുറുകെ പിടിച്ച് കൈകളനക്കാതെ നിന്നു, കോല് ആഴം തൊടുന്നില്ല, പക്ഷെ ജലതരംഗങ്ങളുടെ സമ്മർദ്ദം കാരണമാവണം അവരുടെ ഇറുകിയ പേശികൾ ഇളകിക്കളിച്ചു. ചങ്ങാടത്തിലെ മറ്റുള്ളവർ കടവിലെ മരക്കുറ്റിയിൽ ചങ്ങല ചുറ്റി, ചാടിയിറങ്ങി, കടൽപ്പാലത്തിൽ നിന്ന് ചങ്ങാടത്തിലേക്ക് അണിയത്തെ മറച്ചുകൊണ്ട് ഒരു ചെരിവുപലക താഴെയിറക്കി വെച്ചു.

ചിറയ്ക്കു മുകളിൽ നിന്നിരുന്ന യാത്രികൻ കാറിലേക്കു നടന്ന് അകത്തു കയറിയിരുന്നു. ഡ്രൈവർ ആക്സിലേറ്ററിൽ അമർത്തിച്ചവുട്ടി. മൂക്ക് ആകാശത്തേക്കുയർത്തി കാറ് പതുക്കെ ചിറയിലേക്കുള്ള കയറ്റം കയറി മറുവശത്ത് നദീതീരത്തിലേക്കുള്ള ചെരുവിലേക്ക് ഇറങ്ങി. ബ്രേക്കുകൾ വിടാതെ, മുന്നോട്ടേക്ക് ഉരുണ്ടു, മണ്ണിൽ വഴുതി, ഇടയ്ക്കു നിന്നുപോയി, വീണ്ടും ഉരുണ്ടു. കടപ്പാലത്തിലേക്ക് കയറിയപ്പോൾ മരപ്പലകകൾ ഉയരുകയും താഴുകയും ചെയ്യുന്ന കിറുകിറു ശബ്ദം. ഇരുവശത്തുമായി നിശ്ശബ്ദം നിന്നിരുന്ന മുളാറ്റോകളെ കടന്ന് കാറ് ചെരിവുപലകയിലൂടെ പതുക്കെ താഴെ ചങ്ങാടത്തിലേക്കു ഉരുണ്ടു നീങ്ങി. വാഹനത്തിന്റെ മുൻചക്രങ്ങൾ പതിച്ചതും ചങ്ങാടത്തിന്റെ മൂക്ക് വെള്ളത്തിലേക്കു താണു, പക്ഷേ ഏതാണ്ട് ഉടനെത്തന്നെ മുഴുവൻ ഭാരവും വഹിക്കാൻ തയ്യാറായി തുള്ളിച്ചാടി മേല്പോട്ടുയർന്നു വന്നു. ഡ്രൈവർ വാഹനമോടിച്ച് അമരത്തിനടുത്ത് വിളക്കു തൂങ്ങിക്കിടന്നിരുന്ന ചതുരാകൃതിയിലുള്ള മേൽക്കൂരക്കു മുന്നിലായി നീക്കിനിർത്തി. മുളാറ്റോകൾ ചെരിവു പലക കടൽപ്പാലത്തിലേക്ക് തിരിച്ചു വെച്ച് ചങ്ങാടത്തിലേക്ക് ഒന്നിച്ച് ചാടിക്കയറി, അതിനെ ചെളിയിൽ നിന്ന് സ്വതന്ത്രമാക്കി. നദി, ചങ്ങാടത്തിനടിയിൽ ഞെരിഞ്ഞമരുകയും, തുടർന്ന് അതിനെ ജലനിരപ്പിലേക്ക് പൊക്കിവെയ്ക്കുകയും ചെയ്തു. ചങ്ങാടത്തിൽ ഘടിപ്പിച്ചിരുന്ന ചങ്ങലയുടെ

കൊളുത്ത് മുകളിലുള്ള ലോഹക്കയറിലൂടെ വഴുതിനീങ്ങി. ചങ്ങാടം പതുക്കെ മുന്നോട്ടുപോയി. ദീർഘകായന്മാരായ നീഗ്രോകൾ, കുറെക്കൂടി ലാഘവത്തോടെ കോലു വലിച്ചു. യാത്രികനും ഡ്രൈവറും കാറിൽ നിന്ന് ഇറങ്ങി വന്ന് ചങ്ങാടത്തിന്റെ ഒരു വശത്ത് നിലയുറപ്പിച്ചു. ഇത്രയും നേരത്തെ അധ്വാനത്തിനിടക്ക് ആരും ഒന്നും സംസാരിച്ചില്ല, ഇപ്പോഴിതാ അവരവരുടെ സ്ഥാനങ്ങളിൽ നിശ്ചലരായി നില്ക്കുന്നു, നീഗ്രോകൾ മാത്രം പരുക്കൻ കടലാസിൽ ബീഡി തെറുക്കുകയാണ്.

ബ്രസീലിയൻ വനാന്തരത്തിലെ അതിവിശാലമായ വിടവിൽ നിന്ന് കുതിച്ചു ചാടി അവരുടെ നേർക്ക് ഒഴുകിപ്പരന്നെത്തുന്ന നദിയെ നോക്കി നില്ക്കയാണ് യാത്രികൻ. ഉറവിടസ്ഥാനത്ത് അതിന് പല ശതം വാരകൾ വീതിയുണ്ട്, പട്ടു പോലെ മിനുസമായ ചെളിവെള്ളം ചങ്ങാടത്തിനു മേൽ സമ്മർദ്ദം ചെലുത്തി, പിന്നെ ഇരുവശങ്ങളിലേക്കുമായി പിരിഞ്ഞൊഴുകുന്നു, വീണ്ടും കൂടിച്ചേർന്ന് ഒരു ശക്തിയേറിയ ജലപ്രവാഹമായി പരന്നൊഴുകി അന്ധകാരമയമായ കാട്ടിലൂടെ കടലിലേക്കും അനന്തമായ രാത്രിയിലേക്കും ഒഴുകിപ്പോകുന്നു. വെള്ളത്തിൽ നിന്നോണോ അതോ ഈർപ്പം വിടാത്ത അന്തരീക്ഷത്തിൽ നിന്നാണോ ആവോ പഴകിയ ഗന്ധം വായുവിൽ തങ്ങിനിന്നു. ചങ്ങാടത്തിനടിയിലെ അലയടി കേൾക്കാം, ഇടയ്ക്കിടെ ഇരുകരകളിൽ നിന്നും മരത്തവളകളുടെ കരച്ചിലും പക്ഷികളുടെ വിചിത്രമായ ശബ്ദവും പൊന്തി വരുന്നു. ഭീമാകായനായ യാത്രികൻ ചെറിയ മെലിഞ്ഞ ഡ്രൈവറെ സമീപിച്ചു. ഡങ്കാരിയുടെ പോക്കറ്റിൽ കൈകൾ തിരുകി മുളത്തൂണിൽ ചാരി നില്ക്കുകയായിരുന്ന ഡ്രൈവറുടെ, യുവത്വം നഷ്ടപ്പെട്ടിട്ടില്ലെങ്കിലും ചുളിവുകൾ വീണ മുഖത്ത് ചിരി വിടർന്നു വഴിനീളെ അവരുടെ നേർക്കടിച്ചു കയറിയ ചുവന്ന പൊടി പണ്ടെന്നോ നീലനിറമായിരുന്ന അയാളുടെ വസ്ത്രങ്ങൾക്കും ചുവപ്പേകിയിരിക്കുന്നു. ഈറനണിഞ്ഞ ആകാശത്ത് നീന്തിക്കളിക്കുന്ന മങ്ങിയ നക്ഷത്രങ്ങളെ കണ്ടിട്ടും കാണാതെ തുറിച്ചു നോക്കുകയായിരുന്നു അയാൾ.

ഇപ്പോൾ പക്ഷികളുടെ കരച്ചിൽ രൂക്ഷമായി, അവയോടൊപ്പം അപരിചിതമായ എന്തെക്കേയോ ചിലയ്ക്കലുകൾ. പൊടുന്നനെ മുകളിലത്തെ കേബിൾ ഞരങ്ങുന്ന ശബ്ദം. ദീർഘകായികളായ നീഗ്രോകൾ കോലു ആഞ്ഞുതാഴ്ത്തി അടിത്തട്ടു കാണാൻ ശ്രമിച്ചു. യാത്രികൻ തങ്ങൾ വിട പറഞ്ഞ തീരത്തേക്കു നോക്കി. ഇപ്പോൾ ആ തീരമാണ് അന്ധകാരത്തിൽ മുഴുകിക്കിടക്കുന്നത്. അപരിമേയമായ ജലപ്പരപ്പ്, അതിനപ്പുറം അനേകായിരം കിലോമീറ്ററുകൾ പരന്നു കിടക്കുന്ന വനപ്രദേശവും അതു പോലെ ത്തന്നെ പ്രാകൃതമാണ്. അകലെയല്ലാത്ത സമുദ്രത്തിനും പച്ചപ്പിനുമിടയ്ക്ക് മെരുങ്ങാത്ത ഒരു നദി - അതിലൂടെ ഒഴുകിപ്പോകുന്ന ഒരു പിടിയാളുകൾക്ക് വഴിതെറ്റിയതാണെന്നു വരുമോ? ചങ്ങാടം മറ്റൊരു കടൽപാലത്തിൽ മുട്ടി. ഇപ്പോൾ ദിവസങ്ങളോളം നീണ്ടു നിന്ന ഭീതിജനകമായ കടൽയാത്രയ്ക്കു

ശേഷം, എല്ലാ നങ്കൂരങ്ങളും വലിച്ചെറിഞ്ഞ് ഇരുട്ടിൽ ഏതോ അജ്ഞാത ദ്വീപിൽ എത്തിപ്പെട്ട പ്രതീതി.

കരയ്ക്കണഞ്ഞപ്പോൾ അവർ കലപില സംസാരിക്കാൻ തുടങ്ങി. ഡ്രൈവർ കൂലി കൊടുത്തു അവരെ പറഞ്ഞയക്കുകയാണ്. രാത്രിയുടെ കനത്തിൽ അവരുടെ ആഹ്ലാദപൂർണ്ണമായ സ്വരങ്ങൾ വിചിത്രമായി ത്തോന്നി. കാറു പുറപ്പെട്ടപ്പോൾ അവരൊക്കെ പോർട്ടുഗീസ് ഭാഷയിൽ യാത്ര പറഞ്ഞു.

“അറുപതു കിലോമീറ്ററുണ്ടത്രെ, എന്നാണവർ പറഞ്ഞത് ഇവിടന്ന് ഇഗ്വാപേയിലേക്കുള്ള ദൂരം. മൂന്നു മണിക്കൂറു മതിയാകും. അതോടെ കഴിഞ്ഞു. സോക്രട്ടീസിന് സന്തോഷം”

യാത്രികൻ ചിരിച്ചു, അയാളെപ്പോലെത്തന്നെ ഊഷ്മളവും ഊർജ്ജ സ്വലവുമായ ചിരി.

“സോക്രട്ടീസ്, എനിക്കും സന്തോഷം തന്നെ. ആ കാട്ടുപാത ഭയങ്കര ബുദ്ധിമുട്ടായിരുന്നു.”

“മിസ്റ്റർ ദരാസ്റ്റ്, നിങ്ങൾക്കു അത് കഠിനം തന്നെയാണ്.” ഡ്രൈവറും ചിരിച്ചു, നിർത്താനേ ഭാവമില്ലെന്ന പോലെ.

കാറിന് വേഗത അല്പം വർദ്ധിച്ചു. ചുമരുകൾ പോലെ എഴുന്നു നിൽക്കുന്ന ഉയരമുള്ള മരങ്ങൾക്കും പിടിച്ചു മാറ്റാനാവാത്ത വള്ളിപ്പടർപ്പു കൾക്കും ഇടയിലൂടെ നേർത്ത മധുരിക്കുന്ന ഗന്ധം ഏറ്റുവാങ്ങി അവർ മുന്നേറുകയായിരുന്നു. കാട്ടിലെ അന്ധകാരത്തിൽ മിന്നാമിനുങ്ങുകൾ നിരന്തരം അവരുടെ മുന്നിൽ പറന്നു കളിച്ചു, ഇടയ്ക്കിടെ ചുവന്ന കണ്ണു കളുള്ള പക്ഷികൾ വിൻഡ്ഷീൽഡിൽ വന്നടിച്ചു. രാത്രിയുടെ അഗാധത യിൽ നിന്ന് അപരിചിതവും വന്യവുമായ ശബ്ദങ്ങൾ അവരെത്തേടിയെ ത്തുമ്പോഴൊക്കെ ഡ്രൈവർ തമാശമട്ടിൽ കണ്ണുകളുരുട്ടി സഹയാത്രികനെ നോക്കി.

പാത വളഞ്ഞു പുളഞ്ഞു പോകുന്നു, ഇളകിയാടുന്ന പാലങ്ങളി ലൂടെ അവർ അരുവികൾ കടന്നു. ഒരു മണിക്കൂറു കഴിഞ്ഞപ്പോൾ മൂടൽമഞ്ഞിന് കനം കൂടി. നേരിയ മഴച്ചാറലുമെത്തി. കാറിന്റെ ഹെഡ്ലൈ റ്റിന് മങ്ങലേറ്റു. ഇളക്കവും കുലുക്കവും ഉണ്ടായിട്ടും ദരാസ്റ്റ് അർദ്ധമയക്ക ത്തിലേക്കു വീണു. അയാളിപ്പോൾ ഈ കാട്ടുപാതയിലൂടെയല്ല, രാവിലെ സാഓപോളയിൽ നിന്ന് പുറപ്പെട്ട് സെറയിലെ റോഡുകളിലൂടെയാണ് സഞ്ചരിക്കുന്നത്. മൺപാതകളിൽ നിന്ന് ഉയർന്നിരുന്ന ചുവന്ന പൊടി ഇപ്പോഴും മൂക്കിലേക്കടിക്കുന്നുണ്ട്. ഇരുവശത്തും പരന്നു കിടന്ന സമതല ത്തിലെ അതിവിരളമായ സസ്യങ്ങളിലും ആ പൊടി പറ്റിയിരുന്നു. കഠോരനായ സൂര്യൻ, വിളറിയ മലനിരകൾ അതിലേറെ മലയിടുക്കുകൾ. പാതവക്കിൽ കണ്ട പട്ടിണിക്കോലങ്ങളായ കന്നുകാലികൾ, അവയ്ക്കു അകമ്പടിയായി ക്ഷീണിച്ചു തളർന്ന കഴുകന്മാർ, അവസാനിക്കാത്ത യാത്ര,

അവസാനിക്കാത്ത മരുഭൂമി.... അയാളൊന്നു നടുങ്ങി. കാറ് നിന്നു പോയിരിക്കുന്നു. ഇപ്പോഴവർ ജപ്പാനിലെത്തിയിരിക്കുന്നു, റോഡിന് ഇരുവശത്തും ദുർബ്ബലമായ വീടുകൾ, വീടുകൾക്കകത്ത് കിമോണകൾ മിന്നിമറയുന്നു. ഡ്രൈവർ ഒരു ജപ്പാൻകാരനോട് സംസാരിക്കയാണ് മുഷിഞ്ഞ വസ്ത്രം, തലയിൽ ബ്രസീലിയ തൊപ്പി. കാറ് വീണ്ടും ഉണർന്നു.

"നാല്പതു കിലോമീറ്ററേയുള്ളത്രെ"

"നമ്മളെവിടെയാ ടോക്യോയിലാണോ?"

"അല്ല സാറെ. റെജിസ്റ്റെറോയിൽ, ബ്രസീലിൽ. ബ്രസീലിലെ എല്ലാ ജപ്പാനികളും ഇവിടെയാണ്."

"അതെന്താ?"

"ആങ് എനിക്കറിഞ്ഞുകൂടാ. അവർ മഞ്ഞത്തൊലിക്കാരാണ്, നിങ്ങൾക്കറിയാമോ, മിസ്റ്റർ ദരാസ്റ്റ?"

ഇടതൂർന്നു നിന്നിരുന്ന കാട് നേർത്തുനേർത്തു വരുന്നു. റോഡ് കുറെക്കൂടി സുഗമമായി, പക്ഷെ വഴുക്കലുണ്ടെന്നു മാത്രം. ചക്രങ്ങൾ മണലിൽ വഴുതുകയാണ്. ജാലകത്തിലൂടെ ഊഷ്മളവും ഈർപ്പമുള്ള കാറ്റ് കടന്നു വന്നു, അതിന് പുളിപ്പു രസമായിരുന്നു.

"മണം പിടിക്കാനായോ?"ചുണ്ടു നക്കിക്കൊണ്ട് ഡ്രൈവർ ചോദിച്ചു. "അതാണ് നമ്മുടെ പുന്നാര കടൽ. ഇഗ്വാപെ ഇങ്ങ് എത്തിപ്പോയി".

"ആവശ്യത്തിന് പെട്രോൾ ഉണ്ടെങ്കിൽ". ദരാസ്റ്റ് പ്രതിവചിച്ചു. എന്നിട്ട് ശാന്തമായ ഉറക്കത്തിലാണ്ടു.

അതിരാവിലെ കിടക്കയിലിരുന്നുകൊണ്ടുതന്നെ ദരാസ്റ്റ് അത്യാശ്ചര്യത്തോടെ താൻ ഉണർന്നെണീറ്റ അതി വിശാലമായ മുറി നിരീക്ഷിച്ചു. ചുമരുകളുടെ താഴത്തെ പകുതി പുതുതായി ബ്രൗൺ പെയിന്റ് അടിച്ചവയാണ്. മുകൾഭാഗത്ത് പണ്ടെന്നോ വെള്ള പെയിന്റ് അടിച്ചിരിക്കണം, മഞ്ഞപ്പാടുകൾ അങ്ങ് മച്ചു വരേയുണ്ട്. പരസ്പരാഭിമുഖമായി രണ്ടു നിര കട്ടിലുകൾ. ദരാസ്റ്റിന്റെ നിരയിൽ ഏറ്റവും അറ്റത്തുള്ള ഒരു കിടക്ക തയ്യാറാക്കപ്പെട്ടില്ല, അതിൽ ആളില്ല. ഇടതു വശത്ത് എന്തോ ഒരു ശബ്ദം. നോക്കിയപ്പോൾ വാതില്ക്കൽ സോക്രട്ടീസ്. ഓരോ കൈയിലും ഓരോ കുപ്പി മിനറൽ വാട്ടർ. ചിരിക്കുകയാണ്. "ഹാപ്പി മെമ്മറി" അയാൾ പറഞ്ഞു. ദരാസ്റ്റ് ഒന്നിളകിയിരുന്നു. ശരിയാണ് ഇന്നലെ രാത്രി സ്ഥലത്തെ മേയർ അവർക്ക് പാർക്കാൻ സൗകര്യമുണ്ടാക്കിക്കൊടുത്തത് "ഹാപ്പി മെമ്മറി" എന്ന ആശുപത്രിയിലായിരുന്നു. "നല്ല ഓർമ്മ തന്നെ. അവരു പറഞ്ഞു ആദ്യം ആശുപത്രി, രണ്ടാമത് അണക്കെട്ട്. ദാ ഈ വെള്ളമെടുത്ത് മുഖം കഴുകിക്കോളൂ." പാട്ടും ചിരിയുമായി അയാൾ അപ്രത്യക്ഷനായി, രാത്രി മുഴുവനും അതി ശക്തമായ തുമ്മൽ കാരണം ദേഹമാകെ കുലുങ്ങി. എന്നിട്ടും ഒരു ക്ഷീണവുമില്ല. ദരാസ്റ്റിനാണെങ്കിൽ കുറേ നേരത്തേക്ക് ഒരു പോള കണ്ണടക്കാനേ ആയില്ല.

ഉറക്കം പൂർണ്ണമായും വിട്ടകന്നിരിക്കുന്നു. ജനാലയുടെ ഇരുമ്പുകമ്പികളിലൂടെ ഒരു കീറു നടുമുറ്റം കാണാം. മഴയിൽ കുതിർന്ന ചുവന്ന മണ്ണ്, പൊക്കമുള്ള കറ്റാർവാഴക്കൂട്ടങ്ങളിലൂടെ നിശ്ശബ്ദം പെയ്തിറങ്ങുന്ന മഴ. മഞ്ഞ നിറത്തിലുള്ള തുണികൊണ്ട് തല മറച്ച് ഒരു സ്ത്രീ കടന്നു പോയി. ദരാസ്റ്റ് കിടക്കയിലേക്കു ചെരിഞ്ഞെങ്കിലും ഉടനെത്തന്നെ എഴുന്നേറ്റിരുന്ന്, കിടക്കവിട്ട് എണീക്കയും ചെയ്തു, അയാളുടെ ഭാരം കാരണം കട്ടിൽ ഞരങ്ങി. സോക്രട്ടീസ് വീണ്ടും അകത്തേക്കു വന്നു "മേയർ പുറത്തു കാത്തു നില്ക്കുന്നു, മി. ദരാസ്റ്റ്". അയാളുടെ മുഖഭാവം ശ്രദ്ധിച്ചതു കൊണ്ടാവണം കൂട്ടിച്ചേർത്തു "സാരമില്ല മേയർക്ക് തിരക്കൊന്നുമില്ല."

മിനറൽ വാട്ടറുകൊണ്ട് ഷേവു ചെയ്ത ശേഷം ദരാസ്റ്റ് പൂമുഖത്തേക്കു ചെന്നു. അവിടെ മേയർ മഴയും നോക്കി ചിന്തയിലാണ്ടു നിൽക്കുന്നു. കീരിയുടെ ആകാരവും വലിപ്പവും. മുഖത്ത് സ്വർണ്ണ ഫ്രെയിമുള്ള കണ്ണട. ദരാസ്റ്റിനെ കണ്ടതും മുഖത്തു മനോജ്ഞമായ പുഞ്ചിരി പരന്നു. ആളാകെ മാറി. ചെറിയ ശരീരം നീണ്ടു നിവർന്നു, രണ്ടു കൈകളും വിടർത്തി ഓടിയണഞ്ഞു, എഞ്ചിനീയറെ കെട്ടിപ്പിടിക്കാൻ നോക്കി. ആ സമയത്ത് അരമതിലിനപ്പുറത്തു നിന്ന് ഒരു കാർ അവരുടെ മുന്നിലേക്കെത്തി, ചെളിയിൽ പൂണ്ട് അല്പം ചെരിഞ്ഞ് നിന്നു. "ഓ! ജഡ്ജിയാണ്" മേയർ പറഞ്ഞു. മേയറെപ്പോലെ കടുംനീല സ്യൂട്ട് ധരിച്ചിരുന്ന ജഡ്ജി കുറെക്കൂടി ചെറുപ്പമായിരുന്നു, അതല്ലെങ്കിൽ ദേഹപ്രകൃതവും കൗമാരപ്രായക്കാരന്റെ കൗതുകം നിറഞ്ഞ മുഖഭാവവും അങ്ങനെ തോന്നിപ്പിച്ചതാവാം. മഴക്കുഴികൾ ശ്രദ്ധാപൂർവ്വം ഒഴിവാക്കി മുറ്റം കടന്ന് അയാൾ അവരുടെ നേരെ വരികയാണ്. ഏതാനും ചുവടടുത്തെത്തിയപ്പോഴെ കൈകൾ നീട്ടിപ്പിടിച്ചു, ദരാസ്റ്റിന് സ്വാഗതമോതി. തങ്ങളുടെ ദരിദ്ര ഗ്രാമത്തിലേക്കു വന്നെത്തിയ മഹാനായ എഞ്ചിനീയറെ വരവേൽക്കാനായതിൽ താൻ അഭിമാനം കൊള്ളുന്നു. നഗരത്തിന്റെ താണുകിടക്കുന്ന ഭാഗങ്ങളെ നിരന്തരമായുള്ള വെള്ളപ്പൊക്കക്കെടുതിയിൽ നിന്നു രക്ഷപ്പെടുത്താനായി അണക്കെട്ടു പണിയാനെത്തിയ എഞ്ചിനീയറുടെ അമൂല്യസേവനം തന്നെ ആനന്ദതുന്ദിലനാക്കുന്നു. എന്തൊരു മഹത്തായ തൊഴിലാണ്, ജലധികളെ അനുസരിപ്പിക്കുകയും നദികളെ കീഴ്പ്പെടുത്തുകയും ചെയ്യുക! ആഹാ ഇഗ്വാപേയിലെ ദരിദ്രജനങ്ങൾ മഹാനായ എഞ്ചിനീയറുടെ പേർ വർഷങ്ങളോളം സ്മരിക്കും, തങ്ങളുടെ പ്രാർത്ഥനകളിൽ പ്രത്യേകം എടുത്തു പറയും. ജഡ്ജിയുടെ വാക്ചാതുര്യത്തിൽ വശീഭൂതനായ ദരാസ്റ്റ് നന്ദി പ്രകടിപ്പിച്ചു, ജഡ്ജിയും അണക്കെട്ടും തമ്മിൽ എന്തു ബന്ധമാണെന്ന് ഊഹിക്കാൻ പോലും ധൈര്യപ്പെട്ടില്ല. മാത്രമല്ല, മേയറുടെ അഭിപ്രായമനുസരിച്ച് ക്ലബ്ബിലേക്ക് പോകാൻ സമയമായിരിക്കുന്നു, പാവപ്പെട്ടവർ താമസിക്കുന്ന താണസ്ഥലങ്ങൾ നിരീക്ഷിക്കാൻ ചെല്ലുന്നതിനു മുമ്പ് ക്ലബ്ബിൽ സ്ഥലത്തെ പ്രമുഖ പൗരന്മാർ എഞ്ചിനീയറെ സ്വീകരിക്കാൻ കാത്തു നില്ക്കുകയാണ്.

“ആരൊക്കെയാണ് പൗരപ്രമുഖർ?”

“അങ്ങനെ ചോദിച്ചാൽ.... ഒന്നാമത് ഞാൻ മേയർ, പിന്നെ മി. കാവാലോ, ഹാർബർ ക്യാപ്റ്റൻ, പിന്നെ അത്രയ്ക്കൊന്നും മുഖ്യരല്ലാത്ത വേറെ ചിലരും. മാത്രമല്ല അവരെ വലുതായൊന്നും ശ്രദ്ധിക്കേണ്ട ആവശ്യമില്ല, അവർക്കാർക്കും ഫ്രഞ്ച് അറിയില്ല.”

ദരാസ്റ്റ് സോക്രട്ടീസിനെ വിളിച്ചു പറഞ്ഞു രാവിലെ കഴിഞ്ഞ് കാണാമെന്ന്.

“ശരി” സോക്രട്ടീസ് പറഞ്ഞു “ഞാൻ ഫൗണ്ടെനുകളുടെ ഉദ്യാനത്തിലേക്കു പോകയാണ്”

“ഉദ്യാനമോ”

“അതെ എല്ലാവർക്കും അറിയാം. പേടിക്കേണ്ട മി.ദരാസ്റ്റ്”.

ഇറങ്ങുമ്പോൾ ദരാസ്റ്റ് ശ്രദ്ധിച്ചു, ഹോസ്പിറ്റൽ കാടിന് തൊട്ടടുത്തായാണ്. പുരപ്പുറത്ത് കനത്ത വള്ളികൾ പടർന്നു കിടക്കുന്നു. മരങ്ങളിലൂടെ മഴ ഒരു വിരിപ്പു പോലെ പെയ്തിറങ്ങുന്നു. കനത്ത കാട് ഒരു വലിയ സ്പോഞ്ചു പോലെ മഴയെ നിശ്ശബ്ദം വലിച്ചെടുക്കുന്നു, കാടിനും നദിക്കുമിടയിലായി നിറം മങ്ങിയ ഓടുമേഞ്ഞ നൂറോളം വീടുകൾ, നദിയുടെ ഇരമ്പലുകൾ ഹോസ്പിറ്റൽ വരെ എത്തിയിരുന്നു. കാറ് നനഞ്ഞ തെരുവിലൂടെ വളരെ പെട്ടെന്നു തന്നെ ഒരു ദീർഘചതുരാകൃതിയിലുള്ള ചത്വരത്തിനു മുന്നിലെത്തി, ചുമന്ന മണ്ണിൽ മഴവെള്ളക്കുഴികളോടൊപ്പം ടയറുകളുടേയും ഇരുമ്പുചക്രങ്ങളുടേയും കുതിരലാടത്തിന്റേയും അടയാളങ്ങൾ കാണാമായിരുന്നു. ചുറ്റിലും കടും നിറം തേച്ച താണ മേൽക്കൂരയുള്ള വീടുകൾ അവക്കു പുറകിലായി കൊളോണിയൽ ശൈലിയിൽ നീലയും വെള്ളയും നിറമുള്ള ക്രിസ്തീയപള്ളിയുടെ രണ്ടു വട്ടഗോപുരങ്ങൾ ഉയർന്നു നില്ക്കുന്നു. അഴിമുഖത്തു നിന്ന് അടിച്ചുയർന്ന ഉപ്പുവെള്ളത്തിന്റെ മണം അവിടെ നിറഞ്ഞു നിന്നു. ചത്വരത്തിന്റെ നടുവിലായി നനഞ്ഞ രൂപങ്ങൾ. വീടുകളുടെ മുന്നിലായി വലിയൊരാൾക്കൂട്ടം, ഗോത്രവർഗ്ഗക്കാരായ ഗൌഷോകൾ, ജപ്പാൻകാർ, സങ്കരവർഗ്ഗക്കാർ, അലസരായി ഉലാത്തുന്ന പൌരപ്രധാനികൾ എല്ലാ തരക്കാരുമുണ്ട്. പൌരപ്രധാനികളുടെ ഇരുണ്ട മോടിയുള്ള സൂട്ടുകൾ രംഗത്തിന് വിദേശീയ ചുവ ചാർത്തി. അവർ മര്യാദയോടെ മാറിനിന്ന് കാറിനു പോകാൻ വഴിയൊരുക്കി, അതു കടന്നുപോകുന്നതു വരെ നോക്കി നിന്നു. ചത്വരത്തിലെ ഒരു കെട്ടിടത്തിനു മുന്നിൽ കാർ നിന്നപ്പോൾ നനഞ്ഞ ഗൌഷോകൾ അതിനെ ചുറ്റി നിന്നു.

കെട്ടിടത്തിന്റെ രണ്ടാം നിലയിൽ മുളകൊണ്ടുള്ള കൗണ്ടറും ഇരുമ്പു മേശകളും ഉള്ള കൊച്ചു ബാർ, അതായിരുന്നു ക്ലബ്ബ്. അവിടെ ഒട്ടനവധി പൗരപ്രമുഖരുണ്ടായിരുന്നു. ഗ്ലാസ്സ് കൈയിൽ ഉയർത്തിപ്പിടിച്ച് മേയർ ദരാസ്റ്റിനെ സ്വാഗതം ചെയ്തു, ലോകത്തെ സകല സന്തോഷങ്ങളും നേർന്നു,

അതിനുശേഷം എല്ലാവരും ദരാസ്റ്റിന്റെ ബഹുമാനാർത്ഥം കരിമ്പിൽ നിന്നുള്ള മദ്യം കഴിച്ചു. ജനാലയ്ക്കരുകിൽ ദരാസ്റ്റ് അതു രുചിച്ചുകൊണ്ടു നിന്നു. ആ സമയത്ത് പ്രാകൃതനായ ഒതു ഭീമകായൻ കുതിരസവാരി വേഷത്തിൽ അവിടെ പ്രത്യക്ഷപ്പെട്ടു, ഇടറിവീഴുമായിരുന്ന അയാൾ നടത്തിയ ദ്രുതവും ദുർഗ്രാഹ്യവുമായ പ്രസംഗത്തിലെ ഒരൊറ്റ വാക്കേ എഞ്ചിനീയർക്ക് മനസ്സിലായുള്ളൂ "പാസ്സ്പോർട്ട്" ആദ്യം ഒന്നു മടിച്ചെങ്കിലും ദരാസ്റ്റ് അതെടുത്ത് നീട്ടി. ആഗതൻ അതു തട്ടിപ്പറിച്ചെടുത്ത് താളുകൾ മറിച്ചു നോക്കി, പ്രകടമായ അസംതൃപ്തിയോടെ പ്രസംഗം തുടർന്നു, പാസ്സ്പോർട്ട് എഞ്ചിനീയറുടെ മുഖത്തിനു നേരെ നീട്ടിപ്പിടിച്ചു. എഞ്ചിനീയർ ഒട്ടും ക്ഷുഭിതനാകാതെ ക്രുദ്ധനായ ആഗതനെ നോക്കി നിന്നു. ജഡ്ജി ഒരു പുഞ്ചിരിയോടെ അവിടെയെത്തി കാര്യമെന്താണെന്ന് അന്വേഷിച്ചു. ഒരു മിനിട്ടു നേരത്തേക്ക് മദ്യപിച്ചു ലക്കുകെട്ട ആഗതൻ, തന്നെ തടസ്സപ്പെടുത്താൻ ഇവനാര് എന്ന മട്ടിൽ ദുർബ്ബലനായ ജഡ്ജിയെ നോക്കി. കൂടുതൽ ആപല്ക്കരമായ വിധത്തിൽ ആടിയുലഞ്ഞ് പാസ്സ്പോർട്ട് ജഡ്ജിയുടെ മുഖത്തിനു നേരെ നീട്ടിപ്പിടിച്ചു. ദരാസ്റ്റ് ശാന്തനായി മേശയ്ക്കരുകിൽ കാത്തിരുന്നു. സംഭാഷണത്തിന് ചൂടു പിടിച്ചു, പൊടുന്നനെ ജഡ്ജിയുടെ കാതടപ്പിക്കുന്ന ശബ്ദം അവിടെ മുഴങ്ങി, അയാൾക്കതിനു കഴിയുമെന്ന് ആരും സംശയിച്ചിട്ടു പോലുമുണ്ടാവില്ല. കളവു പിടിക്കപ്പെട്ട വികൃതിക്കുട്ടിയെപ്പോലെ യാതൊരു മുന്നറിയിപ്പുമില്ലാതെ പ്രാകൃതനായ ആഗതൻ പിന്മാറി, ജഡ്ജിയുടെ അവസാനത്തെ താക്കീതോടെ ശിക്ഷ ലഭിച്ച സ്കൂൾകുട്ടിയെപ്പോലെ പതുക്കെ വാതിലിലേക്കു വഴുതി നീങ്ങി.

ജഡ്ജി ഉടൻതന്നെ ദരാസ്റ്റിനെ സമീപിച്ച് മയപ്പെട്ട സ്വരത്തിൽ കാരണങ്ങൾ വിശദമാക്കി, ആ പ്രകൃതൻ സ്ഥലത്തെ പോലീസ് മുഖ്യനാണ്, "എന്തൊരു ധിക്കാരമാണെന്നു നോക്കണം പാസ്സപോർട്ട് രേഖകൾ ശരിയല്ലത്രെ, ഹും! ഈ ധിക്കാരത്തിനു തക്ക ശിക്ഷ അയാൾക്കു കൊടുത്തേ പറ്റൂ." ജഡ്ജി കാർവാലോ ചുറ്റും നിന്നിരുന്ന പൗരപ്രമുഖന്മാരെ സംബോധന ചെയ്തു, അവരോടെന്തോ ചോദിക്കുന്ന പോലെ തോന്നി. ചെറിയൊരു ചർച്ചയ്ക്കു ശേഷം ജഡ്ജി ദരാസ്റ്റിനോട് വിനയത്തോടെ ക്ഷമായാചനം ചെയ്തു, മദ്യലഹരിയാണ് അയാളെക്കൊണ്ട് ഇതു ചെയ്യിച്ചതെന്ന് പറഞ്ഞു. ഈ നഗരമാകെ ബഹുമാനത്തോടെ, കൃതജ്ഞതയോടെ ദരാസ്റ്റിനോട് കടപ്പെട്ടിരിക്കുന്നുവെന്ന വസ്തുത മറക്കണമെങ്കിൽ, ആ നികൃഷ്ടന് ഉചിതമായ ശിക്ഷ വിധിക്കേണ്ടത് ദരാസ്റ്റാണെന്നും പറഞ്ഞു. ദരാസ്റ്റിന്റെ മറുപടി ഇതൊരു നിസ്സാരകാര്യമാണെന്നും ശിക്ഷയുടെ ആവശ്യമൊന്നും ഇല്ലെന്നും. തനിക്ക് നദീതീരത്തേക്ക് പോകാൻ ധൃതിയുണ്ടെന്നുമായിരുന്നു. പിന്നെ മേയറുടെ ഊഴമായി. വളരെ സരളമായ നർമ്മോക്തിയിലൂടെ ശിക്ഷ നിർബന്ധമാണെന്നും, ബഹുമാനപ്പെട്ട അതിഥി ശിക്ഷ തീരുമാനിക്കുന്നതു വരെ ജനങ്ങൾ കാത്തിരിക്കുമെന്നും അതുവരെ

പോലീസ്മുഖ്യന്റെ അധികാരങ്ങൾ തടഞ്ഞുവെക്കപ്പെടുമെന്നും അയാൾ പറഞ്ഞു. ദരാസ്റ്റിന്റെ എതിർപ്പുകൾക്ക് (പുഞ്ചിരി പൊഴിക്കുന്നപോലെ) കാഠിന്യത്തെ മൃദുവാക്കാനായില്ല. അതു കാരണം ദരാസ്റ്റിന് വാക്കു കൊടുക്കേണ്ടി വന്നു, താനിതേപ്പറ്റി വിചിന്തനം ചെയ്യുമെന്ന്. പിന്നെ അവ രൊക്കെ ദരിദ്രവർഗ്ഗം താമസിക്കുന്ന പ്രാന്തത്തിലേക്കു പോകാൻ തയ്യാ റായി.

ഇഗ്വാപേയിലെ അവസാനത്തെ വീടുകളേയും പിന്നിലാക്കി അവരി പ്പോൾ നദിക്കും കുത്തനെയുള്ള ചിറയ്ക്കും ഇടയിലായി നിൽക്കുക യാണ്. നദിയുടെ മഞ്ഞച്ച വെള്ളം വഴുവഴുക്കുന്ന ഇരുകരകളിലേക്കും കവിഞ്ഞൊഴുകിയിരുന്നു. മണ്ണും മരച്ചില്ലകളും കൊണ്ടുണ്ടാക്കിയ കുടിലു കൾ ചിറയിൽ പറ്റിപ്പിടിച്ചു കിടക്കുന്നു. അവയ്ക്കു മുന്നിലായി ചിറയുടെ അറ്റത്തും മറുകരയിലും ഇടതൂർന്നു നില്ക്കുന്ന വനപ്രദേശം. മര ങ്ങൾക്കിടയിലൂടെ വെള്ളം പരന്നൊഴുകി അങ്ങ് ദൂരെ അവ്യക്തമായ ചാര രേഖ സമുദ്രത്തെ എത്തിപ്പിടിക്കുന്നു. ഒന്നുമുരിയാടാതെ ദരാസ്റ്റ് ചെരുവി ലേക്കു നടന്നു. അവിടെ തുടരെത്തുടരെയുള്ള വെള്ളപ്പൊക്കങ്ങൾ അവശേഷിപ്പിച്ച അടയാളങ്ങൾ മായാതെ കിടക്കുന്നു. കുടിലുകളിലേക്കു കയറിപ്പോകാനുള്ള ചെമ്മൺപാത. നവാഗതരെ നീഗ്രോകൾ നിശ്ശബ്ദം നോക്കി നിന്നു. പല ജോടികളും കൈകോർത്തു പിടിച്ചിരുന്നു, മുതിർന്ന വർക്കു മുന്നിൽ നിന്നിരുന്ന ഗ്രഹണി പിടിച്ച കുട്ടികൾ ആഗതരെ തുറിച്ചു നോക്കി.

കുടിലുകളുടെ മുന്നിൽ എത്തിയപ്പോൾ, ദരാസ്റ്റ് ഹാർബർ ക്യാപ്റ്റനെ മാടി വിളിച്ചു. സദാ ചിരിച്ചുകൊണ്ടിരുന്ന തടിച്ച നീഗ്രോ, വെളുത്ത യൂണിഫോം ധരിച്ച ദരാസ്റ്റ് അയാളോട് സ്പാനിഷിൽ ചോദിച്ചു, ഒരു കുടിലിനകത്തു കയറി നോക്കാനാകുമോയെന്ന്. “തീർച്ചയായും” ക്യാപ്റ്റൻ പ്രതിവചിച്ചു, മാത്രമല്ല അതൊരു നല്ല ആശയമാണെന്നും, അകത്ത് കൗതുകരങ്ങളായ എന്തെങ്കിലും കാണാനായെന്നു വരുമെന്നും കൂട്ടി ച്ചേർത്തു. ദരാസ്റ്റിനെയും നദിയേയും ചൂണ്ടിക്കാട്ടി, ക്യാപ്റ്റൻ നീഗ്രോ കളുമായി ഒരു നെടുങ്കൻ പ്രസംഗം നടത്തി. ഒരക്ഷരം പറയാതെ അവര തൊക്കെ കേട്ടുനിന്നു. ക്യാപ്റ്റൻ പറഞ്ഞു നിർത്തിയിട്ടും അവരാരും അനങ്ങിയതുപോലുമില്ല. അയാൾ വീണ്ടും സംസാരിച്ചു, ഇത്തവണ അക്ഷമയോടെ. എന്നിട്ട് കൂട്ടത്തിൽ ഒരുത്തനെ വിളിച്ചു, അയാൾ നിഷേധാർഥത്തിൽ തലയാട്ടുകമാത്രം ചെയ്തു. അപ്പോൾ ക്യാപ്റ്റൻ ഒരു ത്തരവു പോലെ ഏതാനും വാക്കുകൾ പറഞ്ഞതോടെ അയാൾ മുന്നോട്ടു വന്ന് ദരാസ്റ്റിന് അഭിമുഖമായി നിന്നു, തന്നോടൊപ്പം വരാൻ ആംഗ്യം കാട്ടി. പക്ഷേ അയാളുടെ മുഖത്ത് നീരസമുണ്ടായിരുന്നു. അല്പം പ്രായം ചെന്ന മനുഷ്യൻ, നരച്ചു തുടങ്ങിയ മുടി, ഉണങ്ങി ശോഷിച്ച മുഖം. പക്ഷേ ശരീര ത്തിൽ യൗവ്വനം ബാക്കി നില്ക്കുന്നു, കീറിപ്പറിഞ്ഞ പരുത്തി വസ്ത്ര ങ്ങൾക്കിടയിലൂടെ ബലിഷ്ഠമായ മേദസ്സില്ലാത്ത ചുമലുകളും, ഉറച്ച മാംസ

പേശികളും കാണാം. അവർ മുന്നോട്ടു നടന്നു, പുറകെ ക്യാപ്റ്റനും നീഗ്രോക്കൂട്ടവും. കുത്തനെ കുറേക്കൂടി മേല്പോട്ടു കയറേണ്ടി വന്നു. തകരഷീറ്റും ചൂരലും കൊണ്ടുണ്ടാക്കിയ മൺകുടിലുകൾ, അവ മണ്ണിൽ പൂണ്ടുപോകാതിരിക്കാനായി കനത്ത പാറക്കല്ലുകളുടെ അസ്ഥിവാരം. മൺപാതയിലൂടെ താഴേക്കു പോകുന്ന ഒരു സ്ത്രീ, തലയിൽ വെള്ളം നിറച്ച ഇരുമ്പു ഡ്രം - അവളുടെ നഗ്നപാദങ്ങൾ വഴുതുന്നുണ്ട്. മൂന്നു കുടിലുകളുടെ മുന്നിലുള്ള മുറ്റത്ത് അവരെത്തി. വൃദ്ധ നീഗ്രോ ഒരു കുടിലിലേക്ക് അവരെ ആനയിച്ചു. കാട്ടുവള്ളികൾ കൊണ്ടു കെട്ടിയ മുളവാതിൽ തള്ളിത്തുറന്ന്, എഞ്ചിനീയറെ നിർവ്വികാരനായി നോക്കിക്കൊണ്ട് ഒന്നും പറയാതെ മാറിനിന്നു. കുടിലിനകത്ത് മുറിക്കു നടുവിലെ അണഞ്ഞു പോകുന്ന തീച്ചൂളയല്ലാതെ ദരാസ്റ്റിന് ആദ്യം ഒന്നും കാണാനായില്ല. പിന്നെ പതുക്കെ പിന്നിലെ ഒരു മൂലയ്ക്ക് ഒരു പിച്ചളക്കട്ടിൽ, വിരിപ്പില്ലാത്ത പിഞ്ഞിത്തുടങ്ങിയ മെത്ത, മറ്റേ മൂലയ്ക്ക് ഒരു മേശ അതിനുമേൽ ഒരുപാടു മൺപാത്രങ്ങൾ, അവയ്ക്കു രണ്ടിനുമിടയിലായി ഒരു സ്റ്റാൻഡ്, അതിൽ ഗീവറുഗീസ് പുണ്യവാളന്റെ വർണ്ണചിത്രം എല്ലാം തെളിഞ്ഞു വന്നു. വാതിലിനു വലതു വശത്തായി ഒരു കൂമ്പാരം തുണികൾ. അടുപ്പിനു മുകളിലായുള്ള അയയിൽ പല നിറങ്ങളിലുള്ള അടിവസ്ത്രങ്ങൾ ഉണങ്ങാനിട്ടിരിക്കുന്നു. തറയിൽ നിന്നുയർന്ന പുകയും ദാരാസ്റ്റിന് ശ്വസിച്ചെടുക്കാനായി, അതയാളെ ശ്വാസം മുട്ടിച്ചു. അയാൾക്കു പിന്നിൽ ക്യാപ്റ്റൻ കൈതട്ടി. എഞ്ചിനീയർ തിരിഞ്ഞു നോക്കി, വെളിച്ചത്തിനു എതിരായി ഒരു കറുത്ത പെൺകുട്ടിയുടെ മനോജ്ഞമായ നിഴൽ. അവളെന്തോ നീട്ടുകയാണ് ഒരു ഗ്ലാസ്സു നിറയെ പുളിച്ച കരിമ്പു ചാറ്. അയാളതെടുത്തു കഴിച്ചു. ഗ്ലാസ്സു തിരിച്ചു വാങ്ങാനായി പെൺകുട്ടി ട്രേ നീട്ടിക്കൊടുത്തു. ഗ്ലാസ്സുമായി അവൾ നടന്നു പോകുന്നു, മെരുക്കവും മിനുക്കവുമുള്ള ചലനങ്ങൾ, ദരാസ്റ്റിന് അവളെ അവിടെ പിടിച്ചു നിറുത്തണമെന്നു തോന്നി.

അവളുടെ പിന്നാലെ പുറത്തേക്കെത്തിയെങ്കിലും കുടിലിനെ ചുറ്റി നിന്നിരുന്ന പൗരപ്രമുഖരുടേയും നീഗ്രോകളുടേയും കൂട്ടത്തിൽ അയാൾക്ക് അവളെ കണ്ടെത്താനായില്ല. നീഗ്രോ വൃദ്ധനോട് നന്ദി പറഞ്ഞു. വൃദ്ധൻ ഒരക്ഷരം പറയാതെ തലകുനിച്ചതേയുള്ളൂ. ദരാസ്റ്റ് വിട പറഞ്ഞു, അയാൾക്കു പിന്നിൽ ക്യാപ്റ്റൻ പലതരം വിവരണങ്ങളും വിശദീകരണങ്ങളും തുടർന്നു, ഫ്രഞ്ച് കമ്പനി എപ്പോൾ പണി തുടങ്ങുമെന്നും മഴക്കാലമിങ്ങെത്തുന്നതിനു മുമ്പ് അണക്കെട്ടു തീരുമോ എന്നും അന്വേഷിച്ചു. സത്യത്തിൽ ഇതൊന്നും ദരാസ്റ്റിന് അറിയില്ലായിരുന്നു, ഇതൊന്നുമല്ല അയാൾ ചിന്തിച്ചുകൊണ്ടിരുന്നത്. ചാറ്റൽമഴയിലൂടെ അയാൾ നദീതീരത്തേക്ക് ഇറങ്ങിച്ചെന്നു. ഇവിടെയെത്തിയതുമുതൽ നിരന്തരം ശ്രവിച്ചുകൊണ്ടിരുന്ന സർവ്വവ്യാപകമായ ആ ശബ്ദം അയാൾ കാതോർക്കുകയാണ്. ജലതരംഗങ്ങളുടേയോ വൃക്ഷങ്ങളുടേയോ മർമ്മരശബ്ദമാണ്,

വ്യക്തമായി പറയാനാവുന്നില്ല. തീരത്തെത്തി അയാളങ്ങു വിദൂരതയിലേക്കു നോക്കി, സമുദ്രത്തിന്റെ അസ്പഷ്ടമായ രേഖ, അനേകായിരം കിലോമീറ്ററുകളകലെ ആഫ്രിക്കയിലേക്കും അയാളുടെ സ്വദേശമായ യൂറോപ്പിലേക്കും നയിക്കുന്ന സുദീർഘവും ഏകാന്തവുമായ സമുദ്രം.

"ക്യാപ്റ്റൻ ഇവരുടെ ഉപജീവനമാർഗ്ഗം എന്താണ്?"

"കിട്ടുന്ന പണി ചെയ്യും. ഞങ്ങളൊക്കെ പാവങ്ങളാണ്."

"ഇവരാണോ ഏറ്റവും ദരിദ്രർ?"

"അതെ, ഏറ്റവും ദരിദ്രർ."

അപ്പോഴേക്കും ജഡ്ജിയുമെത്തി., ഒന്നാന്തരം ഷൂസുകളാണ്. പക്ഷേ വഴുക്കുന്നു, "അവർക്കിപ്പഴേ എഞ്ചിനീയറെ അങ്ങ് ഇഷ്ടപ്പെട്ടത്രെ. പണി കിട്ടുമല്ലോ"

"നിങ്ങൾക്ക് അറിയാമോ, അവർക്ക് ഏതു നേരവും ആട്ടവും പാട്ടുമാണ്."

എന്നിട്ട് യാതൊരു വിധ ഭാവപ്പകർച്ചയുമില്ലാതെ ദരാസ്റ്റിനോട് ചോദിച്ചു, ശിക്ഷ തീരുമാനിച്ചോ എന്ന്.

"എന്തു ശിക്ഷ?"

"അതെന്താ മറന്നുപോയോ, നമ്മുടെ പോലീസുമുഖ്യന്?"

"അയാളെ വെറുതെ വിട്ടേക്കൂ." ജഡ്ജി പറഞ്ഞു. "അതു പറ്റില്ല, ശിക്ഷ കൂടിയേ തീരൂ." ദരാസ്റ്റ് ഇഗ്വാപേയിലേക്കു നടന്നു തുടങ്ങിയിരുന്നു.

നേരിയ മഴച്ചാറലിൽ ഉദ്യാനത്തിന് പ്രസന്നതയോടൊപ്പം മാസ്മരികതയും കൈവന്നിരിക്കുന്നു, കാട്ടുവള്ളികളിൽ തൂങ്ങിക്കിടക്കുന്ന, ഭംഗിയുള്ള പൂക്കൾ, പൂക്കൈതകൾ വാഴക്കൂട്ടങ്ങൾ. കൂട്ടുപാതകളെ അടയാളപ്പെടുത്താനായി നാല്ക്കവലയിൽ കൂമ്പാരം കൂട്ടി വെച്ചിരിക്കുന്ന കല്ലുകൾ നനഞ്ഞിരിക്കുന്നു, ഉദ്യാന വീഥികളിലൂടെ ഒരു വലിയ ആൾക്കൂട്ടം ഉലാത്തുന്നുണ്ട്. സങ്കരവർഗ്ഗക്കാർ, മുളാറ്റോകൾ, ഗൗഷോകൾ ഇവരൊക്കെ താണ ശബ്ദത്തിൽ ചറുപിറുന്നനെ സംസാരിക്കുന്നു, മുളപ്പാതകളിലൂടെ കാട്ടുപൊന്തകളും മരക്കൂട്ടങ്ങളും ഇടതിങ്ങി നില്ക്കുന്നേടത്തേക്കു നടക്കുന്നു, അവിടം മുതൽ ദുർഗമമായ വനമാണ്.

ദരാസ്റ്റ് ആൾക്കൂട്ടത്തിൽ സോക്രട്ടീസിനെ അന്വേഷിക്കുകയായിരുന്നു, ആകസ്മികമായി സോക്രട്ടീസ് പിന്നിലെത്തിച്ചേർന്നു.

"ഇന്നൊഴിവു ദിവസമാണ്" ഉറക്കെ ചിരിച്ചു കൊണ്ട് സോക്രട്ടീസ് പറഞ്ഞു, എന്നിട്ട് ദരാസ്റ്റിന്റെ തോളിൽ പിടിച്ച് മേലും കീഴും ചാടിക്കളിച്ചു.

"എന്തിനാ ഒഴിവ്?"

"അല്ലാ നിങ്ങൾക്കറിയില്ലാ?" സോക്രട്ടീസ് അത്യാശ്ചര്യപൂർവ്വം ദരാസ്റ്റിനെ അഭിമുഖീകരിച്ചു. "ഇന്ന് നന്മ നിറഞ്ഞ യേശുവിന്റെ പെരുന്നാളാണ്. എല്ലാ കൊല്ലവും എല്ലാവരും ഗുഹയിലേക്ക് ചെല്ലും, ചുറ്റികയുമായി."

സോക്രട്ടീസ് ചൂണ്ടിക്കാട്ടി, ഗുഹയിലേക്കല്ല, ഉദ്യാനത്തിന്റെ ഒരു കോണിൽ കാത്തുനിന്നിരുന്നവരെ.

"കണ്ടോ?" ഒരു ദിവസം നന്മ നിറഞ്ഞ യേശുവിന്റെ പ്രതിമ ഒഴുക്കിനെതിരായി ഒഴുകി ഇവിടെയെത്തി, മുക്കുവന്മാർക്ക് കിട്ടി. എന്തൊരു മനോഹരമായ വിഗ്രഹമായിരുന്നെന്നോ? ആഹാ! എത്ര മനോജ്ഞം. അവരതുമായി ഈ ഗുഹയിലേക്കു ചെന്നു, കഴുകിയെടുക്കാൻ, ഗുഹയിൽ അതിൽപിന്നെ ഒരു കല്ലു വളരാൻ തുടങ്ങി. എല്ലാ കൊല്ലവും ഇതൊരു പെരുന്നാളായി. ചുറ്റി കൊണ്ടടിച്ച്, കൊച്ചു കൽച്ചീളുകൾ പൊട്ടിച്ചെടുക്കാം, അനുഗ്രഹത്തിനായി, സന്തോഷത്തിനായി പൊട്ടിക്കുന്തോറും കല്ലു വളരും, വല്ലാത്തൊരദ്ഭുതമാണ്.

അവർ ഗുഹയ്ക്കടുത്തെത്തിയിരുന്നു. കാത്തു നില്ക്കുന്നവരുടെ നീണ്ട നിരയ്ക്കു മുന്നിലായി ഗുഹയുടെ താണ മച്ചു കാണാം. അകത്തെ ഇരുട്ടിൽ മെഴുകുതിരികളുടെ ഇളകിയാടുന്ന വെളിച്ചത്തിൽ കുന്തിച്ചിരിക്കുന്ന ഒരു രൂപം ചുറ്റിക കൊണ്ടടിക്കുന്നു. മെലിഞ്ഞ ഗൗഷോ, നീണ്ട മീശ, എഴുന്നേറ്റു നിവർത്തിപ്പിടിച്ചിരിക്കുന്ന കൈയിൽ ഈർപ്പമുള്ള ഒരു കൊച്ചുപാറക്കഷണം, അതു മുറുകെ പിടിച്ചുകൊണ്ട് അയാൾ അവിടന്നു നീങ്ങി. മറ്റൊരുത്തൻ കുനിഞ്ഞ് ഗുഹക്കകത്തേക്കു കടന്നു.

ദരാസ്റ്റ് തിരിഞ്ഞുനിന്നു. അയാളെ ഒട്ടും ശ്രദ്ധിക്കാതെ ചുറ്റിലും തീർത്ഥാടകർ കാത്തുനിൽക്കുന്നു. മരങ്ങളിൽ നിന്ന് വിരിപ്പു പോലെ ഒഴുകിവീഴുന്ന മഴയെ കൂട്ടാക്കാതെ. താനും അവിടെ ഗുഹക്കു മുന്നിൽ കാത്തുനില്ക്കയാണ് അതേ മഴക്കു കീഴിൽ എന്തിനാണെന്ന് അയാൾക്കു തന്നെ അറിയുന്നില്ല. നേരുപറഞ്ഞാൽ കഴിഞ്ഞ ഒരുമാസമായി ഈ ഭൂഖണ്ഡത്തിൽ എത്തിയ അന്നുമുതൽ അയാളും പ്രതീക്ഷയോടെ കാത്തിരിക്കയാണ്. അതെ കാത്തിരിക്കയാണ്- അത്യുഷ്ണവും ഈർപ്പവുമുള്ള പകലുകളിൽ, കൊച്ചു നക്ഷത്രങ്ങൾക്കു കീഴിലെ രാത്രികളിൽ, ചെയ്തു തീർക്കാൻ എത്രയോ പണികൾ കിടക്കേ- അണക്കെട്ടു നിർമ്മിക്കണം, റോഡുകൾ വെട്ടിനിരത്തണം, അങ്ങനെ എത്രയെത്രയോ ജോലികൾ - താനിവിടെ ചെയ്തു തീർക്കാനിരിക്കുന്ന പ്രവൃത്തികൾ വെറുമൊരു ഒഴികഴിവാണെന്ന പ്രതീതി. ഒരിക്കലും സങ്കൽപിക്കുക പോലും ചെയ്തിട്ടില്ലെങ്കിലും തനിക്കുവേണ്ടി ലോകസീമയിൽ ക്ഷമയോടെ കാത്തിരിക്കുന്ന ഏതോ യാദൃച്ഛികതയ്ക്കോ, വിസ്മയത്തിനോ വേണ്ടിയുള്ള കാത്തിരിപ്പ്. ചിന്തകളിൽ നിന്ന് വിടുതൽ നേടാനാകുന്നവണ്ണം അയാൾ ശരീരം ഒന്നു കുടഞ്ഞു. മറ്റാരും ശ്രദ്ധിക്കാതിരിക്കേ പുറത്തേക്കുള്ള

ഗെയ്റ്റിനെ ലക്ഷ്യം വെച്ച് നടന്നകന്നു- നദീതീരത്തേക്കു തിരിച്ചു പോണം, പണി തുടങ്ങണം.

ഗേറ്റിൽ തടിച്ചു കുറുകിയ ഒരപരിചിതനോട് വാചാലമായി സംസാരിച്ചുകൊണ്ട് സോക്രട്ടീസ് അയാൾക്കു വേണ്ടി കാത്തുനിൽക്കുന്നുണ്ടായിരുന്നു. അപരിചിതന്റെ ചർമ്മത്തിന് കറുപ്പിനേക്കാളേറെ മഞ്ഞ നിറമായിരുന്നു. തലമുഴുവനും മിനുസമായി വടിച്ചിരിക്കുന്നു, അതുകാരണമാവാം നെറ്റിക്ക് വല്ലാത്ത വീതി തോന്നിച്ചു. പരന്ന മിനുത്ത മുഖത്ത് ചതുരത്തിൽ കത്രിച്ചുവെച്ച താടി.

"ദേ ഇയാളൊരു കേമനാണ് കേട്ടോ. നാളത്തെ എഴുന്നള്ളിപ്പുയാത്രയിൽ പങ്കെടുക്കുന്നു." സോക്രട്ടീസ് പരിചയപ്പെടുത്തി.

നാവികന്റെ നീലയും വെള്ളയും കലർന്ന വേഷം ധരിച്ചിരുന്ന അപരിചിതന്റെ കറുത്ത ശാന്തമായ കണ്ണുകൾ ദരാസ്റ്റിനെ സശ്രദ്ധം വീക്ഷിക്കയാണ്. അതേ സമയം മുഖത്ത് പുഞ്ചിരിയും വിടർന്നു, തടിച്ച തിളങ്ങുന്ന ചുണ്ടുകൾക്കിടയിലൂടെ നല്ലപോലെ വെളുത്ത പല്ലുകൾ കാണായി.

"ഇയാൾക്ക് സ്പാനിഷറിയാം", സോക്രട്ടീസ് പറഞ്ഞു. എന്നിട്ട് അപരിചിതന്റെ നേരെത്തിരിഞ്ഞ് പ്രോത്സാഹിപ്പിച്ചു "പറയൂ, മിസ്റ്റർ ദരാസ്റ്റിനു പറഞ്ഞുകൊടുക്കൂ."

സോക്രട്ടീസ് നൃത്തം വെച്ചുകൊണ്ട് മറ്റൊരു കൂട്ടത്തിനു നേരെ നീങ്ങി. അപരിചിതന്റെ പുഞ്ചിരി മാഞ്ഞു, ദരാസ്റ്റിനെ സാകൂതം നോക്കി.

"കേൾക്കാൻ താത്പര്യമുണ്ടോ ക്യാപ്റ്റൻ?"

"ഞാൻ ക്യാപ്റ്റനല്ല" ദരാസ്റ്റ് പറഞ്ഞു.

"അതു സാരമില്ല. പക്ഷേ നിങ്ങളൊരു വലിയ പ്രഭുവല്ലേ? സോക്രട്ടീസു എന്നോടു പറഞ്ഞല്ലോ."

"അല്ല, ഞാൻ പ്രഭുവല്ല. പക്ഷേ എന്റെ മുത്തച്ഛൻ പ്രഭുവായിരുന്നു. മുത്തച്ഛന്റെ അച്ഛനും അവർക്കു മുമ്പുണ്ടായിരുന്നവരുമൊക്കെ. ഇപ്പോൾ ഞങ്ങളുടെ നാട്ടിൽ പ്രഭുക്കളില്ല."

"ആഹാ! മനസ്സിലായി. അതായത് എല്ലാവരും പ്രഭുക്കളാണെന്നർത്ഥം."

"അല്ല, അങ്ങനെയല്ല.. പ്രഭുക്കളുമില്ല, സാധാരണക്കാരുമില്ല."

അപരിചിതൻ അല്പമൊന്നാലോചിച്ചു, എന്നിട്ട് ഉറപ്പിച്ചു.

"അതായത് ആർക്കും പണിയെടുക്കേണ്ടതില്ല. ആർക്കും കഷ്ടങ്ങളില്ല."

"ഉവ്വ്, ലക്ഷോപലക്ഷം പേർക്ക്."

"അതുതന്നെയല്ലേ സാധാരണക്കാർ?"

"ആ തരത്തിൽ ശരി, സാധാരണക്കാർ. പക്ഷെ അധികാരികൾ പോലീസും കച്ചവടക്കാരുമാണ്."

മുളാറ്റോയുടെ കാരുണ്യം നിറഞ്ഞ മുഖം ചുളിഞ്ഞു, അയാൾ പരാതിപ്പെട്ടു. "ഹും വാങ്ങലും വില്ക്കലും ങ്ഹേ? എന്തൊരു വൃത്തികെട്ട പണി. പിന്നെ പോലീസിന്റെയൊപ്പം നായ്ക്കളല്ലേ ഭരിക്കുക?"

അയാൾ പൊടുന്നനെ പൊട്ടിച്ചിരിച്ചു.

"നിങ്ങൾ? നിങ്ങൾക്ക് വിൽപ്പനയാണോ?"

"ഹേയ്! അല്ല. ഞാൻ പാലങ്ങളും റോഡുകളും ഉണ്ടാക്കുന്നവനാണ്."

"അതു കൊള്ളാം. ഞാൻ കപ്പലിലെ കുശിനിക്കാരനാണ്. വേണമെങ്കിൽ നിങ്ങൾക്ക് പരിപ്പുകറി ഉണ്ടാക്കിത്തരാം."

"ശരി."

കുശിനിക്കാരൻ ദരാസ്റ്റിനോട് ചേർന്നു നിന്ന് അയാളുടെ കൈയിൽ പിടിച്ചു.

"ദേ, കേട്ടോളൂ, നിങ്ങളു പറഞ്ഞത് എനിക്കിഷ്ടമായി. ഇനി ഞാൻ പറയുന്നത് കേട്ടോളൂ നിങ്ങൾക്ക് ഇഷ്ടപ്പെട്ടെന്നു വരും."

ഗേയ്റ്റിനടുത്ത് മുളങ്കൂട്ടത്തിനു കീഴിലുള്ള നനഞ്ഞ ബെഞ്ചിലേക്ക് കുശിനിക്കാരൻ ദരാസ്റ്റിനെ കൂട്ടി കൊണ്ടുപോയി.

"ഞാൻ ഇഗ്വാപേക്കു പുറത്ത് കടലിലായിരുന്നു, ഞങ്ങളുടേത് ഒരു കൊച്ചു കപ്പലായിരുന്നു, ഈ തീരദേശത്തെ ഹാർബറുകളിൽ ചരക്കുകളെത്തിച്ചു കൊടുക്കുന്ന കൊച്ചു കപ്പൽ. ഒരിക്കൽ കപ്പലിന് തീപ്പിടിച്ചു. എന്റെ കുറ്റം കൊണ്ടല്ല കേട്ടോ. എനിക്ക് എന്റെ പണി നന്നായറിയാം. അതല്ല, ഇതു വെറും ദുർവിധി. ലൈഫ് ബോട്ടുകളിറക്കി. രാത്രി കടലു വല്ലാതെ ക്ഷോഭിച്ചു, ബോട്ട് തലകീഴു മറിഞ്ഞു, ഞാൻ മുങ്ങി. വെള്ളത്തിനു മുകളിൽ പൊന്തിയപ്പോൾ ബോട്ട് തലയ്ക്കു മുട്ടി. ഞാനൊഴുകി. രാത്രി, വല്ലാത്ത ഇരുട്ട്. അനന്തമായ ജലപ്പരപ്പ്, മാത്രമല്ല എനിക്ക് നീന്തൽ വശമില്ലായിരുന്നു, ആകെ പേടിയായി. അപ്പോഴാണ് അങ്ങു ദൂരെ ഒരു വെളിച്ചം കണ്ടത്, എനിക്കു മനസ്സിലായി ഇഗ്വാപേയിലെ നന്മ നിറഞ്ഞ യേശുവിന്റെ പള്ളിയാണതെന്ന്. ഞാൻ യേശുവിനോടു പ്രാർത്ഥിച്ചു. എന്നെ രക്ഷിച്ചാൽ അടുത്ത പെരുനാളിന് നൂറ് റാത്തൽ ഭാരമുള്ള കല്ലു ചുമന്നു കൊണ്ടുപോകാമെന്ന്, എന്നെ വിശ്വസിക്കണമെന്നില്ല, പക്ഷേ സമുദ്രം ശാന്തമായി, എന്റെ ഹൃദയവും. ഞാൻ പതുക്കെ നീന്തി, കരക്കണഞ്ഞു, സന്തോഷമായി. നാളെ ഞാനെന്റെ വാക്കു പാലിക്കും."

അയാൾ ദരാസ്റ്റിനെ സംശയത്തോടെ വീക്ഷിച്ചു. "നിങ്ങൾ ചിരിക്കുന്നു."

"ഇല്ലില്ല ഞാൻ ചിരിക്കുന്നില്ല, മനുഷ്യന്മാർ വാക്കു പാലിച്ചേ തീരൂ."

കുശിനിക്കാരൻ ദരാസ്റ്റിന്റെ പുറത്തു തട്ടി.

“വരൂ, എന്റെ സഹോദരന്റെ വീട്ടിലേക്കു വരൂ, പരിപ്പുകറി ഉണ്ടാക്കി ത്തരാം.”

“വേണ്ട, എനിക്ക് വേറെയും പലതും ചെയ്യാനുണ്ട്. നിങ്ങൾക്ക് സൗകര്യമാണെങ്കിൽ ഇന്ന് വൈകുന്നേരമായാലോ?”

“കൊള്ളാം. പക്ഷേ ഇന്നു രാത്രി ആ വലിയ കുടിലിൽ പാട്ടും പ്രാർത്ഥ നയുമൊക്കെയാണ്, ഗീവറുഗീസു പുണ്യവാളന്റെ പെരുന്നാളാണ്.”

ദരാസ്റ്റ് ചോദിച്ചു അയാളും നൃത്തം ചെയ്യുമോയെന്ന്. കുശിനി ക്കാരന്റെ മുഖം തീവ്രമായി, “ഇതാദ്യമായി അയാളുടെ കണ്ണുകളിൽ ചാഞ്ചല്യം.

“ഇല്ലില്ല, ഞാൻ നൃത്തം ചെയ്യില്ല. നാളെ എനിക്ക് കല്ലു ചുമയ്ക്കാനു ള്ളതല്ലേ? അതിന് നല്ല ഭാരമുണ്ട്. ഇന്നു വൈകിട്ട് ഉത്സവത്തിനു ചേരും, എന്നിട്ട് അധികം വൈകാതെ തിരിച്ചു പോരും.”

“ആട്ടവും പാട്ടും ഒരു പാടു നേരം നീണ്ടുനിൽക്കുമോ?”

“രാത്രി മുഴുവനും പിന്നെ പുലർച്ചവരെ”

അയാൾ അൽപം ലജ്ജയോടെ ദരാസ്റ്റിനെ നോക്കി.

“വരൂ, നൃത്തത്തിനു വരൂ. അതിനു ശേഷം എന്നെ വീട്ടിലേക്കു കൊണ്ടു ചെന്നാക്കൂ. അല്ലെങ്കിൽ ഞാനവിടെത്തന്നെ നിന്ന് നൃത്തം ചെയ്തുകൊണ്ടേയിരിക്കും. എനിക്ക് ഒരു പക്ഷേ അതിൽ നിന്ന് ഒഴിഞ്ഞു മാറാനാവില്ല.”

“നിങ്ങൾക്ക് നൃത്തം ചെയ്യാനിഷ്ടമാണോ?”

“ആണെന്നോ? വല്യ ഇഷ്ടമാണ്. മാത്രമല്ല ചുരുട്ടും, സ്ത്രീകളും, പുണ്യവാളന്മാരും ഒക്കെയുള്ളതല്ലേ എല്ലാമങ്ങ് മറന്നുപോകും, നിയ ന്ത്രണം വിട്ടുപോകും.”

“ആങ്ഹാ സ്ത്രീകളുമുണ്ടാകുമോ? നഗരത്തിലെ സ്ത്രീകൾ മുഴുവനും?”

“ഇല്ലില്ല നഗരത്തിലെയല്ല, കുടിലുകളിലെ സ്ത്രീകൾ.”

കുശിനിക്കാരന്റെ മുഖത്ത് വീണ്ടും ചിരി പരന്നു. “വരൂ നിങ്ങളെന്റെ ക്യാപ്റ്റനാണ്, ഞാൻ നിങ്ങളെ അനുസരിക്കും. നാളെ എന്റെ ശപഥം നിറവേറ്റാൻ നിങ്ങളെന്നെ സഹായിക്കും.”

ദരാസ്റ്റിന് അല്പം നീരസം തോന്നാതിരുന്നില്ല. ശുദ്ധ അസംബന്ധം ഇയാളു ശപഥം, ചെയ്തെങ്കിൽ തനിക്കെന്ത് ബാധ്യത? പക്ഷേ തന്നെ നോക്കി വിശ്വാസത്തോടെ പുഞ്ചിരിക്കുന്ന ആകർഷകവും ആത്മാർത്ഥ വുമായ മുഖം, ആരോഗ്യവും ഓജസ്സും തുളുമ്പുന്ന ഇരുണ്ട ചർമ്മം. അയാളതു നോക്കി നിന്നു.

"ശരി ഞാൻ വരാം. ഇപ്പോ നമുക്കൊന്നിച്ച് അല്പം നടക്കാം."

തനിക്ക് പാനീയം നൽകി സത്കരിച്ച ആ കറുത്ത പെൺകുട്ടി അയാള റിയാതെ മനസ്സിലേക്ക് കടന്നു വന്നു.

അവർ ഉദ്യാനത്തിൽ നിന്നു പുറത്തു കടന്നു, ചെളി നിറഞ്ഞ തെരുവുകളിലൂടെ നടന്ന് മഴക്കുഴികൾ നിറഞ്ഞ ചത്വരത്തിലെത്തി, ചുറ്റുമുള്ള താണ കെട്ടിടങ്ങൾ കൊണ്ടാവണം ചത്വരത്തിന് വലിപ്പം തോന്നിച്ചു. മഴക്ക് ശക്തി കൂടിയിരുന്നില്ലെങ്കിലും ചെത്തിത്തേച്ച ചുമരുകളിലൂടെ ഈർപ്പം ഒലിച്ചിറങ്ങി. നദിയുടേയും മരങ്ങളുടേയും പതിഞ്ഞ ശബ്ദങ്ങൾ വിശാലമായ ആകാശം ഒപ്പിയെടുത്ത് അവരുടെ കാതുകളിലെത്തിച്ചു. അവർ ഒപ്പത്തിനൊപ്പം ചുവടുപിടിച്ചു നടന്നു, ദരാസ്റ്റിന്റെ അമർത്തിയ കനത്ത ചുവടുകൾ, കുശിനുക്കാരന്റേത് ലാഘവവും ഇലാസ്തികതയുമുള്ളവ. ഇടയ്ക്കിടെ കുശിനിക്കാരൻ തലയുയർത്തി സഹചാരിയെ നോക്കി പുഞ്ചിരിക്കും. അവർ പള്ളിയുടെ നേർക്കാണ് നടന്നത്. വീടുകൾക്കുപരിയായി ഉയർന്നു നില്ക്കുന്ന ഗോപുരങ്ങൾ. ചത്വരത്തിന്റെ അറ്റത്തെത്തിയപ്പോൾ അവർ മൺപാതകളിലേക്ക് തിരിഞ്ഞു, തിരുതകൃതിയായി ഭക്ഷണം പാചകം ചെയ്യുന്ന ഗന്ധങ്ങൾ, ഇടയ്ക്കിടെ പ്ലെയിറ്റോ പാത്രമോ കൈയ്യിലെടുത്ത ഒരുത്തി വാതിലിലൂടെ കൗതുകത്തോടെ വെളിയിലേക്കുറ്റു നോക്കി. ഉടൻ തന്നെ അപ്രത്യക്ഷമാവുകയും ചെയ്തു. പള്ളിയുടെ മുന്നിലൂടെ അവർ പട്ടണത്തിന്റെ പഴയ ഭാഗത്തെത്തി അതേതരം താണ വീടുകൾ, അദൃശ്യയായ നദിയുടെ ശബ്ദം ആകസ്മികമായെന്നോണം കേട്ടു തുടങ്ങി. കുടിലുകളുടെ പിന്നിലെത്തിയിരിക്കുന്നു, ദരാസ്റ്റിന് പരിചിതമായിരുന്ന സ്ഥലം.

"ശരി എന്നാൽ ഇനി ഞാൻ പോട്ടെ? വൈകുന്നേരം കാണാം." കുശിനിക്കാരൻ പറഞ്ഞു.

"ശരി പള്ളിക്കു മുന്നിൽ."

കുശിനിക്കാരൻ ദരാസ്റ്റിന്റെ കൈ വിട്ടില്ല. അയാൾക്കൊരു പരുങ്ങൽ. അവസാനം രണ്ടും കല്പിച്ചെന്നോണം ചോദിച്ചു.

"നിങ്ങളൊരിക്കലും ദൈവത്തെ വിളിച്ചിട്ടില്ലേ?, വഴിപാടു നേർന്നിട്ടില്ലേ?"

"ഉണ്ടെന്നു തോന്നുന്നു ഒരിക്കൽ."

"കപ്പൽ ചേതം സംഭവിച്ചപ്പൊഴാണോ?."

"അങ്ങനെയെങ്കിൽ അങ്ങനെ." ദരാസ്റ്റ് പരുഷമായി കൈ വലിച്ചെടുത്തു. പക്ഷെ തിരിഞ്ഞു നടക്കുന്നതിനു മുമ്പ് കുശിനിക്കാരന്റെ കണ്ണുകളുമായിടഞ്ഞു. അല്പമൊന്നു മടിച്ചു നിന്നശേഷം അയാൾ പുഞ്ചിരിച്ചു.

"ഓ! നിങ്ങളോടു പറഞ്ഞേക്കാം, അതത്ര വലിയ കാര്യമല്ലെങ്കിലും. ഞാൻ കാരണം ഒരാൾ മരിച്ചുപോയേനെ. അന്ന് ഞാൻ വിളിച്ചെന്നു തോന്നുന്നു."

"നിങ്ങളെന്തെങ്കിലും നേർന്നുവോ?"

"ഇല്ല, നേരേണ്ടതായിരുന്നു?"

"ഒരുപാടുകാലം മുമ്പ്?"

അല്ല, ഇവിടേക്കു വരുന്നതിന് അല്പം മുമ്പ്."

കുശിനിക്കാരൻ രണ്ടു കൈകൾകൊണ്ടും താടിയുഴിഞ്ഞു. അയാളുടെ കണ്ണുകളിൽ തിളക്കം.

"അതെ നിങ്ങൾ ശരിക്കുമൊരു ക്യാപ്റ്റനാണ്, എന്റെ വീട് ഇനി മുതൽ നിങ്ങളുടേതും കൂടിയാണ് മാത്രമല്ല, എന്റെ വഴിപാട് പൂർത്തിയാക്കാൻ നിങ്ങളെന്നെ സഹായിക്കും, സ്വന്തം വഴിപാടെന്നപോലെ. അത് നിങ്ങൾക്കും നല്ലതു വരുത്തും."

ദരാസ്റ്റ് പുഞ്ചിരിച്ചു. "പക്ഷേ എനിക്കങ്ങനെ തോന്നുന്നില്ല"

"നിങ്ങൾ വലിയ അഭിമാനിയാണ്, ക്യാപ്റ്റൻ"

"ആയിരുന്നു, ഇപ്പോഴല്ല. ഇപ്പോൾ ഞാനേകനാണ്. പക്ഷേ ഒരു കാര്യം ചോദിക്കട്ടെ നിങ്ങളുടെ നല്ലവനായ യേശു എപ്പോഴും നിങ്ങളുടെ വിളി കേട്ടിട്ടുണ്ടോ?"

"എപ്പോഴും.........? ഇല്ല, ക്യാപ്റ്റൻ"

"അപ്പോൾപ്പിന്നെ?"

കുശിനിക്കാരൻ ശിശുസഹജമായ ആഹ്ലാദത്തോടെ പൊട്ടിച്ചിരിച്ചു.

"അതു കൊള്ളാം, അവൻ സ്വതന്ത്രനാണല്ലോ, അല്ലേ?"

ക്ലബിൽ, ദരാസ്റ്റ് പൌരപ്രമുഖരോടൊപ്പം ഉച്ചഭക്ഷണം കഴിച്ചു. മേയർ പറഞ്ഞു നഗരത്തിലെ സന്ദർശകർക്കായുള്ള പുസ്തകത്തിൽ ഒപ്പു വെയ്ക്കണമെന്ന്. ഇഗ്വാപേയിലേക്കുള്ള അയാളുടെ വരവിന്, ആ മഹത്തായ സംഭവത്തിന് അടയാളമാകുമല്ലോ. അതിഥിയുടെ സദ്ഗുണങ്ങൾക്കും പ്രതിഭകൾക്കും ഉപരി, അതി മഹത്തായ ദേശത്തിലെ ആരാധ്യ പൌരന്റെ സരളതയെ പുകഴ്ത്താൻ ജഡ്ജി രണ്ടു മൂന്നു വാക്പ്രയോഗങ്ങൾ കണ്ടെത്തിയിരിക്കുന്നു. ദരാസ്റ്റ് ഇത്രയേ പറഞ്ഞുള്ളൂ, ഈ സുദീർഘമായ നിർമ്മാണ പദ്ധതി ലഭിച്ചതിൽ താനും തന്റെ കമ്പനിയും അത്യന്തം അഭിമാനം കൊള്ളുന്നു. ജഡ്ജി ആ വിനയത്തെ പ്രശംസിച്ചു. "ആണ് അതിരിക്കട്ടെ, പോലീസ് അധികാരിക്കുള്ള ശിക്ഷയെക്കുറിച്ച് ആലോചിച്ചുവോ?" ദരാസ്റ്റ് മന്ദസ്മിതത്തോടെ പറഞ്ഞു. "ഉവ്വ് പരിഹാരം കണ്ടുവെച്ചിട്ടുണ്ട്." തന്നോടുള്ള വ്യക്തിപരമായ ആനുകൂല്യമെന്ന നിലയ്ക്ക്, സവിശേഷമായ കരുണയെന്ന നിലയ്ക്ക് ആ വിഡ്ഢിക്ക് തന്റെ പേരിൽ മാപ്പുകൊടുക്കുക, ഈ മനോഹരമായ നഗരത്തേയും ഉദാരമതികളായ നഗരവാസികളെയും തനിക്ക് വല്ലാതങ്ങു ഇഷ്ടപ്പെട്ടു. ഇഗ്വാപേയിലെ താമസം ശാന്തിയുടേയും സൗഹാർദ്ദത്തിന്റേയും അന്തരീക്ഷത്തിൽ

തുടങ്ങണമെന്നാണ് തന്റെ ആഗ്രഹം. ജഡ്ജി പുഞ്ചിരിയോടെ ദത്തശ്രദ്ധം കേട്ടു, തലയാട്ടി. നിമിഷനേരം ആലോചിച്ചുനിന്നു ഒരു പണ്ഡിതനെപ്പോലെ വാക്കുകൾ തിരഞ്ഞെടുക്കാനായിട്ടെന്നോണം. എന്നിട്ട് സന്നിഹിതരായവരെ വിളിച്ചു പറഞ്ഞു, "കരഘോഷത്തോടെ മഹത്തായ ഫ്രഞ്ചു ദേശത്തിന്റെ മഹാമനസ്കതയെ വാഴ്ത്തുക." വീണ്ടും ദരാസ്റ്റിനു നേരെ തിരിഞ്ഞ് തനിക്ക് തൃപ്തിയായെന്നു പ്രഖ്യാപിച്ചു. അങ്ങനെയാണെങ്കിൽ ഇന്നത്തെ അത്താഴം പോലീസുമുഖ്യനോടൊപ്പമാവട്ടെ എന്നും. പക്ഷെ ദരാസ്റ്റു പറഞ്ഞു തനിക്ക് കുടിലുകളിലെ നൃത്താഘോഷത്തിനുള്ള ക്ഷണം കിട്ടിയിട്ടുണ്ടെന്ന്. "ഓ! അതു ശരി, എനിക്കതിൽ സന്തോഷമേയുള്ളു. ഞങ്ങളുടെ ജനങ്ങളെ നിങ്ങൾക്ക് ഇഷ്ടപ്പെടാതിരിക്കാനാവില്ല." ജഡ്ജി പറഞ്ഞു.

വൈകിട്ട് അന്നു രാവിലെ ദരാസ്റ്റു സന്ദർശിച്ച കുടിലിലെ തീക്കുണ്ഡത്തിനു ചുറ്റുമായി ദരാസ്റ്റും കപ്പലിലെ കുശിനിക്കാരനും അയാളുടെ സഹോദരനും ഇരുന്നു. തീയണഞ്ഞ് ചാരമായിരിക്കുന്നു. അയാൾ തിരിച്ചു ചെന്നതിൽ വൃദ്ധസഹോദരന് വലിയ ആശ്ചര്യം കണ്ടില്ല. വൃദ്ധൻ സ്പാനിഷ് തീരെ അറിയാത്തതു കാരണമാവും സംസാരിച്ചതേയില്ല. തലയാട്ടിയതേയുള്ളു. കുശിനിക്കാരൻ താൻ കണ്ട കത്തീഡ്രലുകളുടെ കാര്യം പറഞ്ഞു, പിന്നെ പരിപ്പു സൂപ്പിലേക്കു കടന്നു. ഇരുട്ടു വീണു കഴിഞ്ഞിരുന്നു, കുശിനിക്കാരനേയും സഹോദരനേയും കാണാൻ പ്രയാസമുണ്ടായിരുന്നില്ലെങ്കിലും, പിന്നിലിരിക്കുന്ന വൃദ്ധയുടേയും തന്നെ സത്കരിച്ച പെൺകുട്ടിയുടേയും രൂപങ്ങൾ അയാൾക്ക് കണ്ടെടുക്കാനായില്ല. താഴെ നിന്ന് നദിയുടെ വിരസമായ ശബ്ദം പൊന്തി വന്നു.

കുശിനിക്കാരൻ എഴുന്നേറ്റു "സമയമായി." അവരെഴുന്നേറ്റു, പക്ഷെ സ്ത്രീകൾ അനങ്ങിയില്ല. പുരുഷന്മാർ മാത്രം പുറത്തേക്കുപോയി. വിളറിയ കറുപ്പു നിറം പൂണ്ട ആകാശത്തിന് ദ്രവസമാനത. സുതാര്യമായ ഇരുട്ട്, ചക്രവാളത്തിൽ നക്ഷത്രങ്ങൾ മിന്നിത്തിളങ്ങാൻ തുടങ്ങി. ആകാശത്തിലെ അവസാനത്തെ വിളക്കുകൾ പെട്ടന്ന് തന്നെ അണഞ്ഞ് ഒന്നൊന്നായി നദിയിലേക്കു പൊഴിഞ്ഞു വീണു. വീർപ്പുമുട്ടിക്കുന്ന അന്തരീക്ഷത്തിന് വെള്ളത്തിന്റെയും പുകയുടെയും മണം. അടുത്തുള്ള വലിയ കാടിന്റെ, അതു നിശ്ചലമാണെങ്കിലും ശബ്ദങ്ങളും കേൾക്കാം. പൊടുന്നനെ ദൂരെ നിന്ന് പെരുമ്പറകളുടേയും പാട്ടിന്റെയും ശബ്ദങ്ങൾ അടുത്തടുത്തു വന്നു, അവസാനം നിലച്ചു. തുടർന്ന് കറുത്ത പെൺകുട്ടികളുടെ ഒരു ഘോഷയാത്ര, വെളുത്ത പരുക്കൻ പട്ടുകൊണ്ടുള്ള പാവാട അരക്കെട്ടിൽ താഴ്ത്തിയുടുത്തിരിക്കുന്നു, അവർക്കു പിറകിലായി ചുവന്ന നിറത്തിലുള്ള ഇറുകിയ കുപ്പായം ധരിച്ച ഒരു നീഗ്രോ, അയാളുടെ കഴുത്തിൽ ബഹുവർണ്ണങ്ങളിലുള്ള ദന്തമാലകൾ. അയാളാണ് നേതാവ്, അയാൾക്കു പിന്നിൽ വെളുത്ത പൈജാമ ധരിച്ച പുരുഷന്മാർ, പിന്നെ

ത്രികോണങ്ങളും പരന്ന കൊച്ചു പെരുമ്പറകളുമേന്തിയ പാട്ടുകാർ. കുശിനിക്കാരൻ പറഞ്ഞു പുരുഷന്മാരോടൊപ്പം ചേരാമെന്ന്.

നദിയുടെ അരികു പറ്റി ഏറ്റവും അവസാനത്തെ കുടിലിൽ നിന്ന് നൂറു നൂറു വാരകൾ അകലെയായി അവരെത്തിച്ചേർന്ന കുടിലിന് നല്ല വലിപ്പവും, സൗകര്യവുമുണ്ട്. ചെത്തിത്തേച്ച നഗ്നമായ ചുമരുകൾ. മൺതറ, ഓല മേഞ്ഞ കൂരയെ താങ്ങി നിർത്തുന്നു നടുവിലുള്ള മുളന്തൂണ്. ഒരറ്റത്തായി ഓലമെടഞ്ഞുണ്ടാക്കിയ അൾത്താര, അവിടെ കത്തി കൊണ്ടിരുന്ന ഏതാനും മെഴുകുതിരികൾക്ക് മുറിയുടെ പകുതിഭാഗം പോലും പ്രകാശമാനമാക്കാനായില്ല. അൾത്താരയിൽ ഗീവറുഗീസു പുണ്യവാളൻ വ്യാളിയെ കീഴ്പ്പെടുത്തുന്ന ആകർഷകമായ വർണ്ണചിത്രം. അൾത്താരക്കടിയിൽ ടൊക്കോക്കോ ശൈലിയിലുള്ള ഒരു പൊത്തിൽ ഒരു മെഴുകുതിരിക്കും ഒരു പാത്രം വെള്ളത്തിനുമിടയിലായി ചുവപ്പു ചായ മടിച്ച് രണ്ടു കൊമ്പുകളുള്ള ദേവതയുടെ ഒരു മൺപ്രതിമ, ക്രോധം നിറഞ്ഞ നോട്ടം, കൈയിൽ ഗിൽറ്റുകടലാസുകൊണ്ടുണ്ടാക്കിയ അമിത വലിപ്പത്തിലുള്ള വാൾ.

കുശിനിക്കാരൻ ദരാസ്റ്റിനെ വാതിലിനടുത്തുള്ള ഒരു കോണിലേക്കു നയിച്ചു, അവരവിടെ ചുമർ ചാരി നിന്നു. "ഇതാവുമ്പോ ആരേയും ബുദ്ധിമുട്ടിക്കാതെ നമുക്ക് പുറത്തേക്കു പോകാം." കുടിലിനകത്ത് ആളുകൾ തിങ്ങി നിറഞ്ഞിരുന്നു. വല്ലാത്ത ഉഷ്ണം. അൾത്താരയുടെ ഇരുവശത്തുമായി ഗായകസംഘം നിലയുറപ്പിച്ചു. സ്ത്രീപുരുഷന്മാർ ഇരട്ട വൃത്തങ്ങളായി പിരിഞ്ഞു. ഏറ്റവും മധ്യത്തിലായി ചുവന്ന കുപ്പായമിട്ട നേതാവ്, അകത്തെ വൃത്തത്തിൽ പുരുഷന്മാർ, അതിനു ചുറ്റുമായി വട്ടത്തിൽ സ്ത്രീകൾ. ദരാസ്റ്റ് കൈകൾ മടക്കിക്കെട്ടി ചുമരു ചാരി നിന്നു.

വൃത്താകൃതിയിൽ നിന്നിരുന്ന നൃത്തക്കാരെ വകഞ്ഞു മാറ്റി നേതാവ് അവരുടെ നേർക്കു വന്നു, ഗൌരവത്തിൽ കുശിനിക്കാരനോട് എന്തോ ചിലതു പറഞ്ഞു. "ക്യാപ്റ്റൻ കൈകൾ വിടർത്തിയിടൂ" കുശിനിക്കാരൻ ദരാസ്റ്റിനോടു പറഞ്ഞു. "ഇങ്ങനെ കൈയ്യും കെട്ടി നിന്നാൽ പുണ്യവാളന്റെ ചൈതന്യത്തിന് നിങ്ങളിലേക്ക് ഇറങ്ങി വരാനാവില്ല." ദരാസ്റ്റ് അനുസരണയോടെ കൈകൾ താഴ്ത്തിയിട്ടു. ചുമലിലേക്കു ചാരി നില്ക്കുന്ന നീണ്ട ഭാരിച്ച ശരീരം, വലിയ മുഖത്ത് മിന്നിത്തിളങ്ങുന്ന വിയർപ്പുതുള്ളികൾ, എല്ലാം കൂടി ദരാസ്റ്റിനെ കണ്ടാൽ തോന്നും കരുണാമയനായ പ്രാകൃത ദൈവമാണെന്ന്. നേതാവ് അവരെ നോക്കി, തൃപ്തിയോടെ സ്വസ്ഥാനത്തേക്കു പോയി. താമസിയാതെ അത്യുച്ചത്തിൽ അയാൾ ഒരു പാട്ടിനു തുടക്കം കുറിച്ചു. പെരുമ്പറയുടെ അകമ്പടിയോടെ ബാക്കിയുള്ളവർ അതേറ്റു പാടി. രണ്ടു വൃത്തങ്ങളും വിപരീതദിശകളിലേക്ക് കറങ്ങി. ദ്രുതഗതിയിൽ അരക്കെട്ട് കുലുക്കി അമർത്തിച്ചവിട്ടുന്ന രണ്ടു വൃത്തങ്ങൾ നൃത്തത്തിന് അൽപമൊരു കൊഴുപ്പേകി.

ഉഷ്ണം കൂടുകയാണ്. പക്ഷേ നൃത്തത്തിലെ അർദ്ധവിരാമങ്ങൾ കുറഞ്ഞു, പൂർണ്ണവിരാമങ്ങൾ പാടെ നിലച്ചു പോയ മട്ട്. ചുവടുവെയ്പുകൾക്ക് വേഗത കൂടിക്കൂടി വന്നു. നൃത്തക്കാരുടെ താളം മന്ദഗതിയിലാക്കാതെ, അവരെ വകഞ്ഞു മാറ്റി നൃത്തം ചെയ്തുകൊണ്ടു തന്നെ നേതാവ് അൾത്താരക്കു നേരെ ചുവടുകൾ വെച്ചു. കൈയിൽ ഒരു ഗ്ലാസ് വെള്ളവും കത്തുന്ന മെഴുകുതിരിയുമായ് തിരിച്ചു വന്നു. മെഴുകുതിരി നടുവിൽ വെച്ച്, അതിനു ചുറ്റും രണ്ടു വട്ടം വെള്ളമൊഴിച്ചു, നിന്നയിടത്തുനിന്ന് ഭ്രാന്തനെപ്പോലെ മേൽക്കൂരയിലേക്കു നോക്കി. അയാളുടെ ദേഹമാകെ വലിഞ്ഞു മുറുകിയിരുന്നു, അയാളെന്തിനോ വേണ്ടി കാത്തു നില്ക്കയാണ്."ഗീവറുഗീസു പുണ്യവാളൻ ഇതാ എത്തിപ്പോയി, നോക്കൂ നോക്കൂ" തുറിച്ച കണ്ണുകളുമായി കുശിനിക്കാരൻ ദരാസ്റ്റിന്റെ ചെവിയിലോതി.

ശരിയായിരുന്നു, ചിലർ ഒരു തരം മയക്കത്തിലായിരുന്നു, കൈകൾ ഇടുപ്പിൽ വെച്ച് ഉറച്ച ചുവടുകളും ശൂന്യദൃഷ്ടികളുമായി അവർ നൃത്തം ചെയ്തു. മറ്റു ചിലരുടെ താളവേഗം ഇരട്ടിച്ചു, അവർ മുന്നോട്ടു പിന്നോട്ടും വളയാനും, അസ്ഫുടമായ വിലാപങ്ങൾ ഉതിർക്കാനും തുടങ്ങി. വിലാപങ്ങളുടെ സ്വരം ക്രമേണ ഉച്ചത്തിലായി അവസാനം അത് ഒരു വലിയ ആർത്തനാദമായി പരിണമിച്ചു, നേതാവ് കോമരത്തെപ്പോലെ ഊർദ്ധ്വദൃഷ്ടികളോടെ, തൊണ്ട തുറന്ന് അസ്ഫുടമായ വാക്കുകളിൽ സുദീർഘമായി വിലപിച്ചു. ഒരേ വാക്കു തന്നെ പലതവണ ആവർത്തിക്കപ്പെട്ട വിലാപം. "കണ്ടോ അയാൾ പറയുന്നു, താനാണ് ദൈവത്തിന്റെ യുദ്ധക്കളമെന്ന്." കുശിനിക്കാരന്റെ സ്വരമാറ്റം ശ്രദ്ധിച്ച ദരാസ്റ്റ് അയാളെ ഉറ്റു നോക്കി. മുന്നോട്ടു ആഞ്ഞ് നിന്ന നിലയിൽ മുഷ്ടികളുരുട്ടി, കണ്ണുകൾ തുറിച്ച് അയാൾ മറ്റുള്ളവരുടെ ചുവടുകൾ അനുകരിക്കുകയായിരുന്നു. അപ്പോഴാണ് ദരാസ്റ്റ് ശ്രദ്ധിച്ചത്, താനും കാലുകളിളക്കാതെ ഭാരിച്ച ശരീരവും പേറി കുറച്ചു നേരമായി നിന്ന നിലയിൽ നൃത്തം ചെയ്യുകയായിരുന്നെന്ന്.

പൊടുന്നനെ പെരുമ്പറകൾ അത്യുച്ചത്തിൽ മുഴങ്ങാൻ തുടങ്ങി, ചുവന്ന കുപ്പായമിട്ട നേതാവിന് വെറിയിളകിയിരിക്കുന്നു. തീപാറുന്ന കണ്ണുകളുമായി കൈകളും കാലുകളും ചുഴറ്റിക്കൊണ്ട് ഓരോ കാലിലും മാറിമാറി നിന്ന്, കാൽമുട്ടുകൾ മടക്കിയുള്ള ആട്ടം, അയാളുടെ അവയവങ്ങൾ ഏതു നിമിഷവും കൊഴിഞ്ഞു വീഴുമെന്ന പ്രതീതി. പൊടുന്നനെ ആട്ടം നിറുത്തി കാണികളെ അഭിമാനത്തോടെ അതിഭീകരമായ മുഖഭാവത്തോടെ വീക്ഷിച്ചു, പെരുമ്പറകൾ മുഴങ്ങിക്കൊണ്ടേയിരുന്നു. ഇരുണ്ട കോണിൽ നിന്ന് ഒരു നർത്തകൻ ചാടിയെഴുന്നേറ്റ് കോമരത്തിനു മുന്നിൽ മുട്ടു കുത്തി, ഒരു കൊച്ചു കഠാരി കാഴ്ച വെച്ചു. ചുറ്റുമുള്ള ആട്ടക്കാരിൽ നിന്നു കണ്ണെടുക്കാതെ കോമരം കഠാരി തലക്കു മുകളിൽ ചുഴറ്റി വീശി. ആ നിമിഷം ദരാസ്റ്റ് കണ്ടു, കുശിനിക്കാരൻ ആട്ടക്കാരോടൊപ്പം നൃത്തം ചെയ്യുന്നു, എപ്പോഴാണ് അയാൾ തന്നെ വിട്ടു പോയതെന്ന് ദരാസ്റ്റ് അറിഞ്ഞതേയില്ല.

മങ്ങിയ ചുവന്ന വെളിച്ചം, മൺതറയിൽ നിന്ന് ഉയർന്നുകൊണ്ടിരുന്ന പൊടി, വായുവിന് കട്ടിയേകി, ശരീരത്തിൽ ഒട്ടിപ്പിടിച്ചു, വീർപ്പുമുട്ടിച്ചു. ദരാസ്റ്റിന് വല്ലാത്ത ക്ഷീണം തോന്നി, ശ്വസിക്കാൻ വിഷമമായി വരുന്നു. ആട്ടക്കാർ, നൃത്തം ചെയ്തുകൊണ്ടിരിക്കെത്തന്നെ എവിടെന്നാണ് നീണ്ട ചുരുട്ടുകൾ സംഘടിപ്പിച്ചതെന്ന് അയാൾക്ക് മനസ്സിലായില്ല. ചുരുട്ടിന്റെ മണം കുടിലിനകത്ത് നിറഞ്ഞു നിന്നു, അയാൾക്ക് തല ചുറ്റുന്നതുപോലെ തോന്നി. നൃത്തം ചെയ്തുകൊണ്ട്, ചുരുട്ടു പുകച്ചുകൊണ്ട് തന്നെ കടന്നു പോയ കുശിനിക്കാരനെ അയാൾ കണ്ടു, “അരുത്, ചുരുട്ടു വലിക്കരുത്” അയാൾ തടുക്കാൻ ശ്രമിച്ചു, കുശിനിക്കാരൻ മുരണ്ടു, തളർന്നുവീഴാറായ മുഷ്ടിയുദ്ധക്കാരന്റെ മുഖഭാവം, നട്ടെല്ലിലൂടെ ഊർന്നിറങ്ങുന്ന വിറയൽ താളം പിഴക്കാതെ നടുവിലുള്ള തൂണിനെത്തന്നെ ശ്രദ്ധിച്ചുകൊണ്ട് നൃത്തം തുടർന്നു. അയാൾക്കു സമീപത്തായി തടിച്ച നീഗ്രോ സ്ത്രീ, മൃഗസദൃശമായ മുഖം ഇരുവശത്തേക്കും ആട്ടുന്നു, അവരും മുരണ്ടു കൊണ്ടേയിരുന്നു. പക്ഷെ ഇളം പെൺകിടാങ്ങളാണ് ഏറ്റവും ബീഭത്സ മായ പ്രകടനം കാഴ്ച വെച്ചത്.മോഹനിദ്രയിലെന്നപോലെ കാലുകൾ നിലത്തുറപ്പിച്ച്, അടിമുടി വിറച്ചു തുള്ളി. ശിരസ്സുകൾ, ശരീരത്തിൽ നിന്ന് വിച്ഛേദിക്കപ്പെട്ടതുപോലെ മുന്നോട്ടും പുറകോട്ടും ആടി. പിന്നീട് എല്ലാവരും ഒരുമിച്ച് മോങ്ങുവാൻ തുടങ്ങി, അവസാനിക്കാത്ത നീണ്ട കൂട്ടത്തോടെ യുള്ള നിലവിളി, ശ്വാസം വിടാനോ, ശബ്ദം ക്രമീകരിക്കാനോ നിർത്താത്ത അത്യുച്ചത്തിലുള്ള വിലാപം, കെട്ടുപിണഞ്ഞു കിടക്കുന്ന, ശരീരമാസകലം മുറുക്കിക്കെട്ടിയ പേശികളും ഞരമ്പുകളുമെല്ലാം ആ ഒരൊറ്റ നിലവിളിയി ലൂടെ അഴിഞ്ഞു പോകുന്നതു പോലെ, അന്നുവരെ നിശ്ശബ്ദമായിരുന്ന അകതാരിലെ വന്യമൃഗത്തിന്റെ ഗർജ്ജനം. വിലപിച്ചുകൊണ്ടുതന്നെ സ്ത്രീകൾ ഓരോരുത്തരായി വീഴാൻ തുടങ്ങി. കോമരം തന്റെ വലിയ മുഷ്ടികൾ കൊണ്ട് അവരുടെ ചെന്നിയിൽ പിടിച്ചമർത്തി, അവർ ഓരോ രുത്തരായി എഴുന്നേറ്റു, കാലുകൾ നിലത്തുറച്ചില്ലെങ്കിലും നൃത്തം തുടർന്നു, വിലാപം വീണ്ടും ആവർത്തിച്ചു, ആദ്യം മന്ദഗതിയിൽ പിന്നെ ഉച്ചത്തിൽ അതിവേഗത്തിൽ, വീണ്ടും വീണു, വീണ്ടും എഴുന്നേറ്റു, ഇങ്ങനെ ഒരുപാടു തവണ ഒരു പാടു നേരത്തേക്ക്, അവസാനം നിലവിളി കിതച്ചു കൊണ്ടുള്ള ഒരു തരം ചുമയായി പരിണമിച്ചു. ദരാസ്റ്റ് അത്യന്തം ക്ഷീണി തനായി, നിന്ന നിലയിലുള്ള നൃത്തം ചവിട്ടൽ കാരണം മാംസപേശി കൾക്കു പിരിമുറുക്കം, സ്വന്തം നിശ്ശബ്ദത അയാളെ ശ്വാസം മുട്ടിക്കുന്നു, കാലുകളിടറുന്നു. ചൂടും പൊടിയും ചുരുട്ടുകളുടെ പുകയും, ശരീരങ്ങളുടെ ചൂരും നിറഞ്ഞ വായു ശ്വസിക്കാനാവുന്നില്ല. അയാൾ കുശിനിക്കാരനെ തെരഞ്ഞു അയാൾ അപ്രത്യക്ഷനായിരിക്കുന്നു. ചുമരിൽ ഉരസിക്കൊണ്ട്, ഓക്കാനം അടക്കിക്കൊണ്ട് ദരാസ്റ്റ് നിലത്തിരുന്നു.

കണ്ണുകൾ തുറന്നപ്പോൾ അന്തരീക്ഷത്തിലെ വീർപ്പുമുട്ടലിന് മാറ്റ മില്ല, പക്ഷെ നിലവിളി നിലച്ചിരിക്കുന്നു. പെരുമ്പറകൾ മുഴങ്ങുന്നുണ്ട്.

കുടിലിന്റെ ഓരോ കോണിലും വെളുത്ത വിരിപ്പു പുതച്ച് ആളുകൾ കൂട്ടം കൂട്ടമായി ചുവടുവെയ്ക്കുന്നു. കുടിലിനു നടുവിലായി കോമരം വെച്ചിരുന്ന മെഴുകുതിരിയും വെള്ളവും ആരോ മാറ്റിയിരിക്കുന്നു, പകരം ഒരു കൂട്ടം കറുത്ത പെൺകുട്ടികൾ മോഹനിദ്രയിലെന്നവണ്ണം പതുക്കെ നൃത്തം ചെയ്യുന്നുണ്ട്, പശ്ചാത്തലത്തിലെ താളത്തിനേക്കാൾ മന്ദഗതിയിൽ. കണ്ണുകളടച്ച് കാൽവിരലുകളൂന്നി നിവർന്നുനിന്ന് നിന്ന നിലയിൽ പതുക്കെ ആടുകയാണ്. രണ്ടു തടിച്ച സ്ത്രീകളുടെ മുഖങ്ങൾ പനയോലത്തട്ട കൊണ്ട് മൂടിയിരിക്കുന്നു, സംഘത്തിനു നടുവിലായി ആകർഷകമായ രീതിയിൽ വസ്ത്രം ധരിച്ച ഒരു പെൺകുട്ടി. ദരാസ്റ്റ് അവളെ തിരിച്ചറിഞ്ഞു, തന്റെ ആതിഥേയന്റെ മകൾ. പച്ച നിറത്തിലുള്ള ചേല, നീല നിറത്തിലുള്ള ശിരോഭൂഷണം അതിൽ തൂവലുകൾ പിടിപ്പിച്ചിരിക്കുന്നു, കൈയിൽ പച്ചയും മഞ്ഞയും നിറമുള്ള അമ്പും വില്ലും, അമ്പിന്റെ തുമ്പത്ത് വർണ്ണശബളമായ ഒരു പക്ഷി. അവളുടെ മേദസ്സില്ലാത്ത മെലിഞ്ഞ ശരീരത്തിൽ ശിരസ്സ് പതുക്കെ ആടി, അല്പം പുറകോട്ടു ചാഞ്ഞ മോഹാലസ്യപ്പെട്ട മുഖത്ത് നിഷ്കളങ്കമായ വിഷാദം പ്രതിഫലിച്ചു. സംഗീതം നിലച്ചപ്പോഴൊക്കെ അർദ്ധമയക്കത്തിലെന്നപോലെ അവളുടെ കാലുകളിടറി. പക്ഷേ പെരുമ്പറകളുടെ കൊട്ട് അവൾക്ക് അദൃശ്യമായ ആലംബമേകുന്നപോലെ. ആ ആലംബത്തിനു ചുറ്റും അവൾ ഒരു കാട്ടുവള്ളിപോലെ ചുറ്റിപ്പിണഞ്ഞു കിടക്കുന്നെന്നപോലെ. സംഗീതത്തോടൊപ്പം സമനില തെറ്റിപ്പോകുമെന്ന മട്ടായപ്പോൾ തീക്ഷ്ണമെങ്കിലും ശ്രുതിമധുരമായ വിഹ്വലമായ ആക്രന്ദനത്തോടെ അവൾ നൃത്തം മതിയാക്കി.

മന്ദഗതിയിലുള്ള നൃത്തം ദരാസ്റ്റിനെ വല്ലാതെ ആകർഷിച്ചു, അയാൾ കറുത്ത വനദേവതയെത്തന്നെ ശ്രദ്ധിക്കുകയായിരുന്നു. കുശിനിക്കാരൻ പൊടുന്നെ അയാൾക്കു മുന്നിലെത്തി, വികൃതമായ മുഖം കണ്ണുകളിൽ നിന്ന് കാരുണ്യം അപ്രത്യക്ഷമായിരിക്കുന്നു, പകരം മുമ്പു കണ്ടിട്ടില്ലാത്ത ഒരു തരം ആസക്തി. നിർവ്വികാരനായി അപരിചിതനോടെന്നപോലെ ദരാസ്റ്റിനോടു പറഞ്ഞു "ക്യാപ്റ്റൻ നേരം ഏറെയായിരിക്കുന്നു. അവരീ രാത്രി മുഴുവനും നൃത്തം ചെയ്യും. പക്ഷേ നിങ്ങളിവിടെ ഇനിയുമിരിക്കുന്നത് അവർക്കിഷ്ടമല്ല." തലക്കു വല്ലാത്ത ഭാരം, ദരാസ്റ്റ് എഴുന്നേറ്റു, ചുമരു പിടിച്ച് വാതില്ക്കലേക്കു നടന്ന കുശിനിക്കാരനെ അനുഗമിച്ചു. ഉമ്മറപ്പടിയെത്തിയതും കുശിനിക്കാരൻ വഴിമാറിക്കൊടുത്തു, മുളവാതിൽ തുറന്നു പിടിച്ച് ദരാസ്റ്റ് പുറത്തേക്കിറങ്ങി. തിരിഞ്ഞു നിന്ന് പാചകക്കാരനോടു പറഞ്ഞു "വരൂ ഇനിയല്പം കൂടി കഴിഞ്ഞാൽ കല്ലു ചുമക്കാനുള്ളതല്ലേ?."

"ഞാനിവിടെത്തന്നെ നില്ക്കയാണ്," കുശിനിക്കാരൻ ദൃഢതയോടെ പറഞ്ഞു.

"നിങ്ങളുടെ നേർച്ച?" ഒരു കൈകൊണ്ട് വാതിൽ തുറന്നു പിടിച്ച് ദരാസ്റ്റ് ചോദിച്ചു.

മറുപടിയൊന്നും പറയാതെ കുശിനിക്കാരൻ വാതിൽ തള്ളി, ഒരു നിമിഷ നേരം അവരങ്ങനെ നിന്നു, അവസാനം ദരാസ്റ്റ് വഴങ്ങിക്കൊടുത്തു. ചുമലുകൾ കുലുക്കി അയാൾ തന്റെ വഴിക്കു പോയി.

ഉന്മേഷദായകമായ അനേകം സുഗന്ധങ്ങൾ രാത്രിയിൽ നിറഞ്ഞു നിന്നു. വനാന്തരത്തിനു മുകളിലായി ആകാശത്ത്, അദൃശ്യമായ പുകമറയ്ക്കപ്പുറത്തുനിന്ന് ഏതാനും നക്ഷത്രങ്ങൾ അവ്യക്തമായി മങ്ങി മങ്ങി പ്രകാശിക്കുന്നു. ഈർപ്പം നിറഞ്ഞ വായുവിന് ഭാരമുണ്ട്. എന്നാലും കുടിലിൽ നിന്നു പുറത്തേക്കിറങ്ങിയ ദരാസ്റ്റിന് സുഖകരമായ കുളിർമ അനുഭവപ്പെട്ടു. മഴക്കുഴികളിൽ വീഴാതിരിക്കാൻ പണിപ്പെട്ട് മദ്യപാനിയെപ്പോലെ ദരാസ്റ്റ് വഴുക്കുന്ന ചെരിവു കയറി. അടുത്തുള്ള കാട് വളരെ പതുക്കെ മുരളുന്നു. നദിയുടെ ശബ്ദം കൂടുതൽ സ്പഷ്ടമായി. ഈ ഭൂഖണ്ഡം മുഴുവനും രാത്രിയിൽ നിന്ന് ഉണരുകയാണ്, ദരാസ്റ്റിന് വല്ലാത്ത ഓക്കാനം തോന്നി. ഈ ഭൂഖണ്ഡത്തെ മുഴുവനും ഛർദ്ദിച്ചു കളയാനായെങ്കിൽ! ഇതിന്റെ വിശാലതയിൽ അടങ്ങിയിരിക്കുന്ന വിഷാദാത്മകത, വനങ്ങളുടെ ഘനശ്യാമളത, വിജനമായ അതിവിസ്തൃതമായ നദികളുടെ രാത്രിനേരത്തെ അലയടികൾ. അതിവിശാലമായ ഈ ഭൂഖണ്ഡത്തിൽ രക്തവും ഋതുക്കളും ഇടകലരുന്നു, സമയം ദ്രവമായി അനിർഗ്ഗളം ഒഴുകുന്നു. ഇവിടെ ജീവിതം മണ്ണാണ്, അതുമായി താദാത്മ്യം പ്രാപിക്കണമെങ്കിൽ ഇവിടത്തെ വരണ്ട മണ്ണിലോ ചെളിയിലോ കിടന്ന് വർഷങ്ങളോളം ഉറങ്ങേണ്ടിയിരിക്കുന്നു. അങ്ങു ദൂരെ യൂറോപ്പിൽ ലജ്ജയും ക്രോധവുമുണ്ട്. ഇവിടേയോ നിഷ്കാസിതർ, ഏകാന്തത, ചഞ്ചലചിത്തരായ, മരണം വരെ അപസ്മാരബാധിതരെപ്പോലെ നൃത്തം ചെയ്യുന്ന ഭ്രാന്തന്മാർ, ഊഷ്മളമായ രാത്രി, സസ്യജാലങ്ങളുടെ സുഗന്ധം നിറഞ്ഞു നില്ക്കുന്ന അന്തരീക്ഷം, മോഹനിദ്രയിലാണ്ട സുന്ദരിയായ പെൺകിടാവിന്റെ വിലാപം, -മുറിവേറ്റ കിളിയുടേതു പോലുള്ള അഭൗമമായ ആക്രന്ദനം- അയാളുടെ കാതുകളിലെത്തി.

തലയിൽ ആരോ ചവണ കൊണ്ടു വലിക്കുന്ന തരം ചെന്നിക്കുത്തുമായി പിറ്റേന്ന് ദരാസ്റ്റ് എഴുന്നേറ്റപ്പോൾ ഈർപ്പം നിറഞ്ഞ് ചൂട് നഗരത്തേയും വനാന്തരത്തേയും വീർപ്പുമുട്ടിച്ചു തുടങ്ങിയിരുന്നു. അയാൾ ഹോസ്പിറ്റലിന്റെ പൂമുഖത്ത് കാത്തു നിന്നു, ഇടയ്ക്കിടെ വാച്ചിലേക്കു നോക്കി. വാച്ചു നിന്നുപോയിരിക്കുന്നു, സമയമെന്തായെന്ന് അറിയില്ല, പകൽ വെട്ടിത്തിളങ്ങുന്നു, പക്ഷെ നഗരം നിശ്ശബ്ദമാണ്. അയാൾക്ക് അദ്ഭുതം തോന്നി. നരച്ച മേൽക്കൂരകൾക്കു മുകളിൽ തെളിഞ്ഞ നീലാകാശം. മഞ്ഞ നിറമുള്ള കഴുകന്മാർ ചൂടുകൊണ്ടാവണം ഹോസ്പിറ്റലിന് എതിർ വശത്തുള്ള വീടുകളുടെ മേൽക്കൂരകളിൽ ഇരുന്ന് ഉറങ്ങുന്നു. അതിലൊരെണ്ണം കൊക്കു തുറന്നു, ഒന്നു ചിറകടിച്ചു, പറന്നു പോകാൻ തയ്യാറായി. പൊടി പുരണ്ട ചിറകുകൾ രണ്ടു തവണ ശരീരത്തോടു

ചേർത്തടിച്ച് ഏതാനും ഇഞ്ചുകൾ മുകളിലേക്കുയർന്നു, വീണ്ടും താഴേക്കു വന്നിരുന്ന് ഉറക്കം തൂങ്ങി.

എഞ്ചിനിയർ ചത്വരത്തിലേക്കു നടന്നു. നടന്നു വന്ന തെരുവുകൾ പോലെ പ്രധാന ചത്വരവും വിജനമാണ്. അങ്ങു ദൂരെ നദിയുടെ ഇരുവശങ്ങളിലും കാടിനു മുകളിലായി മൂടൽമഞ്ഞ് തൂങ്ങിക്കിടന്നു. സൂര്യകിരണങ്ങൾ കുത്തനെ വീഴുന്നു, ദരാസ്റ്റ് തണലിനു വേണ്ടി ചുറ്റും നോക്കി. ഒരു വീടിന്റെ ഇറയത്തുനിന്ന് ഒരാൾ തന്നെ മാടി വിളിക്കുന്നത് അയാൾ കണ്ടു. അടുത്തെത്തിയപ്പോൾ മനസ്സിലായി സോക്രട്ടീസാണ്.

"എന്താ, മി.ദരാസ്റ്റ് ഇന്നലത്തെ ചടങ്ങുകളൊക്കെ ഇഷ്ടമായോ?"

ദരാസ്റ്റ് പറഞ്ഞു കുടിലിനകത്ത് വല്ലാത്ത ഉഷ്ണമായിരുന്നെന്ന്. തുറന്ന ആകാശവും രാത്രിയിലെ കാറ്റുമാണ് തനിക്കിഷ്ടമെന്ന്.

"അതെയതെ" സോക്രട്ടീസ് പറഞ്ഞു, "നിങ്ങളുടെ രാജ്യത്ത് കുർബാനയല്ലേയുള്ളു? ആരും നൃത്തം ചെയ്യാറുമില്ല." അയാൾ കൈകൾ കൂട്ടിത്തിരുമ്മി, ചാടിക്കളിച്ചു, വട്ടം കറങ്ങി, ഉച്ചത്തിൽ പൊട്ടിച്ചിരിച്ചു. "നടക്കില്ല, ഇതൊന്നും നടക്കില്ല."

അയാൾ ദരാസ്റ്റിനെ ചോദ്യഭാവത്തിൽ നോക്കി. "എന്താ നിങ്ങൾ പ്രാർത്ഥനക്ക് പോവുകയാണോ?"

"അല്ല."

"പിന്നെങ്ങോട്ടാ പോക്ക്?"

"എങ്ങോട്ടുമില്ല, എനിക്കറിഞ്ഞുകൂടാ."

സോക്രട്ടീസ് വീണ്ടും ചിരിച്ചു. "അതു സാധ്യമല്ല പരിഷ്കാരിക്ക് പള്ളിയില്ല, ഒന്നുമില്ല."

ദരാസ്റ്റും ചിരിച്ചു "അതെ , ശരിയാണ്. നോക്കൂ എനിക്ക് എന്റെ സ്ഥാനമെവിടെയാണെന്ന് മനസ്സിലാക്കാൻ ആയിട്ടില്ല. അതുകൊണ്ടിങ്ങു പോന്നു."

"എന്നാപ്പിന്നെ ഞങ്ങളുടെ കൂടെ നിന്നേക്കൂ, മി, ദരാസ്റ്റ്. എനിക്ക് നിങ്ങളെ ഇഷ്ടമാണ്."

"എനിക്കും നിങ്ങളെ ഇഷ്ടമാണ്, സോക്രട്ടീസ്. പക്ഷെ എനിക്ക് നൃത്തം ചെയ്യാനറിയില്ലല്ലോ." അവരുടെ പൊട്ടിച്ചിരി നിശ്ശബ്ദമായ ആ നഗരത്തിൽ എല്ലായിടത്തും പ്രതിധ്വനിച്ചു.

"ഓ മറന്നു പോയി. മേയർക്ക് നിങ്ങളെ കാണണമത്രെ. ക്ലബ്ബിലിരുന്ന് ഉച്ചഭക്ഷണം കഴിക്കയാണ്." പിന്നൊന്നും പറയാതെ സോക്രട്ടീസ് ഹോസ്പിറ്റലിനു നേരെ നടന്നു.

"നിങ്ങളെവിടെ പോകുന്നു?" ദരാസ്റ്റ് ഉറക്കെ വിളിച്ചു ചോദിച്ചു.

സോക്രട്ടീസ് കൂർക്കം വലിയുടെ ശബ്ദം അനുകരിച്ചു. "ഉറങ്ങാൻ എഴുന്നള്ളത്ത് തുടങ്ങാറായി." ഓടിക്കൊണ്ട് അയാൾ കൂർക്കം വലി വീണ്ടും അനുകരിച്ചു.

എഴുന്നള്ളിപ്പ് കാണാൻ ദരാസ്റ്റിന് സൗകര്യം ഉണ്ടാക്കിക്കൊടുക്കണമെന്നേ മേയർക്ക് ഉണ്ടായിരുന്നുള്ളു. തളർവാതം പിടിപെട്ടവനെപ്പോലും സുഖപ്പെടുത്താനാവും വിധം എരിവുള്ള ഇറച്ചിക്കറിയും ചോറും കഴിച്ചുകൊണ്ടിരുന്നതിനിടയിൽ ഇക്കാര്യം അയാൾ ദരാസ്റ്റിനു വിശദീകരിച്ചുകൊടുത്തു. പള്ളിക്ക് എതിർവശത്ത് ജഡ്ജിയുടെ വീട്ടിലെ ബാൽക്കണിയിൽ ഇരുന്നാൽ എഴുന്നള്ളത്ത് പുറപ്പെട്ടു വരുന്നതു കാണാം. അതിനുശേഷം ടൗൺഹാളിലേക്ക് ചെല്ലാം, കാരണം ആ വഴിക്കാണ് എഴുന്നള്ളത്ത് യാത്ര പള്ളിയിലേക്കു തിരിച്ചു വരിക. ദരാസ്റ്റിനോടൊപ്പം ജഡ്ജിയും പോലീസു മുഖ്യനും ഉണ്ടാവും, മേയർക്ക് ചടങ്ങിൽ ഔദ്യോഗികമായ ചുമതലയുണ്ട്. പോലീസുമുഖ്യൻ ക്ലബ്ബിലിരുന്ന് ദരാസ്റ്റിനെ പ്രീണിപ്പിക്കാനുള്ള ശ്രമത്തിലാണ്. മുഖത്ത് അടക്കാനാവാത്ത ഒരു ചിരി, എന്തൊക്കെയോ പറയുന്നുമുണ്ട്, സ്തുതിവചനങ്ങൾ തന്നേയാവണം. ദരാസ്റ്റ് എഴുന്നേറ്റപ്പോൾ പോലീസുമുഖ്യൻ അയാൾക്കു പോകാനായി വഴിയൊരുക്കി, വാതിലുകൾ തുറന്നു പിടിച്ചു.

കത്തുന്ന വെയിൽ, നഗരം ഇപ്പോഴും വിജനമാണ്. അവരിരുവരും ജഡ്ജിയുടെ വീട്ടിലേക്കു നടന്നു. ചുറ്റും നിശ്ശബ്ദത അവരുടെ പാദപതനങ്ങൾ മാത്രമേ കേൾക്കാനുള്ളു. ആകസ്മികമായി അടുത്തെവിടേയോ ഒരു പടക്കം പൊട്ടി, അത് പുരപ്പുറത്തു മയക്കം തൂങ്ങിനിന്ന കഴുകന്മാരെ ആട്ടിപ്പായിച്ചു. പിന്നെ തുടരെത്തുടരെ, എല്ലാ ദിശകളിൽ നിന്നുമായി പത്തു പന്ത്രണ്ടു പടക്കങ്ങൾ, അതോടെ എല്ലാ വീടുകളുടേയും വാതിലുകൾ തുറന്ന് ജനങ്ങൾ തെരുവിലേക്കിറങ്ങി.

തന്റെ എളിയ ഭവനത്തിലേക്ക് ദരാസ്റ്റിനെ സ്വാഗതം ചെയ്യാൻ കഴിഞ്ഞതിൽ താൻ അത്യന്തം അഭിമാനം കൊള്ളുന്നുവെന്ന് പറഞ്ഞുകൊണ്ട്, അതിമനോഹരമായ കൊത്തുവേലകൾ ചെയ്ത നീലച്ചായമടിച്ച കോണിപ്പടികളിലൂടെ ജഡ്ജി ദരാസ്റ്റിനെ മുകളിലേക്ക് ആനയിച്ചു. മേൽത്തട്ടിലൂടെ നടന്നുപോകുമ്പോൾ പല വാതിലുകളും തുറക്കപ്പെട്ടു, കുഞ്ഞുങ്ങളുടെ കറുത്ത ശിരസ്സുകൾ എത്തിനോക്കുകയും അടക്കിപ്പിടിച്ച ചിരിയോടെ ഉടനടി മറയുകയും ചെയ്തു. കമനീയമായി സജ്ജീകരിക്കപ്പെട്ട പ്രധാന തളത്തിൽ, ചൂരലുകൊണ്ടുള്ള സാമാനങ്ങളും വലിയ വലിയ പക്ഷിക്കൂടുകളും മാത്രമേ ഉണ്ടായിരുന്നുള്ളു. കൂടുകൾ നിറച്ച് ചലിക്കുന്ന പക്ഷികൾ. ജഡ്ജിയും ദരാസ്റ്റും പള്ളിക്ക് അഭിമുഖമായുള്ള വരാന്തയിൽ ഇരിപ്പുറപ്പിച്ചു. തിരക്ക് കൂടിക്കൂടി വരുന്നു. പക്ഷേ അത്ഭുതാവഹമായ നിശ്ശബ്ദത, നിശ്ചലത, ആകാശത്തു നിന്ന് ഇറങ്ങിവരുന്ന വെയിൽ നാളങ്ങൾ പോലും ദൃശ്യമായി. പള്ളിയുടെ മുന്നിലുള്ള കൊച്ചു ചത്വരത്തിൽ കുട്ടികൾ ഓടിക്കളിച്ചു, ഇടയ്ക്കിടെ ഓട്ടം മതിയാക്കി മാലപ്പടക്കങ്ങൾക്ക്

തീകൊളുത്തി, പടക്കങ്ങൾ പൊട്ടുന്ന ശബ്ദം തുടരെത്തുടരെ മുഴങ്ങി. വരാന്തയിൽ നിന്നു നോക്കുമ്പോൾ പള്ളിയും അതിലേക്കുള്ള പന്ത്രണ്ടു പടികളും നീലയും സ്വർണ്ണ നിറവും പൂശിയ ഗോപുരങ്ങളും ചെറുതായി ത്തോന്നി.

പൊടുന്നനെ പള്ളിക്കകത്തെ ഓർഗൻ ഉച്ചത്തിൽ മുഴങ്ങി. ആൾക്കൂട്ടം ചത്വരത്തിനു ഇരുവശവുമായി പള്ളിയുടെ പൂമുഖത്തേക്ക് നോക്കി നിന്നു, പുരുഷന്മാർ തൊപ്പിയൂരി, സ്ത്രീകൾ മുട്ടുകുത്തി. ഒരുപാട് നേരത്തേക്ക് പട്ടാളച്ചിട്ടയിലുള്ള വാദ്യഘോഷം മുഴങ്ങി. വനാന്തർഭാഗത്തു നിന്ന് ഒരസാധാരണ മൂളക്കം അടുത്തടുത്തു വന്നു. ഒരു കൊച്ചു ഹെലികോപ്റ്റർ വൃക്ഷത്തലപ്പുകൾക്കു മുകളിൽ കാണായി. അതിപ്രാചീനമായ ഈ ഭൂഖണ്ഡത്തിൽ സത്യത്തിൽ അതിനു സ്ഥാനമില്ല. അല്പം താഴ്ത്തി റങ്ങി ചത്വരത്തിലെ ഊർദ്ധ്വമുഖികളായ ജനങ്ങൾക്കു മുകളിൽ, കടകട ശബ്ദത്തോടെ വട്ടമിട്ട ശേഷം അഴിമുഖത്തെ ലക്ഷ്യമാക്കി പറന്ന് അപ്ര ത്യക്ഷമായി.

പള്ളിയുടെ നിഴലിൽ ഒരു ബഹളം ശ്രദ്ധയാകർഷിച്ചു. ഓർഗന്റെ സംഗീതം നിലച്ചിരുന്നു. അതിനു പകരം അദൃശ്യമായ പിച്ചളക്കുഴലു കളുടേയും പെരുമ്പറകളുടേയും ശബ്ദം. കറുത്ത മേലങ്കി ധരിച്ച് വഴി പാടുകാർ ഓരോരുത്തരായി പള്ളിയിൽ നിന്ന് ഇറങ്ങി വന്നു. വാതിലിനു മുന്നിൽ ഒരു സംഘമായി നിന്നു. എന്നിട്ട് സംഘം പടികളിറങ്ങി വന്നു. അവർക്കു പിന്നിൽ വെളുത്ത മേലങ്കി ധരിച്ച് നീലയും ചുവപ്പും കൊടി ക്കൂറകളുമായി ഒരു കൂട്ടം അതിനുശേഷം മാലാഖ വേഷം ധരിച്ച് ബാല ന്മാർ, കറുത്ത ഗൗരവമുഖക്കാരായ മേരിയുടെ കുഞ്ഞുങ്ങൾ, ഏറ്റവും ഒടുവിലായി പടികൾക്കിരുവശത്തും നിന്നിരുന്ന ആൾക്കൂട്ടത്തിനിട യിലൂടെ വർണ്ണശബളമായ പല്ലക്കേന്തി കറുത്ത സ്യൂട്ടിൽ വിയർത്തൊലിച്ച് സ്ഥലത്തെ പൗരപ്രമുഖർ. പല്ലക്കിൽ കൈയ്യിൽ ചൂരലും തലയിൽ മുൾക്കിരീടവുമായി രക്താഭിഷിക്തനായ യേശുവിന്റെ പ്രതിമ ചാഞ്ചാടുന്നു.

പല്ലക്ക് ഏറ്റവും താഴത്തെ പടിയിലെത്തിയപ്പോൾ, വഴിപാടുകാർ ചിട്ട യോടെ ഒതുങ്ങി നിന്നു. അപ്പോഴാണ് ദരാസ്റ്റ് കുശിനിക്കാരനെ കണ്ടത്. അർദ്ധനഗ്നൻ, പള്ളിയുടെ പൂമുഖത്തേക്ക് കടന്നിട്ടേയുള്ളൂ, തലയിൽ കോർക്കു തെരിക അതിനു മുകളിൽ വലിയൊരു പാറക്കല്ലുമായി ആ താടിക്കാരൻ ഉറച്ച ചുവടുകളുമായി പള്ളിയുടെ പടികളിറങ്ങി വന്നു, വളച്ചു പിടിച്ച ദൃഢപേശികളുള്ള രണ്ടു കൈകൾ കൊണ്ട് കല്ല് എത്ര നന്നാ യാണ് ബാലൻസ് ചെയ്യുന്നത്. അയാൾ പല്ലക്കിനു പുറകിലെത്തിയതും എഴുന്നള്ളത്ത് പുറപ്പെട്ടു. പൂമുഖത്തു നിന്ന് കടും നിറങ്ങളിലുള്ള ഉടുപ്പു കൾ ധരിച്ച വാദ്യവൃന്ദം പുറത്തേക്കിറങ്ങി നാടകൾ കൊണ്ട് മോടിപിടി പ്പിച്ച കുഴലുകളിലേക്ക് ഊത്തു തുടങ്ങി. ദ്രുതഗതിയിലുള്ള താളത്തി നൊപ്പം വഴിപാടുകാരും ചുവടുവെച്ചു, ചത്വരത്തിനപ്പുറത്തുള്ള തെരുവി ലേക്കു തിരിഞ്ഞു. അവർക്കു പിന്നിൽ പല്ലക്ക് അപ്രത്യക്ഷമായപ്പോൾ

കുശിനിക്കാരനേയും ബാക്കിയുള്ള വാദ്യവൃന്ദത്തേയും മാത്രമേ കാണാനുള്ളൂ. അവർക്കു പിന്നിൽ ആൾക്കൂട്ടം പടക്കം പൊട്ടിച്ചു, ആർത്തുവിളിച്ചു, എഞ്ചിന്റെ ഇരമ്പലുമായി ഹെലികോപ്റ്റർ വീണ്ടും പ്രത്യക്ഷപ്പെട്ടു. പിന്നിലായിപ്പോയ ആൾക്കൂട്ടത്തിനു മുകളിലായി പറന്നു. ദരാസ്റ്റ് കുശിനിക്കാരനെ തന്നെ നോക്കി നിൽക്കയാണ്. അയാളും വളവു തിരിഞ്ഞ് അപ്രത്യക്ഷമാകാൻ പോകുന്നു. അയാളുടെ തോളുകൾക്ക് അല്പം വീഴ്ച തോന്നിയോ, ദൂരം കാരണം ദരാസ്റ്റിന് ഉറപ്പിച്ചു പറയാനായില്ല.

വിജനമായ തെരുവുകളിലൂടെ അടഞ്ഞു കിടന്ന വാതിലുകളുടേയും പൂട്ടിയിട്ട കടകളുടേയും നടുവിലൂടെ ജഡ്ജിയും ദരാസ്റ്റും പോലീസു മുഖ്യനും ടൗൺഹാളിലെത്തി. വാദ്യക്കാരും പടക്കക്കാരും കടന്നുപോയതോടെ നഗരത്തിൽ ആകെ നിശ്ശബ്ദത പരന്നു. കഴുകന്മാരും പുരപ്പുറത്തെ അവരുടെ സ്വസ്ഥാനങ്ങളിലേക്ക് തിരിച്ചെത്തി. കുറച്ചകലെ, പള്ളിചത്വരത്തിലേക്കു നയിക്കുന്ന മറ്റൊരു നീണ്ട ഇടുങ്ങിയ തെരുവിലായിരുന്നു ടൗൺഹാൾ. തൽക്കാലം തെരുവ് വിജനം. ബാൽക്കണിയിൽ നിന്നു നോക്കിയാൽ കണ്ണെത്താവുന്നിടത്തോളം കുണ്ടും കുഴിയും നിറഞ്ഞ നടപ്പാതകൾ, ഇന്നലെ പെയ്ത മഴക്ക് അവയിലൊക്കെ വെള്ളം നിറഞ്ഞിട്ടുണ്ട്. സൂര്യൻ അല്പം താണിരിക്കുന്നു. മുന്നിലെ ജനാലകളില്ലാത്ത വീടുകളുടെ മുഖപ്പുകളിൽ വെയിൽനാളങ്ങൾ ചിക്കിക്കളിക്കുന്നു.

അവർ ഒരുപാടു നേരം കാത്തിരുന്നു. അതെ, ഒരുപാടു നേരം എതിർ വശത്തുള്ള ചുമരിൽ വീണു കളിക്കുന്ന വെയിൽ നാളങ്ങളിലേക്കു നോക്കി നോക്കി ദരാസ്റ്റിനു ക്ഷീണവും തലകറക്കവും തിരിച്ചുവരുന്നതായി തോന്നിത്തുടങ്ങി. വിജനമായ തെരുവ് ഒരേ സമയം ആകർഷകവും അതിവിരസവുമായി അനുഭവപ്പെട്ടു. ഈ ദേശത്തു നിന്ന് രക്ഷപ്പെടണമെന്ന തോന്നൽ ഒരിക്കൽകൂടി മനസ്സിൽ അങ്കുരിച്ചു. ആ ഭാരിച്ച കല്ല്, ഹോ ഈ പരീക്ഷണം ഒന്നു കഴിഞ്ഞു കിട്ടിയാൽ മതിയെന്ന തോന്നൽ. താഴെ ചെന്നൊന്നു നോക്കിയാലോ എന്ന് ആലോചിക്കും മുമ്പ് പള്ളി മണികൾ കൂട്ടത്തോടെ മുഴങ്ങി. അതോടൊപ്പം ഇടതുവശത്ത് തെരുവിന്റെ മറ്റേയറ്റത്തു നിന്ന് വർദ്ധിച്ചുവരുന്ന ബഹളവും ആൾക്കൂട്ടവും ദൂരെ നിന്നു തന്നെ കാണാം. പല്ലക്കിനു ചുറ്റും തീർത്ഥാടകരും വഴിപാടുകാരും എല്ലാവരും കൂടിക്കലർന്ന ആൾക്കൂട്ടം, ഇടുങ്ങിയ തെരുവിലൂടെ മുന്നേറുകയാണ്. പടക്കങ്ങളും ആഹ്ലാദാരവങ്ങളോടുമൊപ്പം നിമിഷങ്ങൾക്കകം തെരുവ് നിറഞ്ഞുകവിഞ്ഞു, ടൗൺഹാളിനു നേരെ വരികയാണ്, വിവരിക്കാനാവാത്ത രംഗം. പ്രായ-ജാതി-വർണ്ണ വ്യത്യാസമില്ലാതെ അടുക്കും ചിട്ടയുമില്ലാതെ സമ്മിശ്രമായ ജനക്കൂട്ടം. തുറിച്ച കണ്ണുകളും അലറി വിളിക്കുന്ന വായകളും മാത്രം. ജനക്കൂട്ടത്തിൽ നിന്ന് തീപ്പന്തങ്ങൾ മുകളിലേയ്ക്കുയർന്നു വന്നു. അവയുടെ തീനാളങ്ങൾ കത്തുന്ന വെയിലിൽ നിഷ്പ്രഭമായി. ആൾക്കൂട്ടം അടുത്തെത്തി, വല്ലാത്ത തിരക്ക്. ജനസമുദ്രം

ചുമരിലേക്ക് അലയടിച്ചുയരുകയാണ്. പക്ഷേ ആൾക്കൂട്ടത്തിൽ ദരാസ്റ്റിന് കുശിനിക്കാരനെ കാണാനായില്ല.

ഒരു മിന്നൽപ്പിണരുപോലെ ആരോടും ഒന്നും പറയാൻ നില്ക്കാതെ അയാൾ ബാൽക്കണി വിട്ട് താഴേക്ക് ഓടിയിറങ്ങി, തെരുവിലിറങ്ങി നിന്നു. പള്ളിമണികളുടെയും പടക്കങ്ങളുടെയും കാതടപ്പിക്കുന്ന ശബ്ദം ആഹ്ലാദചിത്തരായ ജനക്കൂട്ടത്തിനിടയിലൂടെ കുന്തം പോലെ തീപ്പന്തം ഉയർത്തിപ്പിടിച്ചവർക്കിടയിലൂടെ, സ്തബ്ധരായ വഴിപാടുകാർക്കിടയിലൂടെ ജനസമുദ്രത്തിന്റെ വേലിയേറ്റത്തെ സർവ്വശക്തിയുമെടുത്ത് സ്വന്തം ശരീരഭാരം കൊണ്ട് പ്രതിരോധിച്ച് അയാൾ മുന്നോട്ടു നീങ്ങി. തിരക്കിൽ നിന്നു വേർപെട്ട്, തെരുവിന്റെ അറ്റത്തെത്തിയപ്പോഴേക്കും അയാൾ ഏതാണ്ട് വീണുപോയി. കിതപ്പു മാറാനായി ചുട്ടുപഴുത്ത ചുമരു ചാരി കുറച്ചുനേരം നിന്നു. എന്നിട്ട് വീണ്ടും മുന്നോട്ടു നീങ്ങി. ആ സമയത്ത് ഏതാനും പേർ അയാൾക്കു നേരെ തെരുവിലേക്കു കടന്നു. മുന്നിലുള്ള വർ പിൻതിരിഞ്ഞാണ് നടക്കുന്നത്, അവർക്കിടയിൽ കല്ലേന്തിയ കുശിനി ക്കാരൻ.

അയാൾ തളർന്നു വീഴാറായിരിക്കുന്നു. കല്ലിന്റെ ഭാരം കൊണ്ട് മുതുക് വളഞ്ഞുപോയിരിക്കുന്നു. അല്പനേരം നിൽക്കും. പിന്നെ ചുമട്ടുകാരേ പ്പോലെ ധൃതിയിൽ അല്പദൂരം ഓടും, കഠിനമായ ദേഹാധ്വാനത്തിന്റെ വേഗതയേറിയ കുതിപ്പുകൾ. അയാൾക്കു ചുറ്റും മറ്റു തിർത്ഥാടകർ. അവ രുടെ വസ്ത്രങ്ങളിൽ പൊടിയും മെഴുകുതിരിയും ഉരുകി വീണ് കട്ടപിടി ച്ചിരുന്നു. കുശിനിക്കാരൻ നിന്നപ്പോഴൊക്കെ അവർ അയാളെ പ്രോത്സാ ഹിപ്പിച്ചുകൊണ്ടിരുന്നു. അയാൾക്കൊപ്പം നിശ്ശബ്ദനായി നടക്കുകയോ ഓടുകയോ ചെയ്യുന്ന വൃദ്ധസഹോദരൻ ഇടതുവശത്ത്. തന്റെയടുത്തെ ത്താൻ അവരൊരുപാട് സമയമെടുത്തെന്ന് ദരാസ്റ്റിനു തോന്നി. അടുത്തെ ത്തിയപ്പോൾ കുശിനിക്കാരൻ വീണ്ടും നിന്നു. മങ്ങിയ കണ്ണുകൾ ചുറ്റും വീക്ഷിച്ചു. ദരാസ്റ്റിനെ കണ്ടിട്ട് അയാൾ നിന്നു. അയാളുടെ നേരെ നോക്കു കയും ചെയ്തു പക്ഷേ തിരിച്ചറിഞ്ഞെന്നു തോന്നിയില്ല. എണ്ണമയം പൂണ്ട വിയർപ്പൊഴുകുന്ന അഴുക്കു പുരണ്ട മുഖം, താടിരോമങ്ങളിലൂടെ ഉമിനീരു ഒലിച്ചിറങ്ങുന്നു. ബ്രൗൺ നിറത്തിലുള്ള നുരയും പതയും പശയെന്ന പോലെ ചുണ്ടുകളെ ഒട്ടിച്ചു ചേർത്തിരിക്കുന്നു. അയാൾ ചിരിക്കാൻ ശ്രമിച്ചു. പക്ഷെ നിശ്ചലമായ ഭാരത്തിനിടയിൽ ചുമലുകളൊഴികെ അയാളുടെ ശരീരമാസകലം വിറയ്ക്കുകയായിരുന്നു. ചുമലുകളിലെ മാംസ പേശികൾ കോച്ചിവലിഞ്ഞിരിക്കുന്നു. സഹോദരൻ ദരാസ്റ്റിനെ തിരിച്ച റിഞ്ഞു. "വീണുപോയി", എവിടെ നിന്നോ ആവിർഭൂതനായ സോക്രട്ടീസ് ദരാസ്റ്റിന്റെ കാതിൽ മന്ത്രിച്ചു "ഇന്നലത്തെ നൃത്തം ഇത്തിരി കൂടിപ്പോയി. രാത്രി മുഴുവനുമായിരുന്നില്ലേ, നല്ല ക്ഷീണമുണ്ട്".

കുശിനിക്കാരൻ ഇടറിക്കൊണ്ട് മുന്നോട്ടു നടന്നു. മുന്നോട്ടു പോകണ മെന്ന് ആഗ്രഹമുള്ള വ്യക്തിയെപ്പോലെയല്ല, മറിച്ച് കനത്ത ഭാരവുമായി

പലായനം ചെയ്യുന്നവനെപ്പോലെ; ഓടിക്കൊണ്ടിരുന്നാൽ ഭാരം ലഘൂകരിക്കാമെന്ന വ്യാമോഹം. എങ്ങിനെയെന്നറിയില്ല, ദരാസ്റ്റ് കുശിനിക്കാരന്റെ വലതുവശത്ത് നിൽപ്പുറപ്പിച്ചു. തന്റെ കൈകൾ അതിലാഘവമായി കുശിനിക്കാരന്റെ ചുമലുകളിൽ പാകി. അയാളോടൊത്ത് ദ്രുതഗതിയിൽ കനത്ത ചുവടുകൾ വെച്ചു. തെരുവിന്റെ മറ്റേയറ്റത്ത് പല്ലക്ക് അപ്രത്യക്ഷമായിരിക്കുന്നു. ആൾക്കൂട്ടം ഇപ്പോൾ ചത്വരത്തിൽ നിറഞ്ഞു കവിയുന്നുണ്ടാകാം. അതുകൊണ്ടാവും കൂടുതൽ മുന്നോട്ടു നീങ്ങുന്നില്ല. നിമിഷങ്ങളോളം കുശിനിക്കാരൻ സഹോദരനും ദരാസ്റ്റിനുമിടയിലായി മുന്നോട്ടു നീങ്ങി. ടൗൺഹാളിനു മുന്നിലെ കാണികളിലേക്ക് ഇനി വെറും ഇരുപതടികൾ മാത്രം. കുശിനിക്കാരൻ വീണ്ടും നിന്നു, ദരാസ്റ്റിന്റെ കൈകളമർന്നു. "വരൂ, ഇനി അല്പം കൂടിയേയുള്ളൂ" അയാൾ പറഞ്ഞു. കുശിനിക്കാരൻ വിറച്ചു, ഉമിനീരൊഴുകി വീണു. എല്ലാ ശരീരദ്വാരങ്ങളിലൂടെയും വിയർപ്പൊഴുകി. ഗാഢമായി ശ്വസിച്ചുകൊണ്ട് ഒന്നു നിന്ന ശേഷം വീണ്ടും നടന്നു. മൂന്നു ചുവടുകൾ, കാലുകളിടറി, കല്ല് തോളിലേക്കു ചരിഞ്ഞ് നീണ്ടൊരു മുറിവുണ്ടാക്കി. പിന്നെ പൂർണ്ണമായും വഴുതി താഴെ നിലത്തേക്കും. കുശിനിക്കാരൻ സമനില തെറ്റി ഒരു വശത്തേക്ക് ചെരിഞ്ഞു വീണു. അയാൾക്കു മുന്നിലുള്ളവർ പിന്നിലേക്കു ചാടി, ഉറക്കെ നിലവിളിച്ചു. ഒരാൾ കോർക്കു കൊണ്ടുള്ള തെരികയെടുത്തു. മറ്റുള്ളവർ ചേർന്ന് കല്ലുപൊക്കി, വീണ്ടും അയാളുടെ തലയിൽ കയറ്റിവെയ്ക്കാനുള്ള ശ്രമമാണ്.

ദരാസ്റ്റ് കുനിഞ്ഞ് കൈപ്പടം കൊണ്ട് അയാളുടെ തോളിലെ മണ്ണും ചോരയും തുടച്ചുമാറ്റി. മുഖം മണ്ണിൽ ചേർത്തമർത്തി ആ കൊച്ചു മനുഷ്യൻ കിതക്കുകയാണ്, അയോളൊന്നും കേട്ടില്ല, ഇളകിയില്ല. വായ പിളർന്ന് ആയാസപ്പെട്ട് ശ്വാസം വലിച്ചെടുക്കുകയാണ് ചക്രശ്വാസം. ഇത് അന്ത്യശ്വാസമാണെന്ന മട്ടിൽ. ദരാസ്റ്റ് അയാളെ എഴുന്നേല്പിച്ചു. അരക്കെട്ടിൽ പിടിച്ച് ഒരു കൊച്ചു കുഞ്ഞിനെയെന്നോണം അനായാസേന എഴുന്നേല്പിച്ചു നിറുത്തി തന്റെ ശരീരത്തോടു ചേർത്ത് മുറുകെ പിടിച്ച് മുഖത്തേക്കു മന്ത്രിച്ചു. അയാളുടെ ശരീരത്തിലേക്ക് ജീവൻ ഊതിക്കൊടുക്കുകയാണെന്നപോലെ. ഒരു നിമിഷത്തിനുശേഷം കുശിനിക്കാരൻ രക്തവും മണ്ണും കട്ടപിടിച്ച ദേഹവും, ക്ഷീണിച്ചു തളർന്ന മുഖവുമായി സ്വയം വിടുവിച്ചു. കല്ലിനു നേരെ നീങ്ങി. മറ്റുള്ളവർ അതെടുത്ത് പൊക്കിപ്പിടിച്ചിരുന്നു. പക്ഷേ അയാൾ ശൂന്യദൃഷ്ടികളോടെ കല്ലിലേക്കു നോക്കി നിന്നു, നിഷേധാർത്ഥത്തിൽ തല കുലുക്കി. കൈകൾ ഇരുവശത്തും തൂക്കിയിട്ട് ദരാസ്റ്റിനെ നോക്കി. വലിയ കണ്ണീർത്തുള്ളികൾ പരിക്കുപറ്റിയ മുഖത്തിലൂടെ ഒലിച്ചിറങ്ങി. അയാൾക്കെന്തോ പറയണമെന്നുണ്ടായിരുന്നു, പറയുന്നുണ്ടായിരുന്നു. പക്ഷേ ഒരക്ഷരം പുറത്തു കേട്ടില്ല. "ഞാൻ നേർന്നതാണ്, ഓ! ക്യാപ്റ്റൻ, ഓ! ക്യാപ്റ്റൻ", കണ്ണുനീരിൽ ശബ്ദം മുങ്ങിപ്പോയിരിക്കുന്നു. അയാളുടെ വൃദ്ധസഹോദരൻ പൊടുന്നനെ പിന്നിലെത്തി രണ്ടു

കൈകൾ കൊണ്ടും അയാളെ കെട്ടിപ്പിടിച്ചു. പരാജിതനായി കരഞ്ഞു കൊണ്ട് കുശിനിക്കാരൻ സഹോദരന്റെ ദേഹത്തേക്ക് കുഴഞ്ഞുവീണു. തല പിറകോട്ടു മറിഞ്ഞു.

എന്തു പറയണമെന്നറിയാതെ ദരാസ്റ്റ് അയാളെ നോക്കി നിന്നു. പിന്നെ ആൾക്കൂട്ടത്തിനു നേരെ, അവർ വീണ്ടും ആർത്തുവിളിക്കാൻ തുടങ്ങിയിരിക്കുന്നു. പൊടുന്നനെ അയാൾ കോർക്കു തെരിക പിടിച്ചുവാങ്ങി, കല്ലിനു നേരെ നടന്നു. അതു സ്വന്തം തലയിൽ കയറ്റിവക്കാൻ ആംഗ്യം കാട്ടി. അനായസേന അതു ചുമക്കുകയും ചെയ്തു. ശിരസ്സിൽ ഭാരം അമർന്നു, ചുമലുകൾ അല്പമൊന്നു വളഞ്ഞു, ദീർഘനിശ്വാസത്തോടെ കാല്ക്കൽ വീണു കിടക്കുന്ന കുശിനിക്കാരനെ നോക്കി. അയാളുടെ തേങ്ങൽ കേട്ടു. പിന്നെ ചുറുചുറുക്കോടെ ദരാസ്റ്റ് ഓട്ടം തുടങ്ങി. ഒട്ടും തളരാതെ തെരുവിന്റെ മറ്റേയറ്റത്തുള്ള ആൾക്കൂട്ടത്തിൽ ചേർന്നു. അവരെ തള്ളിമാറ്റി പള്ളിമണികളുടേയും പടക്കങ്ങളുടേയും ശബ്ദകോലാഹലങ്ങൾക്കിടയിൽ അയാൾ ചത്വരത്തിൽ മുൻനിരയിലെത്തി. രണ്ടുവശത്തും ഇടതിങ്ങിയ കാണികൾ നിശ്ശബ്ദരായി അന്ധാളിപ്പോടെ അയാളെ നോക്കി വായും പൊളിച്ചു നിന്നു. അതേ വേഗതയോടെ അയാൾ മുന്നോട്ടു നീങ്ങി. ജനക്കൂട്ടം ഇരുവശത്തേക്കും മാറി പള്ളിയിലേക്കുള്ള വഴി തെളിയിച്ചു കൊടുത്തു. തലച്ചുമട് വല്ലാതെ കനക്കുന്നുണ്ടായിരുന്നു.പള്ളിയും പള്ളി വാതിൽക്കൽ തന്നെ കാത്തുനിൽക്കുന്ന പല്ലക്കും അയാൾ കണ്ടു. ചത്വരത്തിന്റെ പകുതി കടന്നു കഴിഞ്ഞിരുന്നു. പക്ഷേ എന്തുകൊണ്ടെന്നറിയില്ല പൊടുന്നനെ അയാൾ ഇടത്തോട്ടു തിരിഞ്ഞു. ഇപ്പോൾ തീർത്ഥാടകർ അയാൾക്കു മുഖാമുഖം. വാപൊളിച്ചു നില്ക്കുന്ന അവരെന്താണ് വിളിച്ചു കൂവുന്നതെന്ന് അയാൾക്കു മനസ്സിലായില്ല. പോർത്തുഗീസ് ഭാഷയിൽ കേട്ടു പരിചയമുള്ള എന്തോ തുടരെത്തുടരെ വിളിച്ചു കൂവുന്നു. പിന്നിൽ ആരോ ഓടി വരുന്ന ശബ്ദം. സോക്രട്ടീസ് അയാളുടെ മുന്നിലേക്ക് ഓടിയെത്തിയിരിക്കുന്നു. വിസ്മയംകൊണ്ട് തുറിച്ച കണ്ണുകളുരുട്ടിക്കൊണ്ട് എന്തൊക്കെയോ പുലമ്പി, പിന്നിലെ പള്ളിയിലേക്ക് കൈചൂണ്ടി "പള്ളിയിലേക്ക്, പള്ളിയിലേക്ക്" സോക്രട്ടീസും ജനക്കൂട്ടവും അതാണ് കൂവി വിളിച്ചിരുന്നത്. പക്ഷെ ദരാസ്റ്റ് താൻ തിരഞ്ഞെടുത്ത ദിശയിലേക്കു വെച്ചു പിടിച്ചു. കൈകൾ തമാശ മട്ടിൽ ആകാശത്തിലേക്കുയർത്തി വീശി സോക്രട്ടീസ് വഴിമാറിക്കൊടുത്തു. ജനക്കൂട്ടം നിശ്ശബ്ദരായി നോക്കിനിന്നു. ദരാസ്റ്റ് ആദ്യത്തെ തെരുവിലെത്തി, അത് നദിയിലേക്കു നയിക്കുമെന്ന് അയാൾക്കറിയാമായിരുന്നു കാരണം കുശിനിക്കാരനോടൊപ്പം തലേന്ന് ആ വഴിക്ക് നടന്ന ഓർമ്മയുണ്ട്. അപ്പോഴേക്കും പിന്നിലെ ജനക്കൂട്ടത്തിന്റെ ആരവം വെറുമൊരു മർമ്മരമായി പരിണമിച്ചിരുന്നു.

കല്ലിനു നല്ല ഭാരം, ശിരസ്സു വേദനിക്കുന്നു, കൈകളുടെ ശക്തി മുഴുവനും വേണ്ടിവന്നു ഭാരത്തെ ലഘൂകരിക്കാൻ. ചിറയുടെ കുത്തനെയുള്ള ചെരുവിലെത്തിയപ്പോഴേക്കും ചുമലുകൾ വലിഞ്ഞ് മുറികിയിരുന്നു.

അയാളൊന്നു നിന്നു, കാതോർത്തു, താൻ തനിച്ചാണ്. കല്ല് കോർക്കു തെരികയിൽ അമർത്തിവെച്ച് അയാൾ കുടിലുകളുടെ നേരെ നീങ്ങി. അവിടെയെത്തിയതും ശ്വാസംമുട്ടി. കൈകൾ വിറയ്ക്കാൻ തുടങ്ങി, ദ്രുത ഗതിയിൽ കുശിനിക്കാരന്റെ മുറ്റത്തേക്കെത്തി, കുടിലിലേക്ക് ഓടിക്കയറി, വാതിൽ ചവുട്ടിത്തുറന്ന് അകത്തുകടന്ന് മുറിക്ക് നടുവിലുള്ള എരിഞ്ഞു കൊണ്ടിരുന്ന തീക്കുണ്ഡത്തിലേക്ക് അതേ വേഗത്തിൽ കല്ല് വീഴ്ത്തി യിട്ട് നിവർന്ന് നിന്നു. കുടിലിനകത്ത് നിറഞ്ഞു നിന്ന ദാരിദ്ര്യത്തിന്റേയും ചാരത്തിന്റേയും മണം നുകരാനായപ്പോൾ തനിക്കുള്ളിൽ അവാച്യവും നിഗൂഢവുമായ ഒരാനന്ദം അലയടിച്ചുയരുന്നത് അയാളറിഞ്ഞു. അതെന്താ ണെന്നു നിർവ്വചിക്കാൻ അയാൾ അശക്തനായിരുന്നു.

കുടിലിലെ നിവാസികൾ തിരിച്ചെത്തിയപ്പോൾ കണ്ടത്, പിന്നിലെ ചുമരുംചാരി കണ്ണടച്ചു നിൽക്കുന്ന ദരാസ്റ്റിനേയാണ്. മുറിക്കു നടുവിലെ തീക്കുണ്ഡത്തിൽ ചാരത്തിലും മണ്ണിലും പൂഴ്ന്നു കിടക്കുന്ന കല്ല്, വാതിൽക്കൽ നിന്നിളകാതെ മൂകരായി അവർ ദരാസ്റ്റിനെത്തന്നെ ചോദ്യ ഭാവത്തിൽ നോക്കിനിന്നു. അയാളൊന്നും പറഞ്ഞില്ല. സഹോദരൻ കുശിനിക്കാരനെ കല്ലിനടുത്തേക്കു നയിച്ചു. കുശിനിക്കാരൻ അതിനു മുന്നിൽ മുട്ടുകുത്തി, വൃദ്ധസഹോദരൻ മറ്റുള്ളവരേയും വൃദ്ധയേയും പിന്നെ തലേന്നത്തെ പെൺകുട്ടിയേയും കൈമാടി വിളിച്ചു. കല്ലിനു ചുറ്റും വട്ടത്തിൽ മൂകരായി അവരിരുന്നു. ആരും ദരാസ്റ്റിനു നേരെ നോക്കിയ തേയില്ല. വീർപ്പുമുട്ടിക്കുന്ന അന്തരീക്ഷത്തിൽ നദിയുടെ മർമ്മരം മാത്രമേ കേൾക്കാനുണ്ടായിരുന്നുള്ളൂ. അന്ധകാരത്തിൽ ഒന്നും കാണാനായി ല്ലെങ്കിലും ദരാസ്റ്റും അതു ശ്രദ്ധിച്ചു. ജലതരംഗങ്ങൾ അയാളുടെ മനസ്സിൽ പൂർണ്ണമായ ആനന്ദം നിറച്ചു. മിഴികളടച്ച് സസന്തോഷം സ്വന്തം ശക്തിയെ ജീവിതത്തിൽ ഒരു പുതിയ തുടക്കത്തെ മനസ്സാ വരിച്ചു. പുറത്ത്, തൊട്ടടുത്ത് പടക്കംപൊട്ടി. വൃദ്ധൻ കുശിനിക്കാരനിൽ നിന്ന് അല്പം മാറിയിരുന്ന് ദരാസ്റ്റിനു നേരെ പാതി തിരിഞ്ഞ് പക്ഷെ നേരെ നോക്കാതെ, ഒഴിഞ്ഞ സ്ഥലത്തേക്കു ചൂണ്ടി പറഞ്ഞു "വരൂ ഞങ്ങളോടൊപ്പം ഇരിക്കൂ."

■

www.ingramcontent.com/pod-product-compliance
Lightning Source LLC
LaVergne TN
LVHW090409051026
849518LV00006B/2301
* 9 7 8 8 1 8 4 2 3 3 8 0 3 *